അക്കൽദാമയിലെ കൊറോണപ്പൂക്കൾ

Akkaldamayile Koronapookkal
Study

Dr. N Ajayan

CHINTHA PUBLISHERS
Thiruvananthapuram

First Edition
October 2020

Second Edition
January 2021

Published & Typesetting
Chintha Publishers
Thiruvananthapuram

Printed at
Time offset printers,
Thiruvananthapuram

Cover Design
Vinod Mangoes

ISBN : 978-93-90301-02-7

CR - 2285 / 5394

Email: chinthapublishers@gmail.com
Website: www.chinthapublishers.com

Distribution
DESHABHIMANI BOOKHOUSE
H O Thiruvananthapuram 695035

Branch
Head Office Kunnukuzhi • Statue Thiruvananthapuram
KSRTC Bus Station Alappuzha • KSRTC Bus Station Ernakulam
Machingal Lane Thrissur • IG Road Kozhikode
Mavoor Road Kozhikode • NGO Union Building Kannur
Central Bus Terminal Complex Thavakkara Kannur

അക്കൽദാമയിലെ കൊറോണപ്പൂക്കൾ

ഡോ. എൻ അജയൻ

ചിന്ത പബ്ലിഷേഴ്സ്
തിരുവനന്തപുരം-695 035

ഡോ. എൻ അജയൻ

1955 മേയ് 19 ന് പത്തനംതിട്ടയിലെ വടശ്ശേരിക്കരയിൽ ജനിച്ചു. പിതാവ്: പരേതനായ പി കെ നാണുസാർ, മാതാവ്: എം കെ സരോജിനി ടീച്ചർ (സരോജാ ഭവൻ, മുറിഞ്ഞകൽ പി ഒ, കൂടൽ, പത്തനംതിട്ട ജില്ല). 1977 ൽ മണ്ണുത്തി വെറ്ററിനറി കോളേജിൽനിന്നും വെറ്ററിനറി ബിരുദം നേടി. തുടർന്ന് വിവിധ ജില്ലകളിലായി 33 വർഷത്തെ ഔദ്യോഗിക ജീവിതം. 2011 മാർച്ചിൽ മൃഗസംരക്ഷണവകുപ്പിൽ ജോയിന്റ് ഡയറക്ടറായി വിരമിച്ചു. കേരള ഗസറ്റഡ് ഓഫീസേഴ്സ് അസോസിയേഷൻ സംസ്ഥാന കമ്മിറ്റി അംഗം, സംസ്ഥാന സെക്രട്ടേറിയറ്റ് അംഗം, കെ ജി ഒ എ ന്യൂസ് എഡിറ്റർ എന്നീ നിലകളിൽ പ്രവർത്തിച്ചു. ഇപ്പോൾ പാലിയം ഇന്ത്യയുടെ മുഖപത്രമായ *സഹയാത്ര* മാസികയുടെ അസോസിയേറ്റ് എഡിറ്ററാണ്. ജേർണലിസത്തിൽ പോസ്റ്റ് ഗ്രാജ്വേറ്റ് ഡിപ്ലോമ നേടിയിട്ടുണ്ട്.

ഫാം ജേർണലിസത്തിന് സംസ്ഥാന സർക്കാരിന്റെ കർഷകഭാരതി അവാർഡുൾപ്പെടെ ഒട്ടേറെ പുരസ്കാരങ്ങൾക്ക് അർഹനായിട്ടുണ്ട്. വിവിധ ദൃശ്യശ്രവ്യ മാധ്യമങ്ങളിലൂടെ മൃഗസംരക്ഷണ സംബന്ധമായ പരിപാടികൾ അവതരിപ്പിച്ചുവരുന്നു.

ഭാര്യ : ബീന എസ്

മക്കൾ : ഡോ. അർജുൻ എ, അങ്കുർ എ

വിലാസം : KGRA –C 42, പേപ്പർമിൽ റോഡ്
വിപഞ്ചിക
തുറുവിക്കൽ പി ഒ
തിരുവനന്തപുരം 695011

ഫോൺ : 9447324846

E-mail : dr.ajayankoodal@gmail.com

ഉള്ളടക്കം

പ്രസാധകക്കുറിപ്പ്

രോഗം ഒരു ശാപമല്ലെന്ന തിരിച്ചറിവ് ഉണ്ടാകേണ്ടുന്ന കാലഘട്ടത്തിലൂടെയാണ് നമ്മൾ സഞ്ചരിച്ചുകൊണ്ടിരിക്കുന്നത്. രോഗികളെ ഹൃദയത്തോടു ചേർത്തുപിടിക്കുന്ന, സാന്ത്വനം നല്കുന്ന ഒട്ടനവധി മനുഷ്യർ നമ്മുടെ സമൂഹത്തിലുണ്ട്. തിരസ്കൃതരാകുന്നവർക്കൊപ്പം ചേർന്നു നില്ക്കുന്ന അക്കൂട്ടരാണ് സാന്ത്വന പരിചരണരംഗത്തെ വലിയൊരു കർമ്മമണ്ഡലമാക്കി മാറ്റുന്നത്. സാന്ത്വന പരിചരണ രംഗത്ത് പ്രവർത്തിക്കുന്ന ഡോ. എൻ അജയന്റെ കുറിപ്പുകളാണ് *അക്കൽദാമയിലെ കൊറോണപ്പൂക്കൾ* എന്ന ഗ്രന്ഥത്തിന്റെ ഉള്ളടക്കം. വായനയുടെ വൈവിദ്ധ്യങ്ങൾ തേടുന്ന ഏതൊരു വായനക്കാരനെയും ആകർഷിക്കുവാൻ പര്യാപ്തമായ ഈ ഗ്രന്ഥം ഏവർക്കുമായി സമർപ്പിക്കുന്നു.

ചിന്ത പബ്ലിഷേഴ്സ്

സമർപ്പണം

ശരീരമാകെ പടർന്നുകയറുന്ന
വേദനയെ ഒരു ലഹരിയായി മാറ്റി
അന്തസ്സോടെ മരണം പുല്കാൻ ആഗ്രഹിക്കുന്ന
ക്യാൻസർ രോഗികൾക്കും
ഒരു ചാലകശക്തിയായി എന്നും
എന്നോടൊപ്പം നിലകൊണ്ട
എന്റെ പ്രിയ പത്നി ബീനയ്ക്കുമായി
ഈ പുസ്തകം
സമർപ്പിക്കുന്നു.

അവതാരികയില്ലാതെ....

സാധാരണഗതിയിൽ ഒരു പുസ്തകം പ്രസിദ്ധീകരിക്കുന്നതിന് അറിയപ്പെടുന്ന ഒരു സാഹിത്യകാരന്റെയോ കവിയുടെയോ അവതാരിക അനിവാര്യമാണെന്നതാണ് വർത്തമാനകാല അനുഭവങ്ങൾ. ഈ സാക്ഷ്യപ്പെടുത്തൽ പല പ്രസാധകരും നിഷ്കർഷിക്കുന്നത് പുസ്തകത്തിന്റെ വില്പനയെ സഹായിക്കുമെന്നതിനാലാവാം. ഈ ബോദ്ധ്യം തനിയെ ഉണ്ടാകട്ടെ എന്നതാണ് എന്റെ കാഴ്ചപ്പാട്. എത്ര നേർരേഖകൾ ചേർത്തുവെച്ചാലും വക്രമാകുന്ന ക്യാൻസർ രോഗികളുടെ ജീവിതാലേഖനങ്ങൾ നേർക്കാഴ്ചകളാകുമ്പോൾ അതിനൊരു അവതാരിക അസ്ഥാനത്താകുമെന്ന് ഞാൻ കരുതുന്നു. ക്യാൻസർ രോഗി വേദന ഒരു ലഹരിയാക്കി മാറ്റുമ്പോൾ സാന്ത്വന പരിചരണത്തിന് പുതിയ മാനം കൈവരുന്നത് ഞാൻ അറിയുന്നു.

“നിങ്ങൾ നിങ്ങളാണ് എന്നതുകൊണ്ട് നിങ്ങളുടെ ജീവിതവും ഞങ്ങൾക്ക് അന്ത്യനിമിഷംവരെ വിലപ്പെട്ടതാണ്” എന്ന സിസിലി സോണ്ടേഴ്സിന്റെ വാക്കുകൾ (ആധുനിക ഹോസ്പൈസ് പ്രസ്ഥാനത്തിന്റെ സ്ഥാപക) ഓർമ്മയിൽ കൊരുത്തുകിടക്കുന്നു.

രോഗം ഒരു ശാപമല്ലെന്നും പരിചരണം ഔദാര്യമല്ല അവകാശമാണെന്നുമുള്ള രോഗിയുടെ തിരിച്ചറിവ് സാന്ത്വനപരിചരണരംഗത്തെ കർമ്മോത്സുകമാക്കിയിട്ടുണ്ട്.

പരിപൂർണ്ണമായി ചികിത്സിച്ച് ഭേദമാക്കാൻ കഴിയുന്നതല്ല തന്റെ രോഗമെന്ന് തിരിച്ചറിയുന്ന ഒരു ക്യാൻസർ രോഗിയുടെയും കുടുംബത്തിന്റെയും ജീവിതസഹനങ്ങളിൽ അവരുടെ ‘ജീവാംശ’മാകുവാൻ, ക്രിയാത്മക ജാഗ്രത പുലർത്തുവാൻ നാം ഓരോരുത്തരും കടപ്പെട്ടിരിക്കുന്നു.

പാലിയേറ്റീവ് പരിചരണരംഗത്തെ സജീവ സാന്നിദ്ധ്യമായി ഇതി

നോടകം മാറിക്കഴിഞ്ഞ തിരുവനന്തപുരത്തെ "പാലിയം ഇന്ത്യ" എന്ന സന്നദ്ധസംഘടനയുടെ പ്രവർത്തകനായതോടെയാണ് ആദ്യമായി ഇത്തരം ഒരു ആശയമുണ്ടായത്. അലസത ഒരു ദുർഭൂതമായി പിന്തുടർന്നപ്പോൾ വർഷങ്ങൾ പോയതറിഞ്ഞില്ല.

*സഹയാത്ര*യിൽ പ്രസിദ്ധീകരിച്ച "അനുഭവസാക്ഷ്യങ്ങൾ" എന്ന പംക്തിക്കു ലഭിച്ച പ്രോത്സാഹനം ഈ രചനയ്ക്കു രാസത്വരകമായിട്ടുണ്ട്. *സഹയാത്ര*യുടെ ചീഫ് എഡിറ്റർ ജീനയേയും പേജ് എഡിറ്റർ ടി സി രാജേഷിനെയും നന്ദിയോടെ സ്മരിക്കുന്നു.

സാന്ത്വനപരിചരണരംഗത്തെ എന്റെ അനുഭവങ്ങളുടെ ആകസ്മികതകളാണ് ഏറെയും. ഓരോ അനുഭവങ്ങളിലൂടെയും കടന്നുപോകുമ്പോൾ അവയൊക്കെ എനിക്കിന്നും അജ്ഞാതമായ അന്ത്യത്തിന്റെ സമസ്യകളായി മാറുകയായിരുന്നുവെന്ന സത്യം ഞെട്ടലോടെ ഞാൻ തിരിച്ചറിയുന്നു. ആനുകാലികങ്ങളിൽ പലപ്പോഴായി പ്രസിദ്ധീകരിക്കപ്പെട്ട എന്റെ ചില ചെറുകഥകളും ഇതിൽ ഉൾപ്പെടുത്തിയിട്ടുണ്ട്.

"അന്തസ്സോടെ മരണവും," "മരണം ഭാരതീയ സംസ്കൃതിയിൽ," "പാലിയേറ്റീവ് കെയറിൽ ശരിക്കും എന്താണ് ചെയ്യുന്നത്" എന്നീ വിഷയങ്ങൾ ഉൾപ്പെടുത്തുന്നതിന് അനുവാദം തന്ന ശ്രീ. ബാബുപോൾ IAS, *പിറവി* മാസികയുടെ ചീഫ് എഡിറ്റർ ശ്രീമതി ഉഷാ എസ് നായർ, പാലിയം ഇന്ത്യ ചെയർമാൻ ഡോ. എം ആർ രാജഗോപാൽ എന്നിവരെ ധന്യതയോടെ സ്മരിക്കുന്നു. എന്റെ പുസ്തകത്തിന് കവർചിത്രമൊരുക്കിയ ശ്രീ. കെ ടി വിനോദിനെയും ഇത് പുസ്തകരൂപത്തിലാക്കുന്നതിനു നിരന്തരമായി പ്രേരിപ്പിച്ചു ശല്യപ്പെടുത്തിയ ഡോ. രാജൻ ചുങ്കത്തിനെയും പാലിയം ഇന്ത്യയിലെ സഹപ്രവർത്തകരെയും ഈ അവസരത്തിൽ നന്ദിപൂർവ്വം ഓർക്കുന്നു. അകാലത്തിൽ അസ്തമിച്ച ജയസൂര്യ വേണാട് ആണ് പ്രാഥമിക പ്രൂഫ് റീഡിങ്ങിന് ഏറെ സഹായിച്ചത്. ഇതിലെ പല രചനകളുടെയും തലക്കെട്ടുകൾ കടംകൊണ്ടതാണ്. ക്ഷമിക്കുക.

ഇതു പുസ്തകമാക്കുന്നതിനു സഹായിച്ച ചിന്ത ജനറൽ മാനേജർ കെ ശിവകുമാറിനോടും ചിന്തയിലെ മറ്റംഗങ്ങളോടും ഞാൻ കടപ്പെട്ടിരിക്കുന്നു.

ഈ പുസ്തകം നിങ്ങൾക്കു ഹൃദ്യമാകട്ടെ, പഥ്യമാകട്ടെ എന്ന വിശ്വാസത്തോടെ സവിനയം സമർപ്പിക്കുന്നു.

തിരുവനന്തപുരം **ഡോ. എൻ അജയൻ കൂടൽ**
01/10/2020

സാന്ത്വന പരിചരണത്തിനു പ്രസക്തിയേറുന്നു

ഞാൻ ഈ ലേഖനം തയ്യാറാക്കുമ്പോഴാണ് പാലിയം ഇന്ത്യാ ചെയർമാൻ ഡോ. എം ആർ രാജഗോപാലിന് സാന്ത്വന ചികിത്സാരംഗത്തെ പ്രവർത്തനങ്ങൾ മാനിച്ച് പത്മശ്രീ നല്കി രാജ്യം ആദരിക്കുന്ന വാർത്തയെത്തുന്നത്. ഒരുപാട് സന്തോഷം തോന്നി. സാന്ത്വനചികിത്സാരംഗം ചടുലമാക്കുവാൻ ഈ ബഹുമതിക്കാകുമെന്നു ഞാൻ കരുതുന്നു. സാന്ത്വന ചികിത്സയോ? എന്തുട്ടാണിത്? എന്ന് ആശങ്ക പങ്കിടുന്നവരാണ് ഏറെയും. ഇന്ത്യയിൽ ആദ്യമായി ഒരു പാലിയേറ്റീവ് നയം രൂപപ്പെടുത്തുന്നതിനു പിന്നിൽ പ്രവർത്തിച്ചത് ഡോ. രാജഗോപാലും പാലിയം ഇന്ത്യയുമാണെന്നത് ഏറെ അഭിമാനകരമായി തോന്നുന്നു. നാർകോട്ടിക് ഡ്രഗ്സ് ആക്ട് 2014 ൽ പാർലമെന്റിനെക്കൊണ്ട് ഭേദഗതി വരുത്തുന്നതിന്റെ പിന്നിലും അദ്ദേഹത്തിന്റെ അക്ഷീണപ്രയത്നമുണ്ടായിരുന്നു. രാജ്യത്ത് പാലിയേറ്റീവ് ചികിത്സ, ആവശ്യമുള്ളതിന്റെ ഒരുശതമാനമെങ്കിലും പ്രാപ്യമാക്കാൻ നമുക്കാവുന്നില്ലല്ലോ എന്ന് അദ്ദേഹം പരിതപിക്കുന്നു. ഇന്ത്യയിലുള്ള മൊത്തം പാലിയേറ്റീവ് കേന്ദ്രങ്ങളിൽ 90% വും (800 ലധികം) കേരളത്തിലാണെന്നത് പ്രത്യാശയ്ക്കു വഴിയൊരുക്കുന്നു. പക്ഷേ, വേദനയ്ക്കു പരിഹാരമാകണമെങ്കിൽ ഏറ്റവും പ്രധാനമായത് ആശുപത്രികളിലെ വേദനാചികിത്സയാണെന്ന് ഡോ. രാജഗോപാൽ ചൂണ്ടിക്കാട്ടുന്നു. "വേദനിക്കുന്നവന് ഇന്നും ആശുപത്രിചികിത്സാക്കാലത്ത് ആശ്വാസം ലഭ്യമാകുന്നില്ലല്ലോ. ആശുപത്രികളും ഡോക്ടർമാരും അതു തന്റെ കടമയായി കരുതിയിട്ടുമില്ലല്ലോ. ചികിത്സാസംസ്കാരത്തിന്റെ ഭാഗമായി വേദനയ്ക്കു ശമനം നല്കാനുള്ള ചുമതല ആശുപത്രികളും ഡോക്ടർമാരും ഏറ്റെടുക്കുന്നതുവരെ ഇതിന് അറുതിയുണ്ടാവില്ല. വേദനാഹരണം ഞങ്ങളുടെ അവകാശമാണ്; പാലിയേറ്റീവ് കെയർ

ഞങ്ങളുടെ അവകാശമാണ് എന്ന ശബ്ദം സമൂഹത്തിൽനിന്നു ശക്തമായുയരണം."

വർത്തമാനകാല ലോകവും ആധുനിക ചികിത്സാസംവിധാനങ്ങളും കൂടുതൽ ഇടപെടുന്നതും ചർച്ച ചെയ്യുന്നതും ചികിത്സിച്ചു ഭേദമാക്കാവുന്ന രോഗങ്ങളുടെ മേഖലയിലാണ്. എന്നാൽ ജീവിതശൈലീരോഗങ്ങൾ ക്രമാതീതമായി വർദ്ധിച്ച സാഹചര്യത്തിൽ പാലിയേറ്റീവ് കെയറിന് കൂടുതൽ പ്രസക്തി കൈവന്നിട്ടുണ്ട്. ആധുനികവൈദ്യശാസ്ത്രം ശരീരശാസ്ത്രത്തിലൂന്നിയുള്ള ശാരീരിക രോഗങ്ങൾക്ക് പ്രാമുഖ്യം നല്കുമ്പോൾ, അതിലുപരി രോഗിയുടെയും കുടുംബത്തിന്റെയും ശാരീരിക-മാനസിക-സാമൂഹിക-ആത്മീയ-സാമ്പത്തിക പ്രശ്നങ്ങൾക്കു പരിഹാരം തേടുകയാണു പാലിയേറ്റീവ് കെയർ എന്ന സ്നേഹശാസ്ത്ര സമന്വയം. രോഗത്തേക്കാൾ രോഗിയും കുടുംബവുമാണ് ഇവിടെ പ്രധാനികൾ.

ഡെയിം സിസിലി സോണ്ടേഴ്സ് എന്ന ഇംഗ്ലീഷ് വനിതയാണ് പാലിയേറ്റീവ് കെയറിന്റെ ഉപജ്ഞാതാവ്. നഴ്സായും സാമൂഹ്യപ്രവർത്തകയായും ഡോക്ടറായും സേവനമനുഷ്ഠിച്ചുകൊണ്ട് രോഗികളുടെ വിഷമങ്ങളും വ്യഥകളും വ്യത്യസ്ത സമീപനത്തിലൂടെ തൊട്ടറിഞ്ഞ് ഈ നൂതന വൈദ്യശാസ്ത്രശാഖയ്ക്ക് മാർഗ്ഗദർശിയായി. പാലിയം (pallium) എന്ന ലാറ്റിൻ വാക്കിന്റെ അർത്ഥം പുതപ്പ് (കവചം) (cloak) എന്നാണ്. ഇത് പൂർണ്ണമായും അന്വർത്ഥമാക്കിക്കൊണ്ട് രോഗമുണ്ടാക്കുന്ന ശാരീരിക, മാനസിക, സാമൂഹിക ആത്മീയപീഡകളെ ചെറുക്കുവാനുള്ള പുതപ്പാണ് സാന്ത്വനപരിചരണം. ഇന്ത്യയിൽ സാന്ത്വനപരിചരണത്തിന്റെ പിതാവായറിയപ്പെടുന്നത് പാലിയം ഇന്ത്യ ചെയർമാനും കോഴിക്കോട് മെഡിക്കൽകോളേജിലെ മുൻ അനസ്തീഷ്യ പ്രൊഫസറുമായ ഡോ.എം ആർ രാജഗോപാലാണ്.

ആദ്യമൊക്കെ ക്യാൻസർ രോഗികൾക്കു മാത്രമായി പാലിയേറ്റീവ് കെയർ ഒതുങ്ങി നിന്നെങ്കിൽ പാലിയേറ്റീവ് കെയർ നിർവ്വചിക്കപ്പെട്ട 1986 മുതൽ അതിന് വ്യത്യാസം വന്നുതുടങ്ങി. രോഗമെന്തെന്നത് പ്രസക്തമല്ല ചികിത്സയ്ക്കതീതമാണെങ്കിൽ പാലിയേറ്റീവ് കെയർ വേണമെന്ന് ലോകം അംഗീകരിച്ചു. അപ്പോഴും മരണാസന്നർക്കു മാത്രമായി പാലിയേറ്റീവ് കെയർ പരിമിതപ്പെട്ടു. 2002 ൽ ലോകാരോഗ്യസംഘടന അതു തിരുത്തി. രോഗനിർണ്ണയം മുതൽ രോഗചികിത്സയോടൊപ്പം പാലിയേറ്റീവ് കെയറും ലഭ്യമാക്കണമെന്ന് തീരുമാനമായി. ജീവനുഭീഷണിയുള്ള അല്ലെങ്കിൽ ജീവിതകാലം പരിമിതപ്പെടുത്തുന്ന എല്ലാരോഗങ്ങൾക്കും അത് ബാധകമാക്കി. കൂട്ടുകുടുംബങ്ങൾ അണുകുടുംബങ്ങളായി പരിണമിച്ചപ്പോൾ ദീർഘകാലപരിചരണം ആവശ്യമായ രോഗികൾ പലപ്പോഴും പാർശ്വവല്ക്കരിക്കപ്പെട്ടു. ഒരു കുടുംബാംഗം ദീർഘകാല കിടപ്പുരോഗിയാകുമ്പോൾ കുടുംബം പ്രതിസന്ധിയിലാകുന്നു. ക്യാൻസർ, എയ്ഡ്സ്, തളർവാതം, വൃക്കരോഗങ്ങൾ, പക്ഷാഘാതം, നട്ടെല്ലിന്റെ

ക്ഷതം, സെറിബ്രൽ പാൾസി തുടങ്ങിയുള്ള അവസ്ഥകളിൽ രോഗിയോടൊപ്പം കുടുംബത്തിനൊന്നാകെയുണ്ടാകുന്ന ശാരീരികവും മാനസികവും സാമൂഹികവും ആത്മീയ (ഒരു പരിധിവരെ സാമ്പത്തികവും)വുമായ പ്രശ്നങ്ങൾ ആവുന്നത്ര കുറച്ച് ആശ്വാസം പകരുന്ന വൈദ്യശാസ്ത്രശാഖയാണ് സാന്ത്വനപരിചരണം. പക്ഷേ, അവിടെയും ചോർന്നുപോകുന്ന ഒരുകൂട്ടം രോഗികളുണ്ട്. കുട്ടികൾക്ക് ശ്രദ്ധകിട്ടാതെ പോകുന്നു. ഹൃദയ, ശ്വാസകോശ, കരൾ രോഗികൾക്കും, മാനസികരോഗികൾക്കും അൽഷിമേഴ്സ് രോഗികൾക്കുമുൾപ്പെടെ പാലിയേറ്റീവ് കെയർ ലഭ്യത കിട്ടുന്നില്ല. ആ രോഗങ്ങൾ കൈകാര്യം ചെയ്യാനുള്ള ഡോക്ടർമാരുടെ ബുദ്ധിമുട്ടുകളും കാരണമാകാം. പക്ഷേ, ആ രോഗികൾക്ക് പാലിയേറ്റീവ് കെയർ നിഷേധിക്കുന്നത് അംഗീകരിക്കാനാവില്ല. മരണത്തെപ്പറ്റിയുള്ള നമ്മുടെ അറിവും പരിമിതമാണെങ്കിൽക്കൂടി അത് പ്രകൃതിജന്യമായ അനിവാര്യതയായി പാലിയേറ്റീവ് കെയർ കാണുന്നു. ജീവിതം ദുസ്സഹമാക്കുന്ന വേദനപോലുള്ള രോഗലക്ഷണങ്ങൾ പരിഹരിച്ച് ജീവിതഗുണമേന്മ ഉറപ്പുവരുത്തുന്നു. സാന്ത്വനപരിചരണം ഒരു പങ്കാളിത്തപ്രവർത്തനമാണെന്നും വിവിധ മേഖലയിലുള്ള വിദഗ്ദ്ധരുടെയും സന്നദ്ധപ്രവർത്തകരുടെയും കൂട്ടായപ്രവർത്തനമാണതെന്ന് തിരിച്ചറിയുകയും സാമൂഹികാധിഷ്ഠിത സാന്ത്വനപരിപാടിയുടെ പ്രസക്തി ഉൾക്കൊണ്ടു പ്രവർത്തിക്കുകയും വേണം.

രോഗം ശാപമല്ല. ചികിത്സ അവകാശമാണ്. സമൂഹത്തിന്റെ ഒന്നാകെയുള്ള ഉത്തരവാദിത്വമാണ് ദീർഘകാല രോഗികളുടെ പരിചരണം. അത് ഔദാര്യമല്ല. ശരീരം തളർന്ന് വീൽച്ചെയറിൽ കഴിയുന്നവരും സമൂഹത്തിന്റെ ഭാഗമാണ്; പ്രായമായവർ പാഴ്‌വരക്കല്ല അവർക്കും ധാരാളം സ്നേഹവും പരിഗണനയും വേണം; അന്തസ്സോടെ ജീവിക്കാനും അന്തസ്സോടെ മരിക്കാനുമുള്ള അവരുടെ ഭരണഘടനാദത്തമായ അവകാശം സംരക്ഷിക്കപ്പെടണം എന്ന സന്ദേശമാണ് കേരളത്തിലെ പാലിയേറ്റീവ് കെയർ പ്രവർത്തകർ പ്രചരിപ്പിക്കുന്നത്. പാലിയേറ്റീവ് സമീപനം രോഗീകേന്ദ്രിതമാണ്. “ഇനിയൊന്നും ചെയ്യുവാനില്ല” എന്നുപറഞ്ഞു വൈദ്യശാസ്ത്രം കൈയൊഴിയുമ്പോൾ പരിചരണംകൊണ്ടും സാമീപ്യം കൊണ്ടും പ്രതീക്ഷ നല്കാൻ പാലിയേറ്റീവ് പ്രവർത്തകർക്കു കഴിയണം — “High Touch. Low Tech” എന്ന സമീപനമാണാവശ്യം.

വാർദ്ധക്യത്തിലെ ഏകാന്തത വൃദ്ധജനങ്ങളുടെ വിലാപങ്ങളായി മാറുന്ന കാഴ്ച നൊമ്പരപ്പെടുത്തുന്നതാണ്. കരുത്തുറ്റ ആരോഗ്യമേഖലയാണ് കേരളത്തിന്റേത്. “വാർദ്ധക്യം യൗവനത്തിന്റെ ഓക്കാന”മായി മാറാതിരിക്കാൻ സ്റ്റുഡന്റ്സ് ഇനിഷ്യേറ്റീവ് ഇൻ പാലിയേറ്റീവ് കെയറിലെയും നാഷണൽസർവ്വീസ് സ്കീമിലെയുമൊക്കെ കുട്ടികൾ മനസ്സുവയ്ക്കണം. വൃദ്ധജനങ്ങളുടെ സാന്ത്വനപരിചരണം (ജീറിയാട്രിക് പാലിയേറ്റീവ് കെയർ) ഇന്ന് ഏറെ ചർച്ചചെയ്യപ്പെടുന്നുണ്ട്.

ഇന്ത്യയിൽ ആദ്യമായി ഒരു പാലിയേറ്റീവ് നയം പ്രഖ്യാപിച്ച

സംസ്ഥാനം കേരളമാണ്. 2008 ൽ അന്നത്തെ ഇടതുപക്ഷസർക്കാരിന്റെ കാലത്താണത്. തുടർന്ന് ചില ഒറ്റപ്പെട്ട പ്രവർത്തനങ്ങൾ മാത്രമാണ് സർക്കാർ മേഖലയിലുണ്ടായത്. അതിന് അപവാദമുണ്ടായത് പാലിയം ഇന്ത്യയെപ്പോലുള്ള ചില സർക്കാരേതരപ്രസ്ഥാനങ്ങളാണ്. 1996–2000 കാലത്ത് മലപ്പുറം ജില്ലയിൽ സാന്ത്വനപരിപാടിയായി ഇത് രൂപം കൊണ്ടിരുന്നു. ആദ്യത്തെ പാലിയേറ്റീവ് ഉപകേന്ദ്രം മഞ്ചേരിയിലാണ് രൂപംകൊണ്ടത്. 1993 ൽ കോഴിക്കോട് മെഡിക്കൽകോളേജ് കേന്ദ്രമാക്കി ഡോ. എം ആർ രാജഗോപാലിന്റെയും ഡോ. സുരേഷ്കുമാറിന്റെയും നേതൃത്വത്തിൽ കോഴിക്കോട് പെയിൻ ആന്റ് പാലിയേറ്റീവ് കെയർ സൊസൈറ്റി രജിസ്റ്റർ ചെയ്യപ്പെട്ടത് വിസ്മരിക്കാനാവില്ല. 2003 ൽ രജിസ്റ്റർ ചെയ്യപ്പെട്ട പാലിയം ഇന്ത്യട്രസ്റ്റ് 2006 മുതൽ തിരുവനന്തപുരം കേന്ദ്രമാക്കി പ്രവർത്തനമാരംഭിച്ചു. 2012 ൽ ഇതിനെ (ട്രിവാൻഡ്രം ഇൻസ്റ്റിറ്റ്യൂട്ട് ഓഫ് പാലിയേറ്റീവ് സെൻസസ് – TIPS) ലോകാരോഗ്യ സംഘടനയുടെ കൊളാബറേറ്റിങ് സെന്റർ ആക്കി അംഗീകരിച്ചു. ഡോക്ടർമാർക്കും നഴ്സുമാർക്കും പാലിയേറ്റീവ് കെയറിൽ പരിശീലനം നല്കിവരുന്നു. കിടത്തിചികിത്സ, ഭവനസന്ദർശനം, രോഗികളുടെ കുട്ടികളുടെ വിദ്യാഭ്യാസം, പുനരധിവാസം, വീൽച്ചെയർ രോഗികൾക്കായി ഹാഫ്വേഹോം, മെഡിക്കൽകോളേജ്, എസ് എ ടി, ജനറൽ ഹോസ്പിറ്റൽ എന്നിവിടങ്ങളിൽ ഒ പി വിഭാഗം തുടങ്ങി ഒട്ടേറെ സാന്ത്വന പ്രവർത്തനങ്ങൾ പാലിയം ഇന്ത്യ സൗജന്യമായി നല്കി വരുന്നു. CARE BEYOND CURE പാലിയം ഇന്ത്യ മുഖമുദ്രയാക്കിയിരിക്കുന്നു.

2008–2015 ൽ ആരോഗ്യകേരളം പാലിയേറ്റീവ് കെയർ പദ്ധതി എല്ലാ ജില്ലകളിലുമുണ്ടായി. പിണറായി സർക്കാരിന്റെ "ആർദ്രം"പരിപാടിയുടെ ഭാഗമായി പാലിയേറ്റീവ് കെയറിന് പ്രാമുഖ്യം നല്കി നടപ്പാക്കുന്ന സമഗ്ര ആരോഗ്യപരിരക്ഷ ഈ രംഗത്തെ ചൈതന്യവത്താക്കിയിട്ടുണ്ട്. മലപ്പുറം ജില്ലയിലെ "സാന്ത്വനമേകാൻ അയൽക്കണ്ണികൾ" പരിപാടി വാർഡുതലങ്ങളിലേക്കുകൂടി വ്യാപിപ്പിക്കും. എം ബി ബി എസ് കരിക്കുലത്തിൽ പാലിയേറ്റീവ് കെയർ ഉൾപ്പെടുത്തിക്കൊണ്ട് കേരള ആരോഗ്യസർവ്വകലാശാല ഈ രംഗത്ത് ഒരു കുതിച്ചുചാട്ടത്തിനൊരുങ്ങിക്കഴിഞ്ഞു. വേദനാഹരണം, ജീവിതാന്ത്യ ശുശ്രൂഷ, രോഗിയോടും കുടുംബത്തോടുമുള്ള സമീപനം, ആശയവിനിമയം, നൈതികത എന്നിവയാണ് പുതുതായി ഉൾപ്പെടുത്തിയ വിഷയങ്ങൾ. മെഡിക്കൽ കൗൺസിൽ ഓഫ് ഇന്ത്യ 2020 ആഗസ്തിൽ ഉത്തരവാക്കിയ പാൻഡെമിക് മൊഡ്യൂൾ സ്വാഗതാർഹമാണ്. വലിയ കാൽവയ്പുകൾ പലപ്പോഴും നിശ്ശബ്ദമായിരിക്കുമല്ലോ.

ഈ രംഗത്തെ വെല്ലുവിളികൾ പലതാണ്. കേന്ദ്രആരോഗ്യനയത്തിന്റെ കരട് രേഖയിൽ "പാലിയേറ്റീവ് കെയർ ആവശ്യമാണ് എന്നൊരു വാചകം ഒഴുക്കൻ മട്ടിൽ പറഞ്ഞുപോയി എന്നതല്ലാതെ കാര്യമായൊന്നുമുണ്ടായില്ല." പാലിയേറ്റീവ് കെയറിൽ എളുപ്പത്തിൽ എത്താവുന്നിടത്തുമാത്രമേ എത്തുവാൻ കുറച്ചെങ്കിലും നമുക്കായിട്ടുള്ളു. കിടപ്പുരോ

ഗികളുടെ അവശ്യശുശ്രൂഷ ചെയ്യുക, കുറച്ചൊക്കെ പുനരധിവാസത്തിന് സഹായിക്കുക എന്നിവയൊക്കെ വലിയനേട്ടമാണെങ്കിലും മറവിരോഗം പോലെയുള്ള രോഗാവസ്ഥയുള്ളവർ ഉപേക്ഷിക്കപ്പെടുന്നതായി ഡോ.എം ആർ രാജഗോപാൽ വിലയിരുത്തുന്നു. "ഗുണനിലവാരമുള്ള ശുശ്രൂഷയ്ക്ക് തീർച്ചയായും അവരും അർഹരാണ്. ഒരു സ്പെഷ്യലിസ്റ്റു ഡോക്ടറേക്കാൾ അനുതാപമുള്ള ഒരു സാധാരണ വ്യക്തിക്ക് ചെയ്യാവുന്ന പലതുമുണ്ടെങ്കിലും ഏറ്റവും എളുപ്പം ചെയ്യാവുന്നത് ചെയ്തു തീർക്കുകയാണ് നാം. ഇതിനു മാറ്റം വരേണ്ടതുണ്ട്."

ക്യാൻസർ രോഗികളുടെ വേദന ശമിപ്പിക്കാൻ ഏറ്റവും ചെലവുകുറഞ്ഞതും ഫലപ്രദവുമായ വേദനസംഹാരിയാണ് മോർഫിൻ. ക്യാൻസർ രോഗികൾക്ക് മോർഫിൻ ലഭ്യത ഉറപ്പാക്കുംവിധം നാർക്കോട്ടിക് ഡ്രഗ്സ് ആക്ട് 2014 ൽ തന്നെ ഭേദഗതി വരുത്തിയെങ്കിലും മെഡിക്കൽകോളേജുകളുൾപ്പെടെ സംസ്ഥാനത്തെ ഭൂരിഭാഗം സർക്കാർ ആശുപത്രികളിലും ഇനിയും അത് ലഭ്യമായിട്ടില്ല. ഒടുവിലിതാ കേന്ദ്രമലിനീകരണനിയന്ത്രണ ബോർഡിന്റെ നിർദ്ദേശപ്രകാരമാണെന്നു പറയുന്നു ഇന്ത്യയിലെ മോർഫിൻ ഉല്പാദനം നിർത്തിവയ്ക്കാൻ നീമച്ചിലെയും ഘാസിപ്പൂരിലെയും ഫാക്ടറികൾ നിർബ്ബന്ധിതമായിരിക്കുന്നു. (ഇന്ത്യയിൽ ഇവിടങ്ങളിൽ മാത്രമേ മോർഫിൻ ഉല്പാദിപ്പിക്കുന്നുള്ളൂ) ഏറ്റവും വലിയ ഒപ്പിയോയ്ഡ് ഉല്പാദനരാജ്യമായ ഇന്ത്യ ഇനി ഇത് ഇറക്കുമതി ചെയ്യുമത്രേ. ഫലം മോർഫിന്റെ വില കൂടുമെന്നുമാത്രമല്ല ലഭ്യമല്ലാതെയുമാകും. അർബ്ബുദരോഗികൾ വേദനിച്ചുമരിക്കുകയാകും ഫലം. ഒരു വാർത്താമാധ്യമങ്ങളും ഈ വാർത്തയ്ക്കു പ്രാധാന്യം കൊടുത്തുകണ്ടില്ല. ശക്തമായ സമ്മർദ്ദങ്ങൾക്കൊടുവിൽ 2017 ഒക്ടോബറിൽ ഒരു ഫാക്ടറിയിൽ (ഘാസിപ്പൂർ) മോർഫിൻ ഉല്പാദനം ആരംഭിച്ചിട്ടുണ്ട്. എങ്കിലും മോർഫിനെപ്പറ്റിയുള്ള തെറ്റിദ്ധാരണകൾ ഇതിനെതിരെ സർക്കാരിനെയും ഡോക്ടർമാരെത്തന്നെയും പ്രേരണ ചെലുത്തുന്നുണ്ട്. ഡോക്ടർമാർ ഈ വിഷയം പഠിക്കുന്നില്ല. മയക്കുമരുന്ന് അടിമത്തം വരുത്തുമെന്ന മിഥ്യാധാരണയാണിതിനു പിന്നിൽ.

സ്വന്തം ഇഷ്ടപ്രകാരം മരിക്കുവാനുള്ള ആസന്നമരണനായ രോഗിയുടെ അവകാശം പോലും നിഷേധിക്കപ്പെട്ടിരിക്കുന്ന വർത്തമാനകാലം നമ്മെ ആശങ്കാകുലരാക്കുന്നു. രോഗം മാറില്ലെന്ന് ഉറപ്പുണ്ടെങ്കിൽ കുടുംബത്തോടൊപ്പം അവസാനനാളുകൾ കഴിയാനനുവദിക്കാതെ ഐ സി യുവിലെ ശീതീകരിച്ച തടവറയിൽ അടയ്ക്കുവാൻ ശ്രമിക്കുന്ന നിസ്സംഗത ക്രൂരമാണ്. സാന്ത്വനചികിത്സ ഒരിക്കലും ദയാവധത്തോടു യോജിക്കുന്നില്ല. അന്തസ്സോടെ മരണം (Death with dignity) ദയാവധമാകുന്നുമില്ല. ജീവിതാന്ത്യ ശുശ്രൂഷയ്ക്കായി യുക്തിസഹവും വിവേകപരവുമായ നിയമമാണ് വേണ്ടത്. ഈ കാലത്ത് രോഗിക്ക് അവശ്യം വേണ്ടത് പ്രിയപ്പെട്ടവരുടെയും ബന്ധുക്കളുടെയും സ്നേഹപൂർണ്ണമായ പരിചരണമാണ്. പാലിയേറ്റീവ് കെയറിനെക്കുറിച്ച് കൂടുതൽ അവബോധമുണ്ടാ

ക്കുകയും രോഗികളുടെയും കുടുംബത്തിന്റെയും പ്രശ്നങ്ങൾ സമൂഹ മദ്ധ്യത്തിലെത്തിക്കുകയും അതിന് ആവുന്നത്ര പരിഹാരം കണ്ടെത്തുകയുമാണ് വേണ്ടത്. രോഗിയുടെ സൗഖ്യമോ കുടുംബാംഗങ്ങളുടെ താല്പര്യമോ ആലോചിക്കാതെ "ഒരിക്കൽ വെന്റിലേറ്ററിലിട്ടാൽ ഇനി മാറ്റാൻ നിവൃത്തിയില്ല" എന്നു പറയുമ്പോഴാണ് രോഗിയും കുടുംബവും ഏറ്റവും ക്രൂശിക്കപ്പെടുന്നത്.

ജീവിതാന്ത്യത്തിൽ മരണം അടുത്തെത്തി എന്നു തിരിച്ചറിവുണ്ടാകുമ്പോൾ രോഗി സ്പഷ്ടമായിത്തന്നെ ഭൂതകാലത്തിലേക്കു തിരിഞ്ഞു നോക്കുന്നു. പൂർത്തീകരിക്കാൻ കഴിയാതെപോയ എണ്ണമറ്റ അഭിലാഷങ്ങൾ കൺമുമ്പിലൂടെ ഘോഷയാത്രയായി കടന്നുപോകുന്നുണ്ടാവും. ഒട്ടുമിക്കവർക്കും സ്വപ്നങ്ങളുടെ പകുതിപോലും സഫലീകരിക്കാൻ കഴിയാത്ത അവസ്ഥയിലുള്ളവരാകും. ഈ തിരിച്ചറിവോടെ ഉറ്റവരെപ്പോലും കാണാൻ കഴിയാത്ത നിലയിൽ ഐ സി യു തടവറയുടെ ശബ്ദം ഘനീഭവിച്ച, തണുത്തുറഞ്ഞ അന്തരീക്ഷത്തിൽ നിസ്സഹായതയോടെ മരണം പുല്കാൻ വിധിക്കപ്പെടുമ്പോൾ നിഷേധിക്കപ്പെടുന്നത് അന്തസ്സോടെയുള്ള മരണമാണ് (Death with dignity). എത്രയൊക്കെ ചർച്ചകൾ നടന്നാലും ഇന്നും മനുഷ്യത്വരഹിതമായ ഇന്റൻസീവ്കെയർ തുടരുന്നു. മരണം അന്തസ്സുറ്റതാക്കാൻ വൃദ്ധരായ മാതാപിതാക്കളുടെ മരണം ഐ സി യുവിലാക്കണമെന്നത് അന്തസ്സിന്റെകൂടി പ്രതീകമായി മാറിക്കഴിഞ്ഞിരിക്കുന്നു. ശരീരത്തിന് സാമാന്യപ്രവർത്തനത്തോടുകൂടിയ ഒരു തിരിച്ചുവരവ് അസാദ്ധ്യമാകുന്ന രോഗാവസ്ഥകളിൽ രോഗചികിത്സ തുടരുമ്പോൾ രോഗിയുടെ സൗഖ്യത്തിലധിഷ്ഠിതമായ പാലിയേറ്റീവ് കെയറിനെപ്പറ്റി രോഗിക്കും കുടുംബത്തിനും ഉപദേശം കൊടുക്കേണ്ടത് അത്യാവശ്യമാണ്. ജീവൻ നിലനിർത്താൻവേണ്ടി രോഗത്തിനെതിരെ തീവ്രമായ ചികിത്സാവിധികൾ ഉപയോഗിക്കുകയാണെങ്കിലും പാലിയേറ്റീവ് കെയർ ഉണ്ടായിരിക്കണം.

ആരോഗ്യപരിപാലനത്തിന്റെ ഭാഗമായി പാലിയേറ്റീവ് കെയർ മാറുമ്പോൾ അതിൽ ആത്മാർത്ഥത അന്യമാവാനിടയുണ്ട്. പ്രവൃത്തി യാന്ത്രികമായി പോകുന്ന ദുരവസ്ഥയ്ക്കെതിരെ ഹൃദയംകൊണ്ടു പാലിയേറ്റീവ് കെയർ ചെയ്യുന്ന സന്നദ്ധസംഘടനകളാവുകയാണ് പോംവഴി. 2009 ലെ പാലിയം ഇന്ത്യ അതിന്റെ ന്യൂസ്‌ലെറ്ററിൽ ഇപ്രകാരം എഴുതിയിരുന്നതോർക്കുന്നു. "പാലിയേറ്റീവ് കെയർ ആരോഗ്യപ്രവർത്തകന്റെ ജോലിയുടെ ഭാഗമാകുമ്പോൾ അതിന്റെ ആത്മാവ് നഷ്ടപ്പെടാൻ നാം അനുവദിക്കരുത്. പാലിയേറ്റീവ് കെയർ രാജ്യത്തെ മിക്കവാറും ആളുകൾക്ക് ലഭ്യമാകുന്ന അവസ്ഥ സന്തോഷദായകമാണ്; സംശയമില്ല. പക്ഷേ, അതോടൊപ്പം പാലിയേറ്റീവ് കെയർ തലച്ചോർ കൊണ്ടുമാത്രം നല്കപ്പെടുകയും ഹൃദയത്തിന്റെ കണ്ണുകൾ തുറക്കാതിരിക്കുകയും ചെയ്താൽ അത് എത്ര ദുഃഖകരമായ അവസ്ഥയാവും."

ആത്മശിഖരത്തിലൊരു കൂടു തന്നു

"കഴിഞ്ഞ രണ്ടു വർഷത്തിലേറെയായി ഞാൻ പാലിയം ഇന്ത്യ ചെയർമാൻ ഡോ. എം ആർ രാജഗോപാലിന്റെ എക്സിക്യൂട്ടീവ് അസിസ്റ്റന്റായി ജോലി ചെയ്യുന്നു. എന്റെ ഏതാണ്ട് എല്ലാ കാര്യങ്ങൾക്കും എനിക്ക് പരസഹായം വേണം. എന്നാലും എന്റെ കൂടെ ജോലി ചെയ്യുന്നവർക്ക് ഞാൻ സഹപ്രവർത്തകയാണ്. എനിക്കു കിട്ടുന്ന സഹായം എന്റെ അവകാശമാണെന്നും അതൊരു ഔദാര്യമല്ലെന്നും എന്നെ പഠിപ്പിച്ചു തന്നത് ഡോ. രാജഗോപാലാണ്. അതുപോലെ തന്നെ, എനിക്കു വേണ്ടത് ചെയ്തു തരുന്നത് അവരുടെ ഉത്തരവാദിത്വമാണെന്നു കരുതുന്ന ഒരു സമൂഹത്തിലാണ് ഞാനിപ്പോൾ ജീവിക്കുന്നത്. അതുകൊണ്ടു മാത്രമാണ് ഒരു വ്യക്തിയെന്ന നിലയിൽ ഉത്തരവാദിത്വത്തോടെ ജീവിക്കാൻ എനിക്കു കഴിയുന്നത്." യന്ത്രക്കസേരയിലിരുന്ന് ആഷ്‌ലാറാണി പറയുന്നു.

യാത്രകൾ പ്ലാൻ ചെയ്യുമ്പോൾ ഒറ്റയ്ക്കാകാനായിരുന്നു ആഷ്‌ലയ്ക്ക് ഇഷ്ടം. ഓരോ യാത്രയും അവൾക്കെന്നും പുതിയ അനുഭവമായിരുന്നു. ആരോ എഴുതിയതോർക്കുന്നു, "ആസ്വദിക്കാനാകുമെങ്കിൽ ഏകാന്തതയാണേറെ നല്ലത്."

എം സി എയ്ക്കു പഠിക്കുമ്പോൾ കോയമ്പത്തൂരിലേക്കുള്ള യാത്രകളെല്ലാം ഒറ്റയ്ക്കു തന്നെയായിരുന്നുവെന്ന് ആഷ്‌ല ഓർത്തു.

അതിനാൽത്തന്നെ ഇപ്പോൾ ജോലി നോക്കുന്ന ചെന്നൈ നഗരത്തിലേക്കുള്ള ഒറ്റയാൾ യാത്ര അവളെ ഒട്ടും ആശങ്കപ്പെടുത്തിയില്ല. അതിരാവിലെ തന്നെ യാത്രയ്ക്കുള്ള ഒരുക്കങ്ങൾ പൂർത്തിയാക്കി. തന്റെ പ്രിയപ്പെട്ട ലാപ്ടോപ് ഒരിക്കൽക്കൂടി പരിശോധിച്ച് തോൾസഞ്ചിയിൽ നിക്ഷേപിച്ചു. ടൈം മാനേജ്മെന്റിന്റെ കാര്യത്തിൽ അവൾ ആവശ്യത്തിലധികം

ശ്രദ്ധാലുവായിരുന്നല്ലോ എന്നും.

ഇരിട്ടിയിൽനിന്നും (വീട് അവിടെയാണ്) രണ്ടു മണിക്കൂറെങ്കിലുമെടുക്കും കണ്ണൂർ റെയിൽവേ സ്റ്റേഷനിലെത്താൻ.

മൂന്നു മണിക്കു തന്നെ വീട്ടിൽ നിന്നിറങ്ങി, റെയിൽവേ സ്റ്റേഷനിലേക്ക്. ബസ്സ്റ്റോപ്പുവരെ അമ്മയുണ്ടായിരുന്നു ഒപ്പം. അമ്മയോടു കൈ വീശി യാത്രയാകുമ്പോൾ മനസ്സിന്റെ കോണുകളിലെവിടെയോ അറിയാതെ നൊമ്പരപ്പൊട്ടുകൾ പോറലുകളായി അവശേഷിച്ചിരുന്നുവോ?

റെയിൽവേ സ്റ്റേഷനിലെത്തുമ്പോൾ ട്രെയിൻ എത്തിയിരുന്നില്ല. റിസർവേഷൻ കമ്പാർട്ട്മെന്റിന്റെ സ്ഥാനം മനസ്സിലാക്കി; അല്പം മുന്നിലേക്കു നടന്നു. പ്ലാറ്റ്ഫോമിലെ തിരക്കിൽനിന്നൊഴിഞ്ഞ് ഒരു ബെഞ്ചിന്റെ ഓരത്ത് ആരവങ്ങൾക്കു കാതോർത്ത് അവൾ ഇരുന്നു.

കൃത്യം 6.30 നു തന്നെ മംഗലാപുരം-ചെന്നൈ ട്രെയിൻ സ്റ്റേഷനിൽ വന്നു നിന്നു. നേരത്തേ സീറ്റ് റിസർവ്വ് ചെയ്തിരുന്നതിനാൽ തിരക്കൊഴിഞ്ഞിട്ടേ കയറിയുള്ളൂ. ജനാലയ്ക്കടുത്ത തന്റെ സീറ്റിൽ അമർന്നു. ലഗേജ് സീറ്റിനടിയിലാക്കി. ജനാലയ്ക്കരികിലെ സീറ്റ് ആഷ്ലയ്ക്കെന്നും പ്രിയപ്പെട്ടതായിരുന്നു; ഓരോ യാത്രയിലും. ക്യാബിനിൽ കൊങ്ങിണി കലർന്ന മലയാളം സംസാരിക്കുന്ന ദമ്പതികളും അവരുടെ നാലുവയസ്സുകാരി മകളുമായിരുന്നു കൂട്ടിന്. കാസർഗോഡു നിന്നാകണം, മനസ്സിൽ കരുതി. ട്രെയിൻ സ്റ്റേഷൻ വിട്ടതോടെ ക്യാബിൻ നിശ്ശബ്ദമായി. അവരുമായി ചങ്ങാത്തത്തിലേർപ്പെടാനൊന്നും ആഷ്ല ആദ്യം മെനക്കെട്ടില്ല.

പക്ഷേ, ദമ്പതികളുടെ "ചുന്തരി കുട്ടി"യെ അവൾക്കു നന്നേ അങ്ങ് ബോധിച്ചു. അവരും ചെന്നൈയ്ക്കു തന്നെയാണെന്നറിഞ്ഞപ്പോൾ അറിയാതെ ഒരാശ്വാസമാണ് ആഷ്ലയുടെ മനസ്സിലുണ്ടായത്. ആഷ്ലയുടെ ചാരുതയാർന്ന മുഖകാന്തിയും സമചിത്തത കൈവിടാതെയുള്ള പെരുമാറ്റവും നിഷ്കളങ്കത മുറ്റിയ പുഞ്ചിരിയും സഹയാത്രികരായ കുടുംബത്തെ പെട്ടെന്ന് ആകർഷിച്ചു. അവരുടെ ചങ്ങാത്തം അവൾക്കും ഇഷ്ടമായി. സംസാരത്തിനിടയിൽ തലശ്ശേരിയും വടകരയും കടന്നുപോയതറിഞ്ഞില്ല. അടുത്ത സ്റ്റേഷൻ കോഴിക്കോടാണ്. അടുത്ത ദിവസം ചെയ്തു തീർക്കേണ്ട അല്പം ജോലി കൂടി പൂർത്തിയാക്കിയാലോ? തോൾസഞ്ചിയിൽനിന്നും ലാപ്ടോപ് എടുത്തു നിവർത്തി. ജോലിയിൽ വ്യാപൃതയായി. രാത്രി ഭക്ഷണം കരുതിയിരുന്നതിനാൽ എപ്പോൾ വേണമെങ്കിലുമാകാമല്ലോ. തീയിൽ വാട്ടിയെടുത്ത വാഴയിലയിൽ അമ്മ അവൾക്കായി അന്നും പൊതിച്ചോറൊരുക്കി കൊടുത്തു വിട്ടിരുന്നു. വളരെ ചെറുപ്പത്തിൽ തന്നെ അച്ഛനെ അവൾക്കു നഷ്ടപ്പെട്ടിരുന്നതിനാൽ അമ്മ നിഴൽ പോലെ അവൾക്കൊപ്പമുണ്ടായിരുന്നു. അമ്മയായിരുന്നു അവൾക്കെല്ലാം; അതു കഴിഞ്ഞേ ചേച്ചി പോലുമുള്ളൂ.

വണ്ടി പട്ടാമ്പിയടുക്കാറായപ്പോഴേക്കും സഹയാത്രക്കാരോടൊപ്പം അവളും ഭക്ഷണം കഴിച്ചു. വാട്ടിയ വാഴയിലയുടെ മാസ്മര ഗന്ധവും ചോറും തേങ്ങാച്ചമ്മന്തിയും പയറു മെഴുക്കുപുരട്ടിയും ആസ്വദിച്ചാണ

വൾ ചോറുണ്ടത്.

ഭക്ഷണം കഴിഞ്ഞ് ഇല പുറത്തേക്കു കളയാനായി ആഷ്ല ട്രെയിനിന്റെ വാതിലിനടുത്തെത്തി ഒന്നു കുനിഞ്ഞു. വാതിൽ ശക്തിയായി അടഞ്ഞതും ആഷ്ല പുറത്തെ കുറ്റിക്കാട്ടിലേക്ക് തെറിച്ചു വീണതും പെട്ടെന്നായിരുന്നു. ആരോ പുറത്തു തെറിച്ചു വീഴുന്നതുകണ്ട ഒരാൾ അപായച്ചങ്ങല പിടിച്ചു വലിച്ചു.

ട്രെയിൻ ഒരു ഞരക്കത്തോടെ കിതച്ചു നിന്നു.

പട്ടാമ്പിക്കും ഷൊർണൂറിനുമിടയിൽ കാരയ്ക്കാടെന്ന സ്ഥലം ഇരുട്ടും രക്തവും കട്ടപിടിച്ചു വിറങ്ങലിച്ചു നിന്നു.

* * * * * * * *

രണ്ടു ദിവസം കഴിഞ്ഞു ബോധം തെളിയുമ്പോൾ ആഷ്ല തൃശൂർ അമല ആശുപത്രിയിലെ ഐ സി യുവിലാണ്. ട്രെയിനിൽനിന്നു വീണതു മാത്രം ഓർമ്മയുണ്ട്. പിന്നീടുണ്ടായതൊക്കെ ആരൊക്കെയോ പറഞ്ഞാണറിഞ്ഞത്.

പട്ടാമ്പിക്കും ഷൊർണൂറിനുമിടയിലുള്ള തെരച്ചിലിനൊടുവിൽ ഒരു കുറ്റിക്കാടിനിടയിൽ ബോധരഹിതയായ നിലയിൽ കണ്ടെത്തിയ ആഷ്ലയെ ആദ്യം പട്ടാമ്പി ആശുപത്രിയിലും തുടർന്ന് അമലയിലും എത്തിക്കുകയായിരുന്നു.

ശരീരമാകെ മരവിച്ച്, തലയിലൂടെ വേദന അരിച്ചിറങ്ങുന്നു. കൈനിലെ ഒടിവും തലയിലെ മുറിവും അവൾ കാര്യമാക്കിയില്ല. തന്റെ നട്ടെല്ലിനേറ്റ ക്ഷതം നാഡികളെ തളർത്തിയിരിക്കയാണെന്നും ഇനി എണീക്കാനാവാത്ത വിധം അരയ്ക്കു കീഴ്ഭാഗം തളർന്നു കഴിഞ്ഞിരിക്കുന്നുവെന്നും ആഷ്ല ഒരുൾക്കിടിലത്തോടെ തിരിച്ചറിഞ്ഞപ്പോൾ നിസ്സഹായതയോടെ തേങ്ങിക്കരഞ്ഞു പോയി. കണ്ണുനീരിന്റെ ഉപ്പുരസം രുചിച്ചുകൊണ്ടുറങ്ങിയ, "ദുഃഖത്തിന്റെ കറുത്തവാവുകൾ മാത്രം വിരുന്നു വരാറുണ്ടായിരുന്ന" എത്രയോ ദിനരാത്രങ്ങൾ.

അമലയിലെ ചികിത്സയ്ക്കുള്ള പരിമിതികൾ ആഷ്ല തിരിച്ചറിഞ്ഞു. വെല്ലൂരിലും തുടർന്ന് കോട്ടയ്ക്കൽ ആയുർവേദ ആശുപത്രിയിലും ചികിത്സ. പ്രതീക്ഷ കൈവിടാതെ വീണ്ടും ചികിത്സ തുടർന്നു. എങ്കിലും ഉദ്ദേശിച്ച ഫലമുണ്ടായില്ല. എറണാകുളത്തെ ഫിസിയോതെറാപ്പി കേന്ദ്രത്തിലായപ്പോൾ ഒരു കാര്യം ആഷ്ലയ്ക്കു ബോദ്ധ്യമായി. ശേഷിക്കുന്ന യുവത്വം വീൽച്ചെയറിൽ പരസഹായത്തോടെ കഴിയുക മാത്രമാണ് മുന്നിലുള്ള പോംവഴി. മൂത്രം പോകാനുള്ള ട്യൂബും തൂക്കി ജീവച്ഛവമായി ഇനി എത്ര നാൾ. ആഴ്ചകളും മാസങ്ങളും കൊഴിഞ്ഞു കൊണ്ടിരുന്നു. കാശും കണ്ണീരും വറ്റിയെന്നറിഞ്ഞപ്പോൾ അവൾ ഒരു തീരുമാനമെടുത്തു: "ആത്മഹത്യക്ക് ഞാനില്ല. എനിക്കിനിയും ജീവിക്കണം."

നിഴൽപോലെ തന്നോടൊപ്പം നിന്ന അമ്മയുടെ ദുഃഖം ഘനീഭവിച്ച മുഖം അവളെ നൊമ്പരപ്പെടുത്തുന്നുണ്ടായിരുന്നു. പക്ഷേ, ഇനി വീട്ടിലേക്കില്ല. വീൽച്ചെയറിലിരുന്നു ചെയ്യാവുന്ന ഒരു തൊഴിൽ ചെയ്തു

കിട്ടുന്ന വരുമാനം കൊണ്ട് ജീവിതം ജീവിച്ചു തന്നെ തീർക്കണം. എന്നെപ്പോലെയുള്ള പരാലിസിസ് രോഗികൾക്കു വേണ്ടി എന്തെങ്കിലുമൊക്കെ ചെയ്യണം. ആർക്കുമൊരു ഭാരമാകാനില്ല. വീട്ടിലേക്കൊരു തിരിച്ചു പോക്ക് ഇനിയുണ്ടാവില്ല.

ആഷ്ലയുടെയും സുഹൃത്തുക്കളുടെയും നീണ്ട അന്വേഷണത്തിനൊടുവിലാണ് പാലിയം ഇന്ത്യയെപ്പറ്റി അറിയുന്നത്. ഏതോ ഒരു പത്രത്താളിന്റെ ഒഴിഞ്ഞ കോണിൽ മൂന്നു വരികളിൽ കണ്ട ഒരു പരസ്യമാണ് അവളുടെ ജീവിതം മാറ്റി മറിച്ചത്. അതിൽ കണ്ട വെബ്സൈറ്റ് ചികഞ്ഞപ്പോൾ പാലിയം ഇന്ത്യയെപ്പറ്റി കൂടുതൽ അറിഞ്ഞു, പാലിയം ഇന്ത്യയുമായി ബന്ധപ്പെട്ടു. രണ്ടു ദിവസത്തിനുള്ളിൽ പാലിയം ഇന്ത്യ ട്രസ്റ്റിമാരിലൊരാളായ ബിനോദ് ഹരിഹരൻ ആഷ്ലയെ തേടി എറണാകുളത്തെ ഫിസിയോതെറാപ്പി സെന്ററിലെത്തി. പാലിയം ഇന്ത്യയുടെ പ്രവർത്തനങ്ങളെക്കുറിച്ചും, വീൽച്ചെയറിൽ ജീവിതം നയിക്കുന്നവർക്കു വേണ്ടി പാലിയം ഇന്ത്യയുടെ പദ്ധതിയെപ്പറ്റിയുമൊക്കെ ബിനോദ് വിശദീകരിച്ചപ്പോൾ ആഷ്ലയുടെ മനസ്സു മന്ത്രിച്ചു, എന്റെ ശരണാലയം ഞാൻ കണ്ടെത്തിയിരിക്കുന്നു. അല്പ ദിവസത്തിനുശേഷം ആഷ്ല തിരുവനന്തപുരത്ത് പാലിയം ഇന്ത്യയിലെത്തി.

ആഷ്ലയ്ക്കും അമ്മയ്ക്കുമായി പ്രത്യേക ഒരു മുറി തന്നെ സൗകര്യപ്പെടുത്തിയിരുന്നു, പാലിയം ഇന്ത്യ. സ്നേഹത്തിന്റെ ഊഷ്മളത അനുഭവിച്ചറിഞ്ഞ എത്രയോ ദിനരാത്രങ്ങൾ കടന്നു പോയി. ശാരീരികവും മാനസികവും സാമൂഹികവും ആത്മീയവുമായ വിവിധതലങ്ങളുടെ സ്പർശം പാലിയേറ്റീവ് കെയറിലൂടെ ആഷ്ലയ്ക്കു ലഭ്യമാക്കിയപ്പോൾ കൈമോശം വന്നു എന്നു കരുതിയ അവളുടെ ജീവിതത്തിന് പുതിയൊരു അർത്ഥം കൈവന്നതുപോലെ തോന്നി. അധികം താമസിയാതെ ചെയർമാന്റെ എക്സിക്യൂട്ടീവ് അസിസ്റ്റന്റായി മാറി ആഷ്ല. കമ്പ്യൂട്ടറിലുള്ള പരിജ്ഞാനം ഇതിന് ഏറെ തുണയായി. ഇപ്പോൾ പാലിയം ഇന്ത്യയുടെ ട്രസ്റ്റിമാരിലൊരാളുമാണ്.

മാസങ്ങൾ കഴിഞ്ഞതോടെ വീൽച്ചെയറിൽ ജീവിതം കഴിച്ചു കൂട്ടുന്നവരുടെ ആവേശമായി മാറുവാനും ഒരു ഫേസ്ബുക്ക് കൂട്ടായ്മയ്ക്കു രൂപം കൊടുക്കുവാനും ആഷ്ലയ്ക്കു കഴിഞ്ഞു. തലസ്ഥാനനഗരി ഉൾപ്പെടെയുള്ള നഗരങ്ങൾ വീൽച്ചെയർ സൗഹൃദമാക്കുന്നതിലുള്ള പ്രവർത്തനങ്ങളും ഏകോപിപ്പിച്ചു വരുന്നു. ജീവിതം അർത്ഥപൂർണ്ണമാകണമെങ്കിൽ ഇനിയും ഏറെ കാതം മുന്നോട്ടുപോകേണ്ടതുണ്ടെന്നവൾക്കറിയാം. അനന്തപുരിയിലെ സാന്ത്വനപരിചരണ സദസ്സുകളിലെ നിറസാന്നിദ്ധ്യമായി മാറിക്കഴിഞ്ഞു ഈ 35 കാരി.

മനസ്സെന്ന മാന്ത്രികക്കുതിരയ്ക്ക് കടിഞ്ഞാൺ ഇട്ടുകൊണ്ട് തന്നെ മുന്നോട്ടുള്ള പ്രയാണത്തിലാണ് ആഷ്ല. മറ്റുള്ളവരോടൊപ്പം അന്തസ്സോടെ ജീവിക്കാനുള്ള ആഷ്ലയുടെയും മറ്റുള്ളവരുടെയും നിരന്തര പോരാട്ടം തുടരുകതന്നെ ചെയ്യും. 2017 ഫെബ്രുവരി 10, 11, 12 തീയതിക

ളിൽ കോയമ്പത്തൂരിൽ നടന്ന പാലിയേറ്റീവ് പ്രവർത്തകരുടെ ദേശീയ കോൺഫറൻസിനെ ആഷ്‌ല അഭിസംബോധന ചെയ്തു:

"എന്റെ ജീവിതം മിക്കവാറും ഒരു വീൽച്ചെയറിൽ തന്നെയാണെന്നു പറയാം. എനിക്ക് കാലുകൾ അനക്കാനാവില്ല. കൈകൾ ഭാഗികമായി ഉപയോഗിക്കാം. എനിക്കു വേണമെങ്കിൽ കട്ടിലിൽ തന്നെ കഴിയാം. എന്നെ സ്നേഹിക്കുന്ന എന്റെ വീട്ടുകാർ എന്നെ ശുശ്രൂഷിച്ചുകൊള്ളും. എന്നെ കുളിപ്പിക്കും, എനിക്കു ഭക്ഷണം തരും, എനിക്കു ജീവിച്ചു പോകാനാവശ്യമായതൊക്കെ അവർ എനിക്കു തരും. പക്ഷേ, എന്റെ ശാരീരികാവസ്ഥ മാത്രമല്ലല്ലോ ഞാൻ എന്ന വ്യക്തിയെ നിർവ്വചിക്കുന്നത്. ഞാൻ എന്റെ ശരീരം മാത്രമല്ല; ഒരു സാധാരണ തലച്ചോറ് എനിക്കും പ്രവർത്തിക്കുന്നുണ്ട്. എന്റെ മനസ്സും ആത്മാവും ജീവിക്കണമെങ്കിൽ എനിക്ക് ഒരു മനുഷ്യജീവി എന്ന പരിഗണന വേണം. നോക്കൂ, നമ്മുടെ നാട്ടിൽ ലക്ഷക്കണക്കിന് പരാലിസിസ് ഉള്ളവരുണ്ട്. ശാരീരിക ശുശ്രൂഷ മാത്രമേ സമൂഹം നമുക്കു വച്ചു നീട്ടുന്നുള്ളൂ. ആത്മാഭിമാനം കൂടി ഞങ്ങൾക്ക് അവകാശപ്പെട്ടതല്ലേ? ഞങ്ങളെ സ്ഥിരം ശയ്യാവലംബരാക്കുന്ന തരം സ്നേഹം ഞങ്ങൾക്കു വേണ്ട. പകരം ഒരല്പം അനുതാപംകൂടി ഞങ്ങൾക്കു തരൂ. സമൂഹത്തിനു വേണ്ടി എന്തെങ്കിലും ചെയ്യാൻ ഞങ്ങളെയും അനുവദിക്കൂ. എന്നെപ്പോലെ പരാലിസിസ് ഉള്ള ഒരാളുടെ സ്ഥാനത്തുനിന്ന് ഒരു നിമിഷം ചിന്തിക്കൂ. ഞങ്ങൾക്ക് നിങ്ങളുടെ ലോകത്തേക്ക് എത്താനുള്ള തടസ്സങ്ങളെ പൊളിച്ചു മാറ്റൂ. ഞങ്ങളെയും നിങ്ങളിൽ ഒരാളായി കഴിയാൻ അനുവദിക്കൂ."

സദസ്യർ ഒരു നിമിഷം നിശ്ശബ്ദരായി. തുടർന്ന് ഹർഷാരവങ്ങളോടെ എഴുന്നേറ്റുനിന്ന് സ്നേഹാദരങ്ങൾ അർപ്പിച്ചപ്പോൾ അത് ഏതോ പൂർവ്വ പുണ്യകണികയുടെ സായൂജ്യമായി മാറുകയായിരുന്നു അത്.

ജീവിതം വഴിമുട്ടി നിന്നുവെന്ന് തോന്നിയ ഒരു നിമിഷത്തിൽ സാന്ത്വന പരിചരണത്തിന്റെ മാന്ത്രിക സ്പർശത്താൽ ശിഷ്ട ജീവിതത്തിന് നിറഭേദങ്ങളുടെ വർണ്ണരാജി പകർന്ന പാലിയം ഇന്ത്യയെക്കുറിച്ച് അവൾ മനസ്സിൽ കോറിയിട്ടത് പ്രൊഫ. മധുസൂദനൻ നായരുടെ ഒരു കവിതാശകലമാണ്:

"ഇരുളിൻ മഹാനിദ്രയിൽ നിന്നുണർത്തി നീ
നിറമുള്ള ജീവിതപ്പീലി തന്നു...
ചിറകിനാകാശവും നീ തന്നു
നിന്നാത്മശിഖരത്തിലൊരു കൂടു തന്നു..."

ഐ സി യു സ്വർഗ്ഗത്തിൽ ഒരു ദിവസം

ജീവിതമല്ലേ. ആകസ്മികതകളുടെ നൈരന്തര്യം ഉണ്ടാവാതെ തരമില്ലല്ലോ. പക്ഷേ, ദുരന്തങ്ങൾ കൂട്ടത്തോടെയാകുമ്പോൾ പതറിപ്പോവുക സ്വാഭാവികം. "നിർഭാഗ്യങ്ങൾ വരുമ്പോൾ അവ ഒറ്റയ്ക്കല്ല, ഒന്നിനു പുറകെ ഒന്നായിട്ടാണ് എത്തിച്ചേരുന്നത്." എത്ര ശരി.

ഒരു ഞായറാഴ്ചയാണതു സംഭവിച്ചത്. സമയം രാവിലെ പത്തുമണിയായിക്കാണും. ഞാൻ കമ്പ്യൂട്ടറിന്റെ മുന്നിലിരുന്ന് *സഹയാത്ര*യുടെ പ്രൂഫ് പ്രിന്റ് എടുക്കുകയായിരുന്നു. പൊടുന്നനെ ഇടനെഞ്ചിൽ ഒരു കനം അനുഭവപ്പെട്ടു തുടങ്ങി. കനം ക്രമേണ അസുഖകരമായ അസ്വസ്ഥതയായി പടർന്നു. വേദനയെന്നു പറയാനാവില്ല, ഒരു തരം കഴപ്പ്. പരിഭ്രമം കൊണ്ടാകണം, ശരീരവും വിയർക്കാൻ തുടങ്ങി.

പെട്ടെന്നു കമ്പ്യൂട്ടർ ഷട്ട് ഡൗൺചെയ്തു കട്ടിലിലേക്കു ചരിഞ്ഞു. ഭാര്യ ബീനയോടു കാര്യം ധരിപ്പിച്ചു. മോന്തായത്തിലെ ഫാൻ ശക്തിയായി തിരിഞ്ഞു തുടങ്ങി. ഇതിനിടെ ഡോക്ടർ കൂടിയായ മൂത്തമകനും മരുമകൾ പാർവ്വതിയും വന്നു. ബി പിയും നാഡിമിടിപ്പും നോക്കിയ ശേഷം മകൻ പറഞ്ഞു, "ഒരു ഈ സി ജി കൂടിയെടുക്കണം." എന്നെയും വഹിച്ച് കാർ നഗരമദ്ധ്യത്തിലെ പഞ്ചനക്ഷത്ര ആശുപത്രിയിലേക്കു പറന്നു. എനിക്ക് അതികലശലായ ഗാസ്ട്രൈറ്റിസ് ശല്യമുണ്ട് എങ്കിൽക്കൂടി യാന്ത്രികമായി വഴങ്ങുകയേ നിവൃത്തിയുണ്ടായിരുന്നുള്ളു.

എമർജൻസി വിഭാഗം ഉണർന്നു. പുതിയ ഇരയെ കിട്ടിയ സന്തോഷം ജാഗ്രതകൊണ്ടു പൊതിഞ്ഞു. ഹൃദയതാളത്തിലെ നേരിയ പൊരുത്തക്കേടുകൾ കണ്ടതോടെ വിവരം രണ്ടാം നിലയിലെ കാർഡിയോളജിസ്റ്റിനെ അറിയിക്കുന്നു. അതോടെ രംഗത്തിനു പുതിയ മാനം വന്നു. ഹൃദയതാളം ക്രമീകരിക്കാൻ എന്നെ കൊറോണറി ഐ സി യുവിലേക്കു മാറ്റു

വാൻ നിർദ്ദേശം വന്നു. ഐ സി യുവിലെ കഷ്ടപ്പാടുകളെക്കുറിച്ചു വാചാലനാകാറുള്ള ഞാൻ നിസ്സംഗതയോടെ മകനെ നോക്കി. 24 മണിക്കൂർ നിരീക്ഷണം നല്ലതാണെന്ന മട്ടിൽ മകനും സമ്മർദ്ദം ചെലുത്തിയപ്പോൾ, നിശ്ശബ്ദനാകാനേ കഴിഞ്ഞുള്ളൂ. ഒരു വീൽച്ചെയറിൽ ഐ സി യുവിലേക്കാനയിക്കപ്പെട്ട ഞാൻ അങ്ങനെ ആദ്യമായി ശീതീകരിച്ച സ്വർഗ്ഗത്തിലെത്തി. കൈ വീശി റ്റാറ്റാ പറയുവാൻ തിരിഞ്ഞു നോക്കുമ്പോഴേക്കും സ്വർഗ്ഗരാജ്യത്തിന്റെ വാതായനങ്ങൾ അടഞ്ഞു കഴിഞ്ഞിരുന്നു. ഇനി വൈകിട്ടു നാലു മണിക്കേ അവ തുറക്കപ്പെടുകയുള്ളൂ. അതും കഷ്ടിച്ച് അര മണിക്കൂർ. സമയമറിയാൻ കൈയിൽ വാച്ചില്ല. സന്തതസഹചാരിയായ മൊബൈൽ ഫോണില്ല. ബാഹ്യലോകവുമായുള്ള എല്ലാ ബന്ധവും വിച്ഛേദിക്കപ്പെട്ടിരിക്കുന്നു.

കട്ടിലിൽ അനുസരണയുള്ള കുട്ടിയെപ്പോലെ ഞാൻ കിടന്നു. ഇടത്തെ ചൂണ്ടുവിരലിൽ പൾസറിയാനുള്ള ഉപകരണം ഘടിപ്പിക്കപ്പെട്ടു. നെഞ്ചിൽ ഘടിപ്പിച്ച നോഡുകളിലൂടെ എന്റെ ഹൃദയത്തിന്റെ താളം ഞാനാദ്യമായി മോണിറ്ററിൽ കണ്ടു.

എന്റെ സുഹൃത്തു കൂടിയായ കാർഡിയോളജിസ്റ്റ് എത്തി. ഇ സി ജി, പ്രഷർ, ഷുഗർ എല്ലാം പരിശോധിക്കപ്പെട്ടു. "ഇപ്പോൾ ഹാർട്ട് റേറ്റ് നേരെയായിട്ടുണ്ട്. മരുന്നില്ലാതെ നോക്കട്ടെ. 24 മണിക്കൂർ നിരീക്ഷണം വേണം." യന്ത്രങ്ങളുടെ ബീപ് ബീപ് ശബ്ദവും കേട്ടുകൊണ്ട് നിസ്സഹായനായി ഞാൻ കിടന്നു. ഇതിനിടെ പലപ്രാവശ്യം പരിശോധനയ്ക്കെന്നു പറഞ്ഞ് സിസ്റ്റർ രക്തം ഊറ്റുന്നുണ്ടായിരുന്നു. ഞാൻ കിടക്കയിൽ കിടന്നുകൊണ്ട് ഭാര്യയെയും മക്കളെയും പ്രിയപ്പെട്ടവരെയുമൊക്കെ കാണാൻ കൊതിച്ചു.

പെട്ടെന്നാണ് അതു സംഭവിച്ചത്. എനിക്കു കലശലായ മൂത്രശങ്ക. വിവരം സിസ്റ്ററെ അറിയിച്ചു. പെട്ടെന്ന് ചുറ്റുമുണ്ടായിരുന്ന കർട്ടൻ വലിച്ചിട്ട് എന്റെ ചുറ്റും ഒരു മറ തീർത്തു. മൂത്രമൊഴിക്കാൻ കഴുത്തുനീണ്ട പാത്രവും നല്കി. ഞാൻ കിണഞ്ഞു പരിശ്രമിച്ചിട്ടും കിടന്നുകൊണ്ട് മൂത്രമൊഴിക്കാനായില്ല. ഒടുവിൽ ഗതികെട്ട് സിസ്റ്ററോട് ടോയ്ലെറ്റിൽ പൊയ്ക്കൊള്ളാമെന്നറിയിച്ചു. സ്വർഗ്ഗരാജ്യത്ത് അത് ഒരിക്കലും അനുവദനീയമല്ല താനും. എന്റെ വിഷണ്ണത കണ്ട സിസ്റ്റർ ഡ്യൂട്ടി ഡോക്ടറോടു ചോദിക്കാൻ ഓടി. ഉടൻ ഒരു വീൽച്ചെയറുമായി എത്തി. എന്റെ ശരീരത്തിൽ പതിപ്പിച്ചിരുന്ന നോഡുകൾ ഊരിമാറ്റി.

ഇതാ ഒരു മാലാഖയുടെ അകമ്പടിയോടെ വീൽച്ചെയറിൽ ടോയ്ലറ്റിലേക്ക്. "കതകിന്റെ കുറ്റിയിടരുത്," സിസ്റ്റർ മൊഴിഞ്ഞു. അല്പസമയത്തിനു ശേഷം വിജയശ്രീലാളിതനായി ഞാൻ തിരിച്ചെത്തി. എന്റെ സഹമുറിയന്മാർ അല്പം അസൂയയും ദൈന്യതയും നിഴലിക്കുന്ന കണ്ണുകളോടെ എന്നെ ഉഴിയുന്നുണ്ടായിരുന്നു. വീണ്ടും കിടക്കയിലേക്ക്. ഉപകരണങ്ങളെല്ലാം പഴയതുപോലെ വീണ്ടും ഘടിപ്പിക്കപ്പെട്ടു.

ഉച്ചഭക്ഷണത്തിനു ശേഷം അറിയാതെ കണ്ണുകളടഞ്ഞു. എത്ര

നേരം മയക്കത്തിലായിരുന്നുവെന്നറിയില്ല, ആരോ കൈയിൽ തട്ടിയപ്പോൾ കണ്ണു തുറന്നു. ഭാര്യയും മകനും എത്തിയിരിക്കുന്നു. അവളുടെ കണ്ണുകൾ ഈറനണിഞ്ഞിരുന്നുവോ? പാവം പേടിച്ചിട്ടുണ്ടാവും. നെഞ്ചുവേദന വന്ന് ഐ സി യുവിലാണെന്നറിഞ്ഞാൽ സംഗതി സീരിയസാവണമല്ലോ. പണ്ട് യുദ്ധക്കാലത്ത് "ലഡാക്കീന്നു കമ്പി വന്നു" എന്നു പറഞ്ഞാൽ ആള് തട്ടിപ്പോയി എന്നാണല്ലോ വ്യംഗ്യം.

സന്ദർശകർ മാറിമാറി വന്നുകൊണ്ടിരിക്കുന്നതിനിടയിൽ ഡോക്ടർ എത്തി. അതോടെ അന്നത്തെ വിസിറ്റിങ് ടൈമിനു വിരാമമായി. പ്രിയപ്പെട്ടവരുടെ സാമീപ്യം ഐ സി യുവിലടയ്ക്കപ്പെട്ടവർക്ക് എത്ര ആശ്വാസകരമാണെന്ന തിരിച്ചറിവ്, വീണ്ടും അതിനായി കൊതിപ്പിച്ചു.

എന്റെ തൊട്ടടുത്ത ബെഡിലുണ്ടായിരുന്ന, ഏറെ പ്രായം ചെന്ന അപ്പച്ചൻ, രണ്ടു ദിവസമായി ഐ സി യുവിലാണ്. ആൾ ആകെ അസ്വസ്ഥനായിരുന്നു. ഇടയ്ക്കിടെ കിടക്കയിൽ നിന്നെഴുന്നേറ്റ് ഓടാൻ ശ്രമിക്കും. സിസ്റ്റർമാർ പിടിച്ചു കിടത്തും. സോഡിയം പൊട്ടാസിയം ബാലൻസ് നിലനിർത്താൻ മരുന്നു കയറ്റുന്നുണ്ടായിരുന്നു. സന്ദർശനസമയത്ത് അയാളുടെ ഭാര്യയെയും പേരക്കുട്ടിയെയും കണ്ടപ്പോൾ അയാൾ തികച്ചും ശാന്തനാകുന്നത് ഞാൻ അത്ഭുതത്തോടെ ശ്രദ്ധിക്കുന്നുണ്ടായിരുന്നു. ഭാര്യ അടുത്തിരുന്ന് അയാളെ ഉഴിഞ്ഞു കൊടുത്തപ്പോൾ അയാൾ സാധാരണ നിലയിലെത്തിയിരുന്നു. പേരക്കുട്ടിയുടെ മൊട്ടത്തലയിൽ അയാൾ വാത്സല്യത്തോടെ മുത്തമിട്ടു.

സന്ദർശനസമയം കഴിഞ്ഞു ബന്ധുക്കൾ പോയതുമുതൽ രോഗി വീണ്ടും അസ്വസ്ഥനാകാൻ തുടങ്ങി. "ഈ എ സി ഒന്ന് ഓൺ ചെയ്യാമോ? ചുട്ടിട്ടു വയ്യ." എ സിയുടെ തണുപ്പു കാരണം ഞാൻ കമ്പിളിക്കുള്ളിൽ ചുരുണ്ടു കൂടുകയായിരുന്നു. ഐ സി യു സൈക്കോസിസിനെ പറ്റി ഒരിക്കൽ കേട്ടതോർത്തു.

ഇതിനിടയിൽ ന്യൂറോളജിസ്റ്റ് എന്നെ പരിശോധിക്കാനെത്തി. വിശദമായ പരിശോധനയ്ക്കു ശേഷം ഡോക്ടർ കേസ് ഡയറിയിൽ കുറിച്ചിട്ടു: ബെനയിൻ ട്രെമർ. പാരമ്പര്യമായുള്ള വിറയലാണെന്നു സാരം.

രാത്രി ഭക്ഷണം ലഘുവാക്കി. രാവിലെ മലബന്ധമുണ്ടാകണേ എന്നു പ്രാർത്ഥിച്ചു. അല്ലെങ്കിൽ അകമ്പടി വേണ്ടിവരുമല്ലോ എന്ന ജാള്യതയായിരുന്നു മനസ്സുനിറയെ.

സമയം ഏറെ വൈകിയിട്ടുണ്ടാകും. വിളക്കുകൾ ഒന്നൊന്നായി അണഞ്ഞു. യന്ത്രങ്ങളുടെ ബീപ് ശബ്ദം മാത്രം. ഇടയ്ക്കിടെ അടുത്ത ബെഡിലെ രോഗി ഞരങ്ങുന്നതു കേൾക്കാമായിരുന്നു. ഒടുവിൽ നേർത്തു നേർത്ത് അതും ഇല്ലാതായി. കൺപോളകൾ ഇറുക്കി അടച്ച് സ്വർഗ്ഗവാതിൽ തുറക്കുന്നതും കാത്തു ഞാൻ മയങ്ങി.

കണ്ണു തുറന്നപ്പോൾ മുൻപിൽ കുഞ്ഞുണ്ണി, ഇളയ പുത്രൻ.

ഒരു രാത്രി എരിഞ്ഞടങ്ങിയതു ഞാനറിഞ്ഞു. അന്നു രാത്രി വെളുക്കുവോളം എനിക്കു കാവലാളായി ഐ സി യുവിനു പുറത്ത് അവനു

ണ്ടായിരുന്നുവെന്നറിഞ്ഞപ്പോൾ അതുവരെ അറിയാത്ത ഒരു നൊമ്പരം, ഒരു പ്രത്യേക വാത്സല്യം മനസ്സിന്റെ കോണുകളിൽ വിറങ്ങലിച്ചുനിന്നു. ഇന്ന് ഡിസ്ചാർജ് ചെയ്യാമെന്നു ഡോക്ടർ പറഞ്ഞതായി അറിഞ്ഞപ്പോ ഴുണ്ടായ സന്തോഷം പറഞ്ഞറിയിക്കാൻ വയ്യ. മകൻ പോയപ്പോൾ വീണ്ടും ഒറ്റയ്ക്കായി. രാവിലെ അകമ്പടിയില്ലാതെ ടോയ്ലറ്റിൽ പോകാൻ അനുവദിച്ചു.

പ്രതീക്ഷിക്കാതെ വീണ്ടും വന്ന വീൽച്ചെയറിൽ ഞാൻ പുറത്തേക്ക്. പുറത്തെ പ്രകാശത്തിൽ കണ്ണു മഞ്ഞളിച്ചു. ഐ സി യുവിനുള്ളിൽ പ്രഭാതവും പ്രദോഷവുമെല്ലാം ഒരുപോലെയായിരുന്നുവല്ലോ.

എക്കോ ഇ സി ജിക്കു പുറത്തിറക്കിയതാണ്. പരിശോധന കഴിഞ്ഞു. “എവരിതിങ് പെർഫെക്റ്റ്.” ഒരു ഹോൾട്ടർ ടെസ്റ്റ് കൂടി ചെയ്യണം. മെഷീൻ ഘടിപ്പിച്ചു വീട്ടിൽ വിടാം. നാളെ വന്ന് അഴിച്ചു മാറ്റണം. ഡോക്ടർ പറഞ്ഞതൊന്നും ഞാൻ കേട്ടില്ല. “ഐ സി യു തടവറയിൽനിന്നും രക്ഷപ്പെട്ടാൽ മതി,” മനസ്സു മന്ത്രിച്ചു. ഐ സി യുവിൽ ദിവസങ്ങളോളം കഴിയേണ്ടി വരുന്ന ഹതഭാഗ്യരെ ഓർത്തു വിഷമം തോന്നി.

വൈകിട്ട് നാലരമണിയോടെ ഐ സി യുവിൽനിന്നു പുറത്തിറങ്ങുമ്പോൾ ഉത്തരമില്ലാത്ത കുറെ ചോദ്യങ്ങൾ മനസ്സിൽ ബാക്കിയായിരുന്നു. എന്റെ അവസാനകാലത്ത് എന്റെ നിയന്ത്രണങ്ങൾക്കും ആഗ്രഹങ്ങൾക്കും കാതോർക്കാതെ ഐ സി യു എന്ന “സ്വർഗ്ഗവാതിലുകൾ” ആകുമോ എനിക്കു വേണ്ടി തുറക്കപ്പെടുക?

സൂക്ഷ്മങ്ങളായ ബന്ധങ്ങൾ ഇഴകൂടി ഊഷ്മളതയുടെ കയ്പും മാധുര്യവും നിറഞ്ഞ സ്മൃതിപ്രവാഹം നിലയ്ക്കാതെ പാഞ്ഞു വന്ന്, അത് എനിക്കൊരിക്കലും ആശിക്കാനാകാത്ത ജീവിതസാഫല്യമായിത്തീരുമോ എന്നു ഞാനിപ്പോൾ ഭയക്കുന്നു.

മകനേ നിനക്കുവേണ്ടി...

ഈറനണിഞ്ഞ ഒരു സായംസന്ധ്യയിലാണ് ഞാൻ എന്റെ ഇളയ മകൻ അങ്കുറുമായി ഡോ. വിജയേന്ദ്രഭാസിന്റെ ശ്രീകാര്യത്തെ വീട്ടിലെത്തിയത്. *പിറവി* മാസികയുടെ പത്രാധിപരും *സഹയാത്രയ്*ക്കുവേണ്ടി എലിസബത്ത് കൂബ്ലർറോസിന്റെ *ഓൺ ഡെത്ത് ആന്റ് ഡയിങ്* എന്ന ഇംഗ്ലീഷ് ഗ്രന്ഥം മലയാളത്തിലേക്കു തർജ്ജമചെയ്തു സഹായിക്കുന്നയാളുമായ ഉഷാ എസ് നായരാണ് വിജയേന്ദ്രഭാസിനെപ്പറ്റി എന്നോടു പറയുന്നത്. ഉണ്ണിയെ വളർത്തിയ ഹരിതലോകത്തെപ്പറ്റി എന്റെ സുഹൃത്തും ഫാം ഇൻഫർമേഷൻബ്യൂറോയിലെ കൃഷി ഡെപ്യൂട്ടി ഡയറക്ടറുമായ ജി എസ് ഉണ്ണികൃഷ്ണൻനായർ *മലയാളമനോരമ*യിലെഴുതിയ ലേഖനത്തിന്റെ രേഖാചിത്രവും മനസ്സിലുണ്ടായിരുന്നു.

മുൻകൂട്ടി അറിയിച്ചതിനാൽ ഡോ. വിജയേന്ദ്രഭാസും കുടുംബവും എന്നെയും കാത്ത് പൂമുഖത്തുണ്ടായിരുന്നു. തന്റെ മൂത്തമകൻ അമിത്തിനെ തേടിയാണ് ഞങ്ങളെത്തിയതെന്നതിനാൽ അച്ഛന് പെരുത്ത സന്തോഷം. മകന്റെ സ്വപ്നങ്ങൾക്കൊപ്പം കാൽനൂറ്റാണ്ടായി നിഴലുപോലെ പിന്തുടരുന്ന ആ അച്ഛന്റെ കണ്ണുകളിൽ ആത്മസുകൃതത്തിന്റെ നക്ഷത്രത്തിളക്കം ഞാൻ കണ്ടു. ഗതകാലസ്മരണകൾ ഘോഷയാത്രപോലെ അദ്ദേഹത്തിന്റെ മനസ്സിലൂടെ മിന്നിമറയുന്നതും ഞാൻ കണ്ടു. കുറച്ചുനാളത്തേക്കെങ്കിലും ആ മനസ്സ് വാത്മീകത്തിലൊളിപ്പിച്ചിരുന്നതാകാം.

കിളിമാനൂരിലെ ഒരു സ്വകാര്യ ആശുപത്രിയിൽ 1992 നവംബർ 27 നാണ് ഭാസിന്റെ ആദ്യത്തെ മകൻ പിറന്നത്. ഭാര്യ സ്വർണ്ണവിയുടേത് വിഷമപ്രസവമായിരുന്നു.

“ജീവനോടെ കിട്ടാൻ സാദ്ധ്യത കുറവാണ്. കിട്ടിയാൽത്തന്നെ എഴു

ന്നേല്ക്കാനോ നടക്കാനോ കഴിയില്ല." ഡോക്ടറുടെ വാക്കുകൾ ഭാസിനും സ്വർണ്ണവിക്കും താങ്ങാവുന്നതിനപ്പുറമായിരുന്നു.

ജന്മനാ തന്നെ കുട്ടി ചലനശേഷിക്കുറവും ബുദ്ധിമാന്ദ്യവും കാണിച്ചിരുന്നു. പ്രസവസമയത്തുണ്ടായ തകരാറുകൾമൂലമാണ് കുട്ടിയുടെ തലച്ചോറിനു വൈകല്യമുണ്ടായത്. യഥാസമയം കുട്ടിയെ പുറത്തെടുക്കാത്തതുകൊണ്ട് തലച്ചോറിലേക്കു വേണ്ടത്ര ഓക്സിജൻ എത്താതിരിക്കുകയും ബുദ്ധിമന്ദീഭവിക്കുകയും ചെയ്യുന്ന ഹൈപ്പോക്സിക്ക് ഇസ്കീമിക് എൻസഫലോപ്പതിസ്റ്റേജ് III എന്ന ഈ അവസ്ഥാവിശേഷത്തിന് ചികിത്സ ഇല്ലെന്നുകൂടി അറിഞ്ഞതോടെ ആ മാതാപിതാക്കൾ നിരാശരായി. ചോരമണം മാറാത്ത കുഞ്ഞിനെയുമേന്തി അവർ വീട്ടിലെത്തി. ഒരുകുഞ്ഞു പിറന്നപ്പോൾ ആനന്ദിക്കുവാനല്ല, പരസ്പരം ആശ്വസിപ്പിക്കാനായിരുന്നു അവരുടെ വിധി. കുഞ്ഞ് കരയുവാൻ താമസിച്ചപ്പോൾ സ്വർണ്ണവിയുടെ മനസ്സിലെ വിങ്ങൽ പൊട്ടിക്കരച്ചിലായി.

ആരോ പറഞ്ഞതോർക്കുന്നു, "കുഞ്ഞു കരയുന്നതുകാണുമ്പോൾ അമ്മ ചിരിക്കുന്ന ഒരേയൊരുനിമിഷം, പിറന്നകുഞ്ഞ് ആദ്യമായി കരയുന്നതുകാണുമ്പോഴാണ്."

"അഞ്ചുദിവസം തുടർച്ചയായി ഫിറ്റ്സ് ഉണ്ടാവുകയും ഇടയ്ക്കിടയ്ക്ക് രക്തം ഛർദ്ദിക്കുകയുംകൂടി ചെയ്തപ്പോൾ മനസ്സ് ശൂന്യമാവുകയായിരുന്നു," വിജയേന്ദ്രഭാസ് ഒന്നുനിർത്തി.

വിസ്മൃതിയിലായെന്നു കരുതിയ അദ്ധ്യായങ്ങൾ ഒന്നൊന്നായി മലർക്കെ തുറക്കപ്പെടുകയായിരുന്നു. "ഞങ്ങളുടെ പ്രാർത്ഥന ദൈവംകൈവിട്ടില്ല. തിരുവനന്തപുരം എസ് എ ടി ആശുപത്രിയിലെ ദീർഘകാലത്തെ ചികിത്സയ്ക്കുശേഷം കുഞ്ഞിനെ ജീവനോടെ തിരിച്ചുകിട്ടി. ഞങ്ങൾ അവന് അമിത്ത് എന്നുപേരിട്ടു." ചലനശേഷിയില്ലാത്ത ആ കുട്ടിയെ അവർ ഓമനിച്ചു വളർത്തി. ഒന്നേകാൽ വയസ്സുകഴിഞ്ഞിട്ടും അവന് കമഴ്ന്നുകിടക്കാൻ മാത്രമേ കഴിയുമായിരുന്നുള്ളൂ. കഴുത്തിനും നട്ടെല്ലിനും ഒട്ടുംതന്നെ ബലമില്ലായിരുന്നു. വായിൽക്കൂടി എപ്പോഴും ഉമിനീർ ഒഴുകുമായിരുന്നു. കൂടാതെ കൈകാലുകളിലെ മാംസപേശികൾക്ക് പിടുത്തം (സ്പാസ്റ്റിക്) ഉള്ളതുകൊണ്ട് സ്വന്തമായി ഒന്നും ചെയ്യാനായില്ല.

ശ്രീചിത്ര, മണിപ്പാൽ, ധന്വന്തരി ആയുർവേദാശുപത്രി, ഹോമിയോ എന്നു വേണ്ട ഇനി പോകാനൊരിടമില്ല. ഫിസിയോത്തെറാപ്പിയോടും ആയുർവേദചികിത്സയോടും വേദനയാൽ അവൻ സഹകരിച്ചില്ല. എന്നാൽ, എക്സർസൈസ് അല്ലാതെ മറ്റുചികിത്സാമാർഗ്ഗങ്ങളൊന്നും ഈ രോഗത്തിന് പരിഹാരമായില്ലാത്തതുകൊണ്ട് ഏതുവിധേനയും ശാരീരിക വ്യായാമത്തിന്റെ മാർഗ്ഗങ്ങൾ അവർ ആരാഞ്ഞുകൊണ്ടിരുന്നു. വോയിറ്റ തെറാപ്പിയിലൂടെ അവന്റെ ചലനശേഷി അല്പം മെച്ചപ്പെട്ടിരുന്നു.

ദുഃഖത്തിലും നിരാശയിലും പെട്ട് ഉലഞ്ഞിരുന്ന ഇക്കാലത്താണ് സസ്യങ്ങളുമായുള്ള നിരന്തരസമ്പർക്കത്തിലൂടെ രോഗങ്ങൾ മാറ്റുന്ന ഹോർട്ടിക്കൾച്ചറൽ തെറാപ്പിയെപ്പറ്റി ഭാസ് അറിയാനിടയായത്. കുട്ടിക

ളിലും മുതിർന്നവരിലും കാണപ്പെടുന്ന ചലനമാന്ദ്യം (ഡൈപെരേസിസ്) ബുദ്ധിമാന്ദ്യം എന്നീ രോഗങ്ങളെ ഒരുപരിധിവരെ ഭേദമാക്കാനാകുന്ന ഈ രീതി അവലംബിക്കുന്നതിനു മുൻപ് കാർഷിക സർവ്വകലാശാലയിലെ പ്രൊഫ. ശ്രീകണ്ഠൻനായർ, ശ്രീചിത്രാ ഇൻസ്റ്റിറ്റ്യൂട്ടിലെ സീനിയർ ഫിസിയോ തെറാപ്പിസ്റ്റ് ഡോ. മീനാകുമാർ രാധാകൃഷ്ണൻ, ചൈൽഡ് സൈക്കോളജിസ്റ്റ് ഇന്ദിര എന്നിവരുമായി നിരന്തരം ഇതിന്റെ ശാസ്ത്രീയവശങ്ങൾ ചർച്ചചെയ്തു. പുരാതനകാലം മുതല്ക്കേ നിലവിലിരുന്ന പുഷ്പായുർവേദത്തിന്റെയും ഗാർഡൻ തെറാപ്പിയുടെയും ചുവടുപിടിച്ച് കൃഷി ചികിത്സയ്ക്കൊരു പുതിയ മുഖമൊരുക്കാൻ ഭാസ് ഉറച്ചു. മകന് ഒരുതരത്തിലും വേദനയുണ്ടാകാതെതന്നെ സാന്ത്വനം നല്കുന്ന ഹോർട്ടിക്കൾച്ചറൽ തെറാപ്പി ഒന്നു പരീക്ഷിക്കുകതന്നെ.

അതിനു പ്രത്യേകിച്ചൊരു കാരണവുമുണ്ടായിരുന്നു. വിജയേന്ദ്രഭാസിന് വീട്ടുമുറ്റത്ത് കുറച്ചുകൃഷിയുണ്ടായിരുന്നു. മുറ്റത്ത് ഒരു പായവിരിച്ച് കുട്ടിയെ അതിൽ കിടത്തിയശേഷമാകും പലപ്പോഴും കൃഷിപ്പണി. കൃഷിക്കു വെള്ളം നനയ്ക്കുമ്പോഴെല്ലാം കുഞ്ഞിന്റെ കണ്ണുകൾ വിടരുന്നതും ചലിക്കാൻ ശ്രമിക്കുന്നതും അദ്ദേഹം ശ്രദ്ധിച്ചു. ദിവസംകഴിയുന്തോറും ചലനശേഷികൂടിവന്നു. പച്ചക്കറി നട്ട ചാക്കിൽപിടിച്ച് എഴുന്നേല്ക്കാൻ ശ്രമിക്കുന്നു; മണ്ണിൽ വിരലോടിക്കുന്നു. മാസങ്ങൾ കൊഴിഞ്ഞുകൊണ്ടിരുന്നു. ഇലകളെണ്ണി അക്കങ്ങൾ പഠിച്ച കുട്ടി പൂക്കളുടെ നിറങ്ങളും തിരിച്ചറിഞ്ഞുതുടങ്ങി. തക്കാളിയുടെയും പാവയ്ക്കയുടെയും നിറവ്യത്യാസവും രൂപവ്യത്യാസവും അവൻ മനസ്സിലാക്കി. ഇതിനിടയിൽ ഭാസ് മട്ടുപ്പാവിലേക്കും പച്ചക്കറി കൃഷി വ്യാപിപ്പിച്ചു. പിന്നീട് അമിത്തിന്റെ ലോകം ടെറസിലെ കൃഷിയിടമായി. നാലുവയസ്സിൽ തനിയെ നടക്കാനും പല്ലുതേക്കാനും ആഹാരം കഴിക്കാനും തുടങ്ങി. ദിവസേന ഭാസ് അവനെ പത്രങ്ങൾ വായിച്ചു കേൾപ്പിച്ചിരുന്നു. മകന്റെ ജീവിതം വിധിക്കു വിട്ടുകൊടുക്കാൻ അദ്ദേഹം തയ്യാറായിരുന്നില്ല. പൊതു വിജ്ഞാനത്തോടൊപ്പം വീട്ടിലുള്ള ചെടികളുടെ പേരും നിറവും ഉപയോഗവുമൊക്കെ ഹൃദിസ്ഥമാക്കിയ അമിത്ത് മണ്ണിളക്കുക, വെള്ളമൊഴിക്കുക, കളപറിക്കുക, വിളവെടുക്കുക, ടെറസ് വൃത്തിയാക്കുക എന്നീ കാര്യങ്ങളിലൊക്കെ അച്ഛനോടൊപ്പംകൂടി. മറ്റു ചികിത്സകൾക്കൊപ്പം ഹോർട്ടിക്കൾച്ചറൽ തെറാപ്പി കൂടിയായപ്പോൾ അഞ്ചാം വയസ്സിൽ അവന്റെ ബൗദ്ധികനിലവാരം (ഐ ക്യൂ) ആറുവയസ്സുകാരന്റെയാണെന്നും കണ്ടെത്തി. ചൈൽഡ് ഡെവലപ്പ്മെന്റ് സെന്ററിൽനിന്നുള്ള സർട്ടിഫിക്കറ്റുകൾ ഭാസ് എന്നെ കാട്ടി.

സംസാരത്തിന് അവ്യക്തതയുണ്ടായിരുന്നെങ്കിലും വാക്യങ്ങൾ തെറ്റുകൂടാതെ പറയുവാനും കഴിയുമായിരുന്നു. വിദഗ്ദ്ധരുടെ ഉപദേശമനുസരിച്ച് അവരുടെ കൂടി നിർദ്ദേശപ്രകാരമായിരുന്നു സ്പീച്ച് തെറാപ്പിയും ദൈനംദിന എക്സർസൈസുകളും ആധുനികഭാഷാശാസ്ത്രവുമെല്ലാം ഹോർട്ടികൾച്ചറൽ തെറാപ്പിയുമായി സംയോജിപ്പിച്ചത്.

ഭിന്നശേഷിയുള്ള കുട്ടിയായിരുന്നതിനാൽ പല വിദ്യാലയ അധികൃതരും മുഖംതിരിച്ചു. സ്പെഷ്യൽ സ്കൂളിൽ വിടാൻ ഭാസ് തയ്യാറുമല്ലായിരുന്നു. സംസാരിക്കുവാനും എഴുതുവാനും ശേഷികുറവായതിനാൽ കമ്പ്യൂട്ടറിന്റെ സഹായത്തോടെ എഴുതാൻ പഠിച്ചു. ഒടുവിൽ ശ്രീകാര്യം ഹോളി ട്രിനിറ്റി സ്കൂളിൽ പ്രവേശനം കിട്ടിയ അമിത്ത് മിടുക്കനായി പഠിച്ചുമുന്നേറി. അത്ഭുതമെന്ന് പറയട്ടെ, ഇതിനോടകം സൈക്കിൾ സവാരി വശമാക്കുവാനുംകഴിഞ്ഞു. 85 ശതമാനം മാർക്കോടെ എസ് എസ് എൽ സി വിജയിച്ചു. കമ്പ്യൂട്ടറിന്റെ സഹായത്തോടെ പരീക്ഷ എഴുതുവാനുള്ള സർക്കാരനുമതിക്കായി ഡോ. ഭാസിന് കഠിന പ്രയത്നം തന്നെ നടത്തേണ്ടിവന്നു.

ഹയർ സെക്കന്ററിക്കും എല്ലാവിഷയങ്ങൾക്കും എ പ്ലസ് നേടി അമിത്ത് മുന്നേറി. മാർ ഇവാനിയോസ് കോളേജിൽനിന്നും ഉയർന്ന മാർക്കോടെ ബി കോം, ഐ സി എയുടെ സി എ കോഴ്സിനുള്ള യോഗ്യതയും നേടി. ഇതിനിടെ കമ്പ്യൂട്ടർ സഹായത്തോടെ ബാങ്ക് ടെസ്റ്റും എഴുതി. സിവിൽ സർവ്വീസ് പരീക്ഷ കമ്പ്യൂട്ടർ സഹായത്തോടെ എഴുതുവാനുള്ള അനുവാദത്തിനായി ശ്രമിച്ചുവരികയാണ്. കിട്ടും. കിട്ടാതിരിക്കില്ല. അമിത്തും ഡോ. ഭാസും ശുഭാപ്തിവിശ്വാസത്തിലാണ്.

"സംസാരിക്കാനോ പേന പിടിച്ചെഴുതാനോ കഴിയില്ല. ഇവനെ പഠിപ്പിച്ച് എന്താക്കാനാ... ഇവിടെ അഡ്മിഷൻ തരാനാവില്ല. വല്ല സ്പെഷ്യൽ സ്കൂളിലും ചേർക്ക്." തിരുവനന്തപുരത്തെ ഒരു പ്രശസ്ത കോൺവെന്റിലെ പ്രിൻസിപ്പൽ പരിഹസിച്ച് ഇറക്കിവിട്ട അമിത്ത് ഭാസ് ഇപ്പോൾ തിരുവനന്തപുരം എസ് ബി ഐയിൽ ഡെപ്യൂട്ടി മാനേജരാണ്.

ഹോർട്ടികൾച്ചറൽ തെറാപ്പിയെക്കുറിച്ച് അമിത്ത് ഇന്റർനെറ്റിലെഴുതിയത് വിദേശ സർവ്വകലാശാല മാസികയിൽ ഉൾപ്പെടുത്തിയിരുന്നു.

മകനുവേണ്ടി സ്വയം അർപ്പിച്ച ഒരച്ഛന്റെ കണ്ണീരിന്റെ രുചിയും വിയർപ്പുമുത്തുകളുടെ മണവും ഈ വിജയത്തിനുപിന്നിൽ ഞാൻ തിരിച്ചറിയുന്നു. ഒപ്പം കരയാൻ മറന്നുപോയ ഒരമ്മയും ചേട്ടന്റെ ചേതന ആവാഹിച്ചുകൊണ്ട് അനിയനും പ്രചോദനമായി എന്റെ മുന്നിലുണ്ട്.

ഡോ. വിജയേന്ദ്രഭാസ് ദ്രാവിഡ പഠനകേന്ദ്രത്തിലെ ഗവേഷക പദവി രാജിവയ്ക്കേണ്ടിവന്നുവെങ്കിലും ഇപ്പോൾ യമനിലെ ഹാഗ്രമോട് സർവ്വകലാശാലയിലെ പ്രൊഫസറാണ്; ഭാര്യ സ്വർണ്ണവി കൃഷിവകുപ്പിൽ അസിസ്റ്റന്റ് പ്രിൻസിപ്പൽ അഗ്രിക്കൾച്ചറൽ ഓഫീസറും. അമിത്തിന്റെ സഹോദരൻ പത്താംക്ലാസിൽ പഠിക്കുന്നു.

ഉണ്ണിക്കു വളരാൻ ഹരിതലോകം അത്താണിയാക്കിയ, പ്രകൃതിയെ ഒരു കുഞ്ഞിന്റെ വളർച്ചയ്ക്കു വഴികാട്ടിയാക്കിയ ആ പിതാവിനോടും കുടുംബത്തോടും യാത്ര പറഞ്ഞിറങ്ങുമ്പോൾ അമിത്ത് എനിക്കായി മട്ടുപ്പാവിൽനിന്നും അറുത്തെടുത്ത ഒരുപിടി പയർ കരുതിയിരുന്നു. പൂച്ചെണ്ടുകൾപോലെ അവ മാറോടണച്ചുകൊണ്ടു പടിയിറങ്ങുമ്പോൾ മനസ്സു മന്ത്രിച്ചു, ഇതാ ജീവിതത്തിലെ അനർഘനിമിഷങ്ങളിലൊന്ന്...!

സൂര്യൻ പടിഞ്ഞാറുദിക്കുന്നതും കാത്ത്

"ജ്യോതികുമാറിന്റെ മനസ്സിൽ ഇപ്പോൾ എന്താണ്?" ആശുപത്രി കിടക്കയ്ക്കരികെ ചേർന്നിരുന്നുകൊണ്ട് ഞാൻ ചോദിച്ചു.

"ഞാനിപ്പോൾ മരണത്തെപ്പറ്റിയാണ് സാർ ചിന്തിക്കുന്നത്." ജ്യോതികുമാറിന്റെ ഉത്തരം എന്നിൽ കാര്യമായ ഭാവവ്യത്യാസമൊന്നും ഉണ്ടാക്കിയില്ല. കാരണം പാലിയം ഇന്ത്യയുടെ ഹാഫ്‌വേഹോമിൽവച്ച് പല വീൽച്ചെയർ രോഗികളും ആദ്യനാളുകളിൽ ഇങ്ങനെയൊക്കെ പറഞ്ഞിട്ടുണ്ട്.

അവിടെനിന്നു മടങ്ങുമ്പോൾ അവരുടെ ജീവിതത്തിന് പുതിയ നിറഭേദങ്ങൾ വന്നുകഴിഞ്ഞിരിക്കുമെന്നു തീർച്ച.

ഇത്തവണ ജ്യോതികുമാർ പാലിയം ഇന്ത്യയിലെത്തുമ്പോൾ ആകെ അവശനായിരുന്നുവെന്ന് സിസ്റ്റർ ഷെറിൻ പറഞ്ഞാണറിഞ്ഞത്. കടുത്ത പനി. ആഴത്തിലുള്ള രണ്ടു ശയ്യാവ്രണങ്ങൾ. ആശങ്കയുടെ നിമിഷങ്ങളായിരുന്നു, ആദ്യ മൂന്നുനാളുകൾ. സ്വയം മുച്ചക്രവാഹനമോടിച്ചെത്തിയത് അത്ഭുതമായി അവശേഷിക്കുന്നു. അവശത ഒട്ടൊന്നു ശമിച്ചപ്പോഴാണ് ഞാൻ കാണാൻ ശ്രമിച്ചത്.

കഴിഞ്ഞ കുറെ വർഷങ്ങളായി ജ്യോതികുമാർ ഒറ്റയ്ക്കാണ്; വീട്ടുകാരൊക്കെ ഉപേക്ഷിച്ചതിന്റെ അനാഥത്വവും പേറി ഒരു വാടകമുറിയിൽ കരളിൽ എരിഞ്ഞമരുന്ന കനലുകളുമായി ഒതുങ്ങിക്കൂടുകയായിരുന്നു. ആകസ്മികതകൾക്കിടയിലും ദൈവം കനിഞ്ഞു നല്കിയ കലാഹൃദയം കൈമോശംവരാതെ കാത്തുസൂക്ഷിക്കുവാൻ അയാൾ ശ്രദ്ധിച്ചിരുന്നു.

എരുത്താവൂർ, നിറമൺകുഴി കേന്ദ്രമാക്കി പിറവിയെടുത്ത ശ്രീകലാ ചിത്രരചനാ സെന്ററിന്റെ പിന്നിൽ ജ്യോതിയുടെ സർഗ്ഗവാസനകളുണ്ടായിരുന്നു.

ജ്യോതികുമാറിന്റെ ബാല്യകൗമാരങ്ങൾ കയ്പേറിയതായിരുന്നു.

എരുത്താവൂരിലെ ഒരു ദരിദ്ര കുടുംബത്തിൽ ജനനം. പതിനാലാം വയസ്സിൽ അച്ഛൻ രവീന്ദ്രന്റെ ആകസ്മിക മരണം ആ ബാലന്റെ ജീവിത താളം തെറ്റിക്കുന്നതായി. ഒട്ടിയ വയറുമായി വിശന്നുതളർന്നു മയങ്ങിയ എത്രയോ ദിനരാത്രങ്ങൾ...

ഒടുവിൽ വീടുവിട്ടിറങ്ങി. ഉദിച്ചുയരുന്ന കറുത്ത സൂര്യനെ നിസ്സംഗ തയോടെ നോക്കി തൊഴിൽ തേടിയുള്ള പ്രയാണമാരംഭിച്ചു. ചെന്നെത്തി യത് നിലമ്പൂരിലാണ്. കെട്ടിടം പണിക്കാരനായി ജോലി തുടങ്ങി. ഇടയ് ക്കെപ്പോഴോ "പാവങ്ങളുടെ പെരുന്തച്ച"നായ ലാറി ബേക്കറുടെ ശിഷ്യത്വം സ്വീകരിക്കുവാനായത് ഒരു ദൈവനിയോഗമായി ജ്യോതി കരുതുന്നു.

ദിനരാത്രങ്ങൾ കൊഴിഞ്ഞുകൊണ്ടിരുന്നു. ജ്യോതിയുടെ യാത്ര ഹാബിറ്റാറ്റിൽനിന്നു നിർമ്മിതി കേന്ദ്രത്തിലേക്കും അതിലൂടെയാർജ്ജിച്ച കരുത്തിലൂടെ സ്വതന്ത്രമായ ഇന്റീരിയർ ഡിസൈനിങ്ങിലേക്കും വഴിമാറി. ജ്യോതികുമാറിന്റെ ശില്പചാതുരി രാജ്യമറിഞ്ഞുതുടങ്ങുകയായിരുന്നു. മലപ്പുറം ജില്ലയിലെ വിവിധ സ്ഥലങ്ങളിൽ ജ്യോതികുമാറിന്റെ വകയാ യുള്ള നിത്യസ്മാരകങ്ങൾ അവശേഷിപ്പുകളായുണ്ട്. മഹാരാഷ്ട്രയിലെ വർദ്ധയിലെ ചിത്രം ജ്യോതി ധന്യതയോടെ ഓർക്കുന്നു. ചിറകു വിടർ ത്തിയ ഭാവനകളെ ജീവസ്സുറ്റതാക്കി ശില്പചാരുത നല്കിയപ്പോൾ ജ്യോ തികുമാർ കലാകാരൻ, കവി, ചിത്രരചയിതാവ് എന്ന നിലകളിലൊക്കെ പ്രശസ്തനാകുകയായിരുന്നു.

ഇതിനിടയിൽ നിലമ്പൂരിൽ നിന്നുതന്നെ ജീവിത സഖിയെ കണ്ടെത്തി, താലികെട്ടി. ആറുസെന്റ് സ്ഥലവും അതിൽ ഒരു ചെറിയ വീടും പടുത്തുയർത്തി. മൂന്നു പെൺകുട്ടികളുടെ അച്ഛനായി. രണ്ടു സഹോദരിമാരുടെയും ഒരു സഹോദരന്റെയും കല്യാണങ്ങൾ നടത്തി ക്കൊടുത്തു. നാടുവിട്ട ഏറ്റവും മൂത്ത സഹോദരനെപ്പറ്റി ഒരുവിവരവു മില്ല; അന്നും ഇന്നും. ജ്യോതികുമാർ ഒന്നു നിശ്വസിച്ചു.

2006 ഫെബ്രുവരി 26. ജ്യോതികുമാറിന്റെ ജീവിതം തകിടം മറിഞ്ഞ ദിവസം. മലപ്പുറത്തെ ഒരു ഗൾഫുകാരന്റെ വീടിന്റെ ഡിസൈൻ ജോലി ചെയ്തു കൊണ്ടിരുന്ന ജ്യോതി ഉയരത്തിൽനിന്നു താഴേക്കുവീണു. ബോ ധരഹിതനായ അദ്ദേഹത്തെ കോഴിക്കോട് മെഡിക്കൽ കോളേജിൽ എ ത്തിച്ചു. നട്ടെല്ലിനേറ്റ ക്ഷതം കനത്തതായിരുന്നു. മൂന്നുവർഷക്കാലം അ വിടെ ഭാര്യയും കുട്ടികളുമൊപ്പം കഴിഞ്ഞ വേദനപുരണ്ട കറുത്ത ദിന രാത്രങ്ങൾ ഇന്നും നടുക്കത്തോടെയേ ജ്യോതിക്ക് ഓർക്കാനാവുന്നുള്ളൂ.

ഇതിനിടെ നാലു മേജർ ശസ്ത്രക്രിയകൾ. ഭർത്താവിന്റെ പരിച രണം ഭാര്യക്ക് ഒരു ബാദ്ധ്യതയാവാൻ തുടങ്ങി.

ക്രമേണ ഭാര്യ തനിക്കു നഷ്ടപ്പെടുന്നതായി തിരിച്ചറിഞ്ഞപ്പോൾ തേങ്ങലടക്കാൻ ജ്യോതി ബുദ്ധിമുട്ടി. അവസാനം ഒരുനാൾ ജ്യോതി നാട്ടി ലേക്കുമടങ്ങി; അമ്മയോടൊപ്പം.

തുടർ ചികിത്സതേടി തിരുവനന്തപുരം മെഡിക്കൽ കോളേജിൽ മോർച്ചറിക്കു സമീപം സ്ട്രെച്ചറിൽ കിടക്കുമ്പോൾ ജീവിക്കണമെന്നു പ്രതീക്ഷയൊന്നുമുണ്ടായിരുന്നില്ല, ജ്യോതിക്ക്.

ഫിസിക്കൽ മെഡിസിൻ ആൻഡ് റീഹാബിലിറ്റേഷൻ സെന്ററിലെ ദീർഘകാലത്തെ പരിചരണത്തിനിടയിൽ ജ്യോതിയുടെ കലാവാസനകളെ ഉദ്ദീപിപ്പിക്കുവാൻ പ്രൊഫ. ശ്രീകല, ഡോ. സെൽവൻ, ഡോ. ജോർജ് സഖറിയ തുടങ്ങിയവർ പ്രത്യേകം താല്പര്യം പ്രകടിപ്പിച്ചിരുന്നതായി ജ്യോതി നന്ദിയോടെ ഓർക്കുന്നു. പി എം ആറിലെ ചികിത്സ നീണ്ടുപോയപ്പോൾ വാത്സല്യ നിധിയായ അമ്മയും ജ്യോതിയെ കൈവിട്ടു.

തുന്നിക്കെട്ടിയ ശരീരവും മരവിച്ച മനസ്സും തളർന്ന കാലുകളുമായി അധികകാലം അവിടെ തുടരാൻ കഴിഞ്ഞില്ല. അവിടെനിന്ന് എത്തിപ്പെട്ടത് അനാഥരുടെ ആലയമായ ചെഷയർ ഹോമിലാണ്. തുടർന്നുള്ള നാലുവർഷക്കാലത്തിനിടയിലാണ് പാലിയം ഇന്ത്യയുമായി ബന്ധപ്പെടുന്നത്. ആ തൂവൽ സ്പർശത്തിലൂടെ ജീവിതത്തിന് പുതിയ അർത്ഥതലങ്ങൾ കണ്ടെത്തുകയായിരുന്നു അദ്ദേഹം.

"എന്റെ കലാജീവിതത്തിന് ആവേശം പകർന്ന ദിനങ്ങളായിരുന്നു പിന്നീടങ്ങോട്ട്." ജ്യോതിയുടെ കണ്ണുകളിലെ തിളക്കം ഞാൻ ശ്രദ്ധിച്ചു.

ചെഷയർ ഹോമിലെ വീൽച്ചെയർ രോഗികളോടൊപ്പം ദൂരദർശനിൽ ഒരു പ്രോഗ്രാം ചെയ്തതോടെ ആത്മവിശ്വാസം കൂടി. വികലാംഗ കമ്മീഷൻ അംഗപരിമിതർക്കായി ഏർപ്പെടുത്തിയ മലയാള സാഹിത്യ പുസ്തകരചനയിലെ കവിതയ്ക്കുള്ള 2016 ലെ ഒന്നാംസ്ഥാനം ജ്യോതികുമാറിനായിരുന്നു.

ചെഷയർ ഹോം വിട്ടശേഷം സംസ്ഥാന വികലാംഗ കോർപ്പറേഷൻ നല്കിയ മുച്ചക്ര വാഹനത്തിൽ ലോട്ടറി വില്പന, വാടക മുറിയിൽ കുട്ടികൾക്കു ട്യൂഷൻ, ശ്രീകലാ ചിത്രരചനാ സെന്റർ നടത്തിപ്പ്, കലാസാംസ്കാരികപ്രവർത്തനങ്ങൾ എന്നിവയിൽ സജീവമായിരുന്നു, ബാക്കിയായ തുടർ ജീവിതത്തിൽ ജ്യോതികുമാർ. ആത്മവിശ്വാസത്തിന്റെ അഭൗമമായ മാസ്മരികത പലപ്പോഴും അത്ഭുതങ്ങൾ സൃഷ്ടിക്കാറുണ്ടല്ലോ.

ഞാൻ ജ്യോതിയുടെ മുറിവിട്ടിറങ്ങുമ്പോൾ അയാൾ ശാന്തമായി ഉറങ്ങിക്കഴിഞ്ഞിരുന്നു; സൂര്യൻ പടിഞ്ഞാറുദിക്കുന്നതും കാത്ത്.

കാലം സാക്ഷി

മലയാളി മനസ്സുകളിൽ അവാച്യമായ അനുഭൂതി പകർന്നുകൊണ്ട് വരയുടെ സുൽത്താനായി മാറിയ കൃഷ്ണൻ മാഷ് (കാർട്ടൂണിസ്റ്റ് പി വി കൃഷ്ണൻ) സപ്തതിയിൽ എത്തി നില്ക്കുന്നു. "വരവഴിയിലെ കൃഷ്ണസ്പർശം" പലപ്പോഴും തലോടലാകാം, പരിഹാസപ്രഹരമാകാം, കത്തിക്കയറുന്ന രോഷപ്രകടനമാകാം, ജീവിതദർശനമാകാം, കവിതാസാന്നിദ്ധ്യമറിയിക്കുന്നതാകാം, ഒരു ചാട്ടുളി പ്രഹരമാകാം... ലളിതമായ വരകളിലൂടെ ജീവിതദർശനം പകർന്നുതരുന്ന ഈ "വരകളുടെ തമ്പുരാന്" ഒരു പക്ഷമേയുള്ളൂ, ശരിയുടെ പക്ഷം. ചിറകുകളിൽ വരയുടെ വരപ്രസാദവുമായി പറന്നുയരുന്ന വരദാന പക്ഷിയെപ്പോലെ കാർട്ടൂണിസ്റ്റ് പി വി കൃഷ്ണൻ നമ്മോടൊപ്പമുണ്ട്, "സാക്ഷി"യായി. കഴിഞ്ഞ നാല്പതു വർഷമായി *കുങ്കുമം* വാരികയുടെ അവസാന താളുകളിൽ "കൃ" എന്ന അടയാളപ്പെടുത്തലിലൂടെ കൃഷ്ണൻ മാഷിന്റെ "സാക്ഷി" എന്ന കാർട്ടൂൺ പരമ്പര അരങ്ങു തകർക്കുന്നു. അടിയന്തരാവസ്ഥക്കാലത്തു വരച്ച ചില കാർട്ടൂണുകൾ കണ്ട എൻ വി കൃഷ്ണവാരിയരാണ് "സാക്ഷി" എന്ന പേര് നിർദ്ദേശിച്ചതെന്നു മാഷ് ഓർക്കുന്നു. കാസർഗോഡുനിന്ന് പുറത്തിറങ്ങുന്ന *ഉത്തരദേശം* ദിനപത്രത്തിലെ പ്രധാന ആകർഷണം കൃഷ്ണൻ മാഷിന്റെ കാർട്ടൂണാണ്. വർഷങ്ങൾക്കു ശേഷവും ഒരു തപസ്യപോലെ നിത്യവും അതു തുടരുന്നു.

1984 ൽ "പ്രകൃതിയുടെ കണ്ണീർ" എന്ന ശീർഷകത്തിൽ ഒരു മരക്കുറ്റിയിൽ കാലിനടിയിൽ മുട്ടയും വച്ചുകൊണ്ട് കണ്ണീർ വാർക്കുന്ന പക്ഷിയുടെ ബഹുവർണ്ണ പെയിന്റിങ് മാഷിനെ ആഗോള പ്രശസ്തനാക്കി. പരിസ്ഥിതി പ്രവർത്തകരുടെ മനസ്സിൽ ഇന്നും മായാത്ത ചിത്രമായി അതു മാറി. *മാതൃഭൂമി* ആഴ്ചപ്പതിപ്പിലെ "കുട്ടൻ കണ്ടതും കേട്ടതും"

മാഷിനു കൂടുതൽ പ്രശസ്തി നേടിക്കൊടുത്തിട്ടുണ്ട്. 1987 ഡിസംബർ 31 ന് പബ്ലിക് റിലേഷൻസ് വകുപ്പിൽനിന്ന് ഡിസൈനർ ആയാണ് അദ്ദേഹം വിരമിച്ചത്.

2012 ഏപ്രിൽ മാസത്തിന്റെ മദ്ധ്യത്തിലാണ് ഞാൻ കൃഷ്ണൻ മാഷിനെ നേരിട്ട് കാണുന്നതും പരിചയപ്പെടുന്നതും. അന്ന് പാലിയം ഇന്ത്യയുടെ ഓഫീസ് പ്രവർത്തിച്ചിരുന്നത് പട്ടത്തായിരുന്നു. ഒരു ദിവസം രാവിലെ പാലിയം ഇന്ത്യ ട്രസ്റ്റിമാരിലൊരാളായ ഡോ. സി മോഹനൻ, നീണ്ടു മെലിഞ്ഞു നരച്ച മുടിയും കൂർത്ത മുഖവുമുള്ള ഒരു കണ്ണാടിക്കാരനുമായി എത്തി. അന്ന് ഞാൻ *സഹയാത്ര* എഡിറ്റർ. "ഇതു കാർട്ടൂണിസ്റ്റ് പി വി കൃഷ്ണൻ," മോഹനൻ സർ പരിചയപ്പെടുത്തുമ്പോൾ അത് ഗാഢമായ ആത്മബന്ധത്തിലേക്കു നയിക്കുമെന്നു ഞാൻ കരുതിയില്ല. ഈയിടെ അന്തരിച്ച ഡോ. രാജാകൃഷ്ണനാണ് (*കേരളശബ്ദം*) അദ്ദേഹത്തെ പാലിയം ഇന്ത്യയിലേക്കയച്ചതെന്ന് കൃഷ്ണൻ മാഷ് ഓർക്കുന്നു. അന്നുമുതൽ മാഷ് പാലിയം ഇന്ത്യയുടേയും *സഹയാത്ര*യുടെയും സഹയാത്രികനായി തുടരുന്നു. 2012 ഏപ്രിൽ ലക്കത്തിന്റെയും 2013 ജൂലൈ ലക്കത്തിന്റെയും കവർ ഡിസൈൻ ചെയ്തത് മാഷാണ്. *സഹയാത്ര*യിൽ ഖണ്ഡശഃ പ്രസിദ്ധീകരിച്ചു വരുന്ന "മരണവും മരണവേളയു"മെന്ന വിവർത്തന പരമ്പരയുടെ ഉൾപ്പെടെ *സഹയാത്ര*യിലെ കാരിക്കേച്ചർ മുഴുവൻ പ്രതിഫലമില്ലാതെ സമയബന്ധിതമായി നിർവ്വഹിച്ചു പോരുന്നത് കൃഷ്ണൻ മാഷാണ്. പി വി കൃഷ്ണൻ എന്ന ശുദ്ധഹൃദയന്റെ മനസ്സ് പാലിയം ഇന്ത്യയുടെ സാന്ത്വനപ്രവർത്തനങ്ങളിലെവിടെയോ ഉടക്കിനില്ക്കുന്നു എന്ന് ധന്യതയോടെ ഞങ്ങൾ തിരിച്ചറിയുന്നു. പാലിയം ഇന്ത്യ വിദ്യാഭ്യാസ സഹായം നല്കുന്ന കുട്ടികളുടെ കൂട്ടായ്മയിൽ (കുട്ടിക്കൂട്ടം) "V" എന്ന അക്ഷരം കൊണ്ട് വി എസ് അച്യുതാനന്ദന്റെ ചിത്രം നിമിഷനേരം കൊണ്ട് വരച്ചു വിസ്മയം തീർത്തു, മാഷ്. 2012 മുതൽ നടന്ന എല്ലാ കുട്ടിക്കൂട്ടം സമ്മർ ക്യാമ്പിലും പാലിയം ഇന്ത്യയുടെ പരിപാടികളിലും മാഷിന്റെ നിറസ്സാന്നിദ്ധ്യമുണ്ട്.

സൗഹൃദങ്ങൾ എന്നും കൃഷ്ണൻ മാഷിന്റെ ദൗർബല്യമായിരുന്നു. സായന്തനങ്ങളിൽ സെക്രട്ടേറിയറ്റ് പരിസരത്തുവച്ച് മിക്കവാറും ഞങ്ങൾ കണ്ടുമുട്ടിയിരുന്നു. ഓരോ കൂടിക്കാഴ്ചയും എനിക്കു സമ്മാനിച്ചത് വ്യത്യസ്ത അനുഭവങ്ങളായിരുന്നു.

കണ്ണൂർ ജില്ലയിലെ അരോളി ഗ്രാമത്തിൽ ജനിച്ച് കാസർഗോഡുകാരുടെ സ്വന്തം കൃഷ്ണൻ മാഷായതും ബാല്യകൗമാരങ്ങളിലെ യാതനാപൂർണ്ണമായ ജീവിതത്തിനെ മറികടന്ന് എസ് എസ് എൽ സി കടമ്പ കടന്നതും, അതിനു മുൻപുതന്നെ ചിത്രകലാ അദ്ധ്യാപകനാകാനുള്ള സർട്ടിഫിക്കറ്റ് നേടിയതുമൊക്കെ മാഷ് പറഞ്ഞത് മായാത്ത രേഖാചിത്രമായി ഞാൻ മനസ്സിൽ കോറിയിട്ടിരിക്കുന്നു. പരസ്പരം ഉള്ളുതുറന്നുള്ള സംസാരവും ഉള്ളിൽത്തട്ടിയുള്ള സാന്ത്വനവുമെക്കെ ഒരു ഗുരുദക്ഷിണയായി ഞാൻ താലോലിക്കുന്നു.

മേഴ്സി ടീച്ചറുമായുണ്ടായ പ്രണയം മായിപ്പാടി ട്രെയിനിങ് സ്കൂളിലെ ലൈബ്രറിയിൽ വച്ചുണ്ടായതാണ്. നിശ്ശബ്ദമായ നീണ്ട പ്രണയത്തിനൊടുവിൽ കാസർഗോഡ് റജിസ്ട്രാർ ഓഫീസിൽ വച്ച് മാഷ് മേഴ്സിടീച്ചറെ സ്വന്തമാക്കി. അക്കാലത്തു വിപ്ലവകരമെന്നു തന്നെ പറയാവുന്ന ആ ചടങ്ങിനു സാക്ഷികളായത് സ്വാമി ആനന്ദതീർത്ഥനും വ്യവസായപ്രമുഖനായ കെ എസ് അബ്ദുല്ല സാഹിബുമായിരുന്നു. പത്രത്തിൽ വാർത്ത കണ്ടാണ് വീട്ടുകാർ പോലുമറിഞ്ഞത്.

കാർട്ടൂണിസ്റ്റ് പി വി കൃഷ്ണൻ ഒരു കവി കൂടിയായിരുന്നു എന്നതാണ് സത്യം. *മാതൃഭൂമി* ആഴ്ചപ്പതിപ്പിൽ കവിത അച്ചടിച്ചു വന്നതോടെ ഞാൻ മഹാകവിയായി. കവിതയെഴുത്തു നിർത്തി," മാഷിന്റെ വാക്കുകളിൽ അല്പം പരിഹാസം പുരണ്ടിരുന്നു. മാഷിന്റെ "പെരുച്ചാഴി" എന്ന കവിതയെ പരാമർശിക്കാതെ ഈ അഭിമുഖം പൂർണ്ണമാവില്ല. നഗരത്തിലെ വീടുകൾ ഇണചേരുന്ന ഒരു മാളത്തിൽ കവി മധുവിധു നുണയുന്ന കാലത്ത് പാതിരയോളം കഥകൾ പറഞ്ഞു മയങ്ങിയതിനാൽ ഉണരാൻ വൈകി. സ്കൂളിൽ പോകേണ്ടതുകൊണ്ടു മാത്രം ഉണർന്നു. വാതിൽ തുറന്നപ്പോൾ കണി കാണാൻ വച്ചതുപോലെ ചത്തുമലച്ച ഒരു പെരുച്ചാഴി. എവിടെക്കളയും, എങ്ങനെ ഒളിപ്പിക്കും എന്ന് അന്തംവിട്ടു നില്ക്കുമ്പോൾ ഭാര്യ അകത്തുനിന്ന് പറഞ്ഞു, "എടുത്ത് അകത്തേക്കിട്. ഒരു കവറിൽ സമ്മാനപ്പൊതിയാക്കിത്തരാം. സ്കൂളിലേക്കു പോകുംവഴി വലിച്ചെറിയാമല്ലോ."

"പെണ്ണിനാണല്ലോ ബുദ്ധി
പെരുച്ചാഴി അകത്തായി."

സമ്മാനപ്പൊതിയുമായി കവി നടന്നു; എറിയാൻ ഒരു പഴുതും നോക്കി. ഒരു കലുങ്കിന് മുകളിലെത്തി പൊതിയെറിയാൻ ഒരുങ്ങുമ്പോൾ പിന്നിൽ നിന്നൊരു വിളി.

"മാഷേ, സമ്മാനവുമായെങ്ങോട്ടാണീ
രാവിലെ"യെന്നൊരു ചോദ്യം

ആ ശ്രമം പരാജയപ്പെട്ടതോടെ ഭാര്യയെയും ശപിച്ചുകൊണ്ട് കവി ശ്രീനാരായണഭവനിൽ കയറി കാപ്പി കുടിച്ചു. പൊതി മറന്നതുപോലെ ഇറങ്ങി നടന്നു. സ്കൂളിൽ എത്തി. ബോർഡിൽ "ര" എന്ന അക്ഷരമെഴുതി, എലിയെ വരയ്ക്കാനൊരുങ്ങുമ്പോൾ കുട്ടികൾ ഒച്ച വച്ചു: "മാഷെ കാണാൻ സമ്മാനപ്പൊതിയുമായി ഒരാളെത്തിയിരിക്കുന്നു."

ഹോട്ടലിലെ സപ്ലെയർ ശ്രീരാമകൃഷ്ണൻ.

മാഷ് നിന്നു വിയർത്തു. "മാഷിതു ഹോട്ടലിൽ വച്ചു മറന്നു."

രാത്രിയിൽ പൊതിയുമായി ജാള്യതയോടെ എത്തിയ കവിയെ ഭാര്യ സമാധാനിപ്പിച്ചു.

"അകത്തേക്കെടുക്കുക വീണ്ടുമശരീരി
പെണ്ണിനാണല്ലോ ബുദ്ധി."

വീണ്ടും പെരുച്ചാഴി അകത്തായി.

വടക്കൻപാട്ടിലെ ഉണ്ണിയാർച്ചയെപ്പോലെ പുലരുവാനേഴര രാവുള്ളപ്പോൾ ഞെട്ടിയുണർന്നു ഭാര്യ. കതകു തുറന്ന് ആരും കാണാതെ അളിഞ്ഞുതുടങ്ങിയ പെരുച്ചാഴിയെ തൂക്കിയെടുത്ത് അടുത്ത വീടിന്റെ മുറ്റത്തിട്ട് അവൾ വാതിലടച്ചു. "നിന്നെപ്പോലെ നിന്റെ അയൽക്കാരനെയും സ്നേഹിക്കുകയെന്നു പഠിപ്പിച്ച കർത്താവേ നിനക്കു സ്തുതി."

"പെരുച്ചാഴി" ഹ്രസ്വഫിലിമായി നമ്മുടെ മുമ്പിലെത്തുന്നു; താമസിയാതെ നമുക്കതു കണ്ടാസ്വദിക്കാം.

ലാളിത്യത്തിന്റെ അനുഭവസാക്ഷ്യമായി മാഷ് എന്നും നമ്മോടൊപ്പമുണ്ടാകും. കാലം സാക്ഷി.

ഷീബ അമീർ: സാന്ത്വനത്തിന്റെ പര്യായം

രണ്ടായിരത്തി പതിനേഴിലെ *വനിതാരത്നം* അവാർഡ് ജേതാവും സൊലസ് സന്നദ്ധ സംഘടനയുടെ കാര്യദർശിയുമായ ഷീബ അമീറിനെപ്പറ്റി.

ഇതു ഷീബാ അമീർ.

സൊലസ് (Solace) എന്ന ചാരിറ്റബിൾ സ്ഥാപനത്തിന്റെ മുഖ്യ കാര്യദർശി. "സൊലസ്" എന്നാൽ സാന്ത്വനം എന്നർത്ഥം. ഷീബ സാന്ത്വനത്തിന്റെ പര്യായമായി മാറിയത് യാദൃച്ഛികമായിട്ടാനിരുന്നു.

ഖത്തറിൽ ഭർത്താവ് അമീറും മകൻ നിഖിലും മകൾ നീലോഫറുമൊന്നിച്ചു സാമാന്യം ഭേദപ്പെട്ട നിലയിൽ കഴിയുകയായിരുന്നു ഷീബ അമീർ. തികച്ചും അപ്രതീക്ഷിതമായി മകൾ നീലുവിനു ലുക്കീമിയയാണെന്നറിഞ്ഞപ്പോൾ അവർ ആകെ തകർന്നുപോയി. വൈകാതെ നീലുവുമൊത്ത് മുംബൈയിലെ ടാറ്റാ മെമ്മോറിയൽ ആശുപത്രിയിലെത്തി. നീലു അവിടെ അഡ്മിറ്റാക്കപ്പെട്ടു. നിരീക്ഷണങ്ങളും പരീക്ഷണങ്ങളും ചികിത്സയുമായി ദിനരാത്രങ്ങൾ കൊഴിഞ്ഞുകൊണ്ടിരുന്നു. നിഖിലിന്റെ മജ്ജ നീലുവിലേക്ക് പറിച്ചുവയ്ക്കപ്പെട്ടു. സാമ്പത്തികമായി ഭേദപ്പെട്ട ആസ്തിയുണ്ടായിരുന്നതിനാൽ ചികിത്സാച്ചെലവ് ഒരു വലിയ പ്രശ്നമായിരുന്നില്ല.

ജീവിത സഹനത്തിന്റെ മൂന്നുവർഷങ്ങൾ സമ്മാനിച്ച ആശുപത്രി ജീവിതം ഷീബയ്ക്ക് സമ്മാനിച്ചത് വേറിട്ട കാഴ്ചകളും അനുഭവങ്ങളുമായിരുന്നു.

തൊട്ടടുത്ത ബെഡ്ഡുകളിലെ കുഞ്ഞുങ്ങൾ രോഗപീഡയാൽ പുളയുന്നതും കൈയിൽ കാശില്ലാത്തതിനാൽ മാത്രം കൂട്ടിരിപ്പുകാർ ഭക്ഷണമില്ലാതെ നെടുവീർപ്പിടുന്നതും ഷീബയെ കുറച്ചൊന്നുമല്ല നൊമ്പര

പ്പെടുത്തിയത്.

ക്യാൻസർ ബാധിച്ച കുട്ടിയെ വാർഡിൽ തനിച്ചാക്കി, വൈകുന്നേരത്തെ അന്നത്തിന് വേണ്ടി പണിതേടി പോകുന്ന മാതാപിതാക്കളെയും അവിടെ കണ്ടു. സാമ്പത്തികമായി ബുദ്ധിമുട്ടുന്ന ഈ കുഞ്ഞുങ്ങൾക്കായി എന്തെങ്കിലും ചെയ്യണമെന്ന് മനസ്സിൽ കുറിച്ചിട്ട നാളുകൾ.

"നേടൽ മാത്രമല്ല കൊടുക്കൽ കൂടിയാവണം ജീവിത"മെന്ന് ഷീബ മനസ്സിലാക്കി.

മൂന്നുവർഷത്തെ ആശുപത്രിവാസം ഷീബയുടെ മനസ്സിലുണ്ടാക്കിയ അവസ്ഥാന്തരങ്ങളും ചലനങ്ങളും ചെറുതായിരുന്നില്ല. ചികിത്സയിലെ സാമ്പത്തിക ഉച്ചനീചത്വങ്ങൾ അവരെ ഏറെ അസ്വസ്ഥയാക്കി.

ക്യാൻസറിനോടു പൊരുതി ജയിച്ച മകളുമൊത്ത് പോന്നത് നേരെ കേരളത്തിലേക്കായിരുന്നു. ഖത്തർ ജീവിതം അവർക്കന്യമായി കഴിഞ്ഞിരുന്നു.

കേരളത്തിലെത്തിയ നീലു ചികിത്സയുടെ പാർശ്വഫലങ്ങളാൽ ഏറെ ബുദ്ധിമുട്ടി. ഇടുപ്പെല്ലുകൾ പൊടിഞ്ഞതോടെ വീൽച്ചെയർ ഒഴിവാക്കാനാവാതായി.

"ആഗ്രഹങ്ങൾക്കു ചിറകുമുളയ്ക്കുമ്പോഴും വിലക്കുകൾ കൂടിയേ തീരൂ. പക്ഷേ, നിരാലംബരായ ഇത്തരം കുഞ്ഞുങ്ങൾക്കും അവരുടെ കുടുംബത്തിനും സാന്ത്വനമാകേണ്ടത് എന്റെ കടമയാണ്." ഷീബയുടെ മനസ്സുപറഞ്ഞു. "എന്നാൽ പൊതുസമൂഹവുമായി ഒറ്റപ്പെട്ടു കഴിഞ്ഞ കേവലം ഒരു വീട്ടമ്മ മാത്രമായി എനിക്കെന്തുചെയ്യാനാവും?"

പാടില്ല. ഒരിക്കലും തളരാൻ പാടില്ല. അവാച്യമായ ഒരു ശക്തിപ്രവാഹം അവരിലേക്കൊഴുകി. വർഷങ്ങളായി ക്യാൻസർ രോഗബാധിതയായ മകളുടെ പരിചരണ മർമ്മരങ്ങൾ പോറലുകളായി മനസ്സിലുണ്ടായിരുന്നിട്ടും ഷീബ പതറിയില്ല. തൃശൂർ പെയിൻ ആൻഡ് പാലിയേറ്റീവ് കെയറിലെത്തി സാന്ത്വന പരിചരണത്തിന്റെ ബാലപാഠങ്ങൾ ഹൃദിസ്ഥമാക്കി.

ക്യാൻസർ, ഓട്ടിസം, സെറിബ്രൽപാൾസി, വൃക്കരോഗങ്ങൾ, തലസീമിയ തുടങ്ങി ജീവിതം പരിമിതപ്പെടുത്തുന്ന രോഗങ്ങൾ ബാധിച്ചവരുടെ സാന്ത്വനത്തിന് എന്തൊക്കെ ചെയ്യാനാകുമെന്നു പഠിച്ചു. ഇത്തരം രോഗികളുടെ മാനസിക, സാമൂഹിക, സാമ്പത്തിക, ശാരീരിക, ധാർമ്മിക പിന്തുണ പ്രശ്നങ്ങൾ ഉൾക്കൊള്ളാനും പരിഹരിക്കാനും ഉതകുന്ന ഒരു പ്രസ്ഥാനത്തിനു രൂപംകൊടുക്കാനാകുമോ എന്ന ചിന്തയായിരുന്നു ഷീബയ്ക്ക്. അവിടെ വീണുകിട്ടിയ ഏഴുവർഷങ്ങളിലെ നേരറിവുകൾ അവർക്ക് ഊർജ്ജം പകർന്നു.

അർബുദത്തെ അതിജീവിച്ച നിലോഫർ 28 ാമത്തെ വയസ്സിൽ ഷീബയെവിട്ടുപോയി. 15 വർഷക്കാലത്തെ മകളുടെ ചികിത്സയുമായി ബന്ധപ്പെട്ട അനുഭവങ്ങൾ ഷീബ ഓർമ്മിക്കുന്നു. "അതെ, എന്റെ മകൾ പോരാളിയായിരുന്നു. അർബുദത്തിനെതിരെ പൊരുതി മരിച്ചവൾ. പക്ഷേ,

രോഗത്തെ അതിജീവിക്കാൻ അവൾക്കായില്ല. അർബുദരോഗിയായ മകളോടൊപ്പം കടന്നുപോയ വർഷങ്ങളിലെ നൊമ്പരപ്പെടുത്തുന്ന ഓർമ്മകൾ ഇന്നും എന്നോടൊപ്പമുണ്ട്. മജ്ജയിലൂടെ, മാംസത്തിലൂടെ അർബുദത്തിന്റെ വേദന കുത്തിക്കയറുമ്പോഴുള്ള രോഗിയുടെ പിടച്ചിൽ കാണേണ്ടിവരുന്ന നിസ്സഹായാവസ്ഥയുണ്ടല്ലോ, അതിനേക്കാൾ കഠിനമായി യാതൊന്നുമില്ല."

സാമ്പത്തിക ബുദ്ധിമുട്ടുകൊണ്ട് ആഹരിക്കുവാൻ കഴിയാത്തവർക്കും രോഗികളായ കുഞ്ഞുങ്ങൾക്കു മരുന്നുവാങ്ങുവാൻ ബുദ്ധിമുട്ടുന്നവർക്കും ഒരത്താണിയാകുക എന്ന ലക്ഷ്യത്തോടെ 2007 ൽ തൃശൂർ കേന്ദ്രമാക്കി അവർ 'സൊലസ്' എന്ന സ്ഥാപനം ആരംഭിച്ചു. അർബുദബാധിതരായ കുട്ടികൾക്കും അവരുടെ മാതാപിതാക്കൾക്കും 15 പേർക്കെങ്കിലും സഹായമാകുവാനാണ് ഉദ്ദേശിച്ചത്. നിരുപാധിക സേവന തല്പരതയുള്ള കുറെ വോളന്റിയർമാർ, സാന്ത്വനപ്രിയരായ ഏതാനും ട്രസ്റ്റികൾ, നിറഞ്ഞ മനസ്സോടെ കർമ്മോത്സുകയായി ഷീബ അമീറും. ഇതൊക്കെയായിരുന്നു ആദ്യഘട്ടത്തിൽ സൊലസ്.

ധാർമ്മികവും സാമൂഹികവും ചികിത്സാർത്ഥവുമായ പ്രശ്നപരിഹാരങ്ങളും കൂടാതെ രോഗിയുടെ കുടുംബഭദ്രതയും "സൊലസ് യുവ വോളന്റിയർ" സാന്നിദ്ധ്യവും ഈ സംഘടനയുടെ പ്രത്യേകതകളാണ്. ജീവിതം പരിമിതപ്പെടുത്തുന്ന രോഗങ്ങളാൽ അവശതയനുഭവിക്കുന്ന കുട്ടികൾക്ക് സാമൂഹികവും സാമ്പത്തികവും ധാർമ്മികവുമായ പിന്തുണ നല്കുകയാണ് സൊലസിന്റെ ദൗത്യം. മനുഷ്യസ്നേഹപരമായ പ്രവൃത്തികളിലൂടെ സഹജ മനുജ മനസ്സുകളിൽ സ്നേഹത്തിന്റെയും പ്രത്യാശയുടെയും തിരികൊളുത്തുവാൻ കഴിഞ്ഞ 10 വർഷത്തിനിടയിൽ ഈ പ്രസ്ഥാനത്തിനായിട്ടുണ്ട്. 1600 ലധികം കുട്ടികളുടെ സാന്ത്വനമാണിന്ന് ഈ സ്ഥാപനം.

ഹോംകെയർ, ചികിത്സാസഹായം, ജീവൻരക്ഷാമരുന്നുവിതരണം, ഫുഡ് കിറ്റ് വിതരണം തുടങ്ങി ഒട്ടേറെ ക്ഷേമപ്രവർത്തനങ്ങളിലൂടെ സൊലസ് ജനശ്രദ്ധ നേടിക്കഴിഞ്ഞു.

തൃശൂരിനൊപ്പം കോഴിക്കോട്, കൊച്ചി, പാലക്കാട് (പട്ടാമ്പി), മലപ്പുറം, തിരുവനന്തപുരം എന്നിവിടങ്ങളിൽ ലിങ്ക് സെന്ററുകളും പ്രവർത്തിക്കുന്നു.

പ്രതിഫലേച്ഛയില്ലാത്ത, കർമ്മോത്സുകരായ വോളന്റിയർമാരാണ് സൊലസിന്റെ പ്രവർത്തനങ്ങൾക്കു ചുക്കാൻപിടിക്കുന്നത്. അതെ, ഷീബ അമീർ ഒറ്റയ്ക്കല്ല. അവർ മാത്രമല്ല സൊലസ് എന്ന പ്രസ്ഥാനവും. തിരിച്ചൊന്നും പ്രതീക്ഷിക്കാതെ നിരുപാധിക പിന്തുണയുമായി ഒട്ടേറെപ്പേർ അവർക്കുചുറ്റുമുണ്ട്.

ഒട്ടനവധി പുരസ്കാരങ്ങൾ സൊലസിനെത്തേടി എത്തിയിട്ടുണ്ട്. എങ്കിലും മനസ്സിൽ ഷീബ സൂക്ഷിക്കുന്ന ചിലതുണ്ട്: 2007 ലെ വി ടി ഭട്ടതിരിപ്പാട് അവാർഡ്, 2011 ലെ സഹോദരൻ അയ്യപ്പൻ അവാർഡ്, സി

എൻ എൻ ഐ ബി എൻ റിയൽ ഹീറോ അവാർഡ് (2011), മദർതെരേസ അവാർഡ് (2016), നല്ല സോഷ്യൽ ആക്ടിവിസ്റ്റിനുള്ള ഫെഡറൽ ബാങ്ക് അവാർഡ് (2016), 2017 ലെ സംസ്ഥാന സർക്കാരിന്റെ വനിതാരത്നം അവാർഡ്.

നീലുവിന്റെ മരണത്തിനുശേഷം ഷീബ അമീറിന്റെ മകളായി മാറി സൊലസ്. ദോഹയിൽ ഭർത്താവിനെയും മകനെയും കാണാൻ പോകുന്നതൊഴിച്ചാൽ ഷീബയുടെ ജീവാത്മാവും പരമാത്മാവുമെല്ലാമായി മാറിക്കഴിഞ്ഞു സൊലസ്.

ഷീബ അമീർ പറയുന്നു: "ആഗ്രഹങ്ങൾക്ക് ചിറകുകളുണ്ടാകണമെങ്കിലും വിലക്കുവേണം. സ്വപ്നങ്ങൾക്കുപോലും പരിധിവയ്ക്കണമെന്നാണ് എന്റെ അഭിപ്രായം. കർമ്മം ധർമ്മമായി ഏറ്റെടുക്കുന്ന ഒരാൾ വരുംവരെ ഞാൻ സൊലസിലുണ്ടാകും. വേദനിക്കുന്ന കുഞ്ഞുങ്ങളുടെ രോദനങ്ങൾ നിലയ്ക്കുംവരെ ഞാൻ കാവലാളാകും."

(സൊലസിനെക്കുറിച്ച് കൂടുതൽ അറിയാനും അവരുടെ പ്രവർത്തനങ്ങൾക്ക് കൈത്താങ്ങു നല്കുവാനും www.solace.org.in എന്ന വെബ്സൈറ്റ് സന്ദർശിക്കുക.)

ചക്രക്കസേരയിൽ സൂര്യതേജസ്സോടെ

"**എ**നിക്ക് മരണത്തെ പേടിയില്ല. എന്നുവെച്ച് മരിക്കാൻ ധൃതിയുമില്ല. അതിനുമുൻപ് എനിക്ക് ഒരുപാട് കാര്യങ്ങൾ ചെയ്തുതീർക്കുവാനുണ്ട്" – **സ്റ്റീഫൻ ഹോക്കിങ്**

അവസാനിക്കാത്തതെന്നു തോന്നിയ രാത്രിയുടെ അന്ത്യയാമത്തിലെപ്പോഴോ മയക്കം ഒരു കോരിത്തരിപ്പായി ദേഹമാസകലം വ്യാപിച്ചതറിഞ്ഞില്ല. നിദ്രവിട്ടുണർന്നപ്പോഴും കൺപോളകൾക്ക് കനംവെച്ചു തുടങ്ങിയിരുന്നു. ഉറക്കച്ചടവോടെ പത്രത്താളുകളിലേക്ക് കണ്ണുകൾ പായിച്ചു. വലിയ തലക്കെട്ടോടെ സ്റ്റീഫൻഹോക്കിങ്ങിന്റെ ദേഹവിയോഗവാർത്ത ആദ്യമൊന്ന് അമ്പരപ്പിച്ചു. ആ അമ്പരപ്പ് ഞാനിന്നുവരെ അറിയാത്തൊരു നൊമ്പരത്തിന്റെ മുനമ്പിലേക്കാണെന്നെ കൊണ്ടുചെന്നെത്തിച്ചത്. ചരിത്രത്തിലെ ആകസ്മികതകൾ.

21–ാമത്തെ വയസ്സുമുതൽ "മോട്ടോർ ന്യൂറോൺ ഡിസീസ്" എന്ന അത്യപൂർവ്വ രോഗത്താൽ ചക്രക്കസേരയിലിരുന്നുകൊണ്ട് പ്രപഞ്ച രഹസ്യങ്ങൾ പറഞ്ഞുതന്ന സ്റ്റീഫൻ ഹോക്കിങ് ഓർമ്മയുടെ തമോഗർത്തത്തിലേക്കുതന്നെ മടങ്ങി.

വീൽച്ചെയറിൽ ഇരുന്നുകൊണ്ട് ഇച്ഛാശക്തിയുടെയും അതിജീവനത്തിന്റെയും വിജയഗാഥകൾ രചിച്ചപ്പോൾ ലോകം അത്ഭുതം കൂറുകയായിരുന്നു. ആൽബർട്ട് ഐൻസ്റ്റീനുശേഷം ലോകംകണ്ട ഏറ്റവും പ്രഗത്ഭമായ മസ്തിഷ്കത്തിന്റെ ഉടമ, രോഗം മറികടന്ന ബുദ്ധിയുടെ അത്ഭുതം തന്നെയായിരുന്നു. ശാരീരിക പരിമിതികളെ നിഷ്പ്രഭമാക്കി ബാക്കിവെച്ച ജീവിതംജീവിച്ചുതീർത്ത ധീരതയുടെ പ്രതീകമായിരുന്നു ആ വിഖ്യാത ശാസ്ത്രപ്രതിഭ. "താങ്കൾക്ക് ജീവിതത്തിൽ അവശേഷിക്കുന്നത് രണ്ടുവർഷത്തെ സമയംമാത്രം" എന്ന് ഇരുപതാം വയസ്സിൽ

ഡോക്ടർ വിധിയെഴുതിയെങ്കിലും" സമയ"ത്തെക്കുറിച്ച് ഗവേഷണം നടത്തി 76 വയസ്സ് വരെ ആ ജീവിതസപര്യ തുടർന്നുവെന്നത് ചെറിയ കാര്യമല്ല.

വീൽച്ചെയറിൽ ജീവിതം തളയ്ക്കപ്പെടുന്നവർക്ക് പ്രസന്നമായ ജീവിതാഭിമുഖ്യത്തിന്റെയും പ്രത്യാശയുടെയും നിത്യപ്രതീകമാണ് സ്റ്റീഫൻ ഹോക്കിങ്. അതുകൊണ്ട് തന്നെ ഇന്നു ഞാൻ പറയുന്ന കഥയ്ക്കും ഈ ആമുഖം അനിവാര്യമാണെന്നു കരുതുന്നു.

ഇതു ജോമി ജോൺജോസഫിന്റെ കഥയാണ്. വയസ്സ് 32. സ്വദേശം പത്തനംതിട്ട ജില്ലയിലെ മല്ലപ്പള്ളി. ജോമിയെ എനിക്ക് പരിചയപ്പെടുത്തിയത് പാലിയം ഇന്ത്യയിലെ ആഷ്‌ലാ റാണിയാണ്.

ഫോണിലൂടെ "ജോമി മോനാണോ" എന്ന എന്റെ ചോദ്യത്തിനൊടുവിൽ "അതെ ഡോക്ടർ" എന്ന മറുപടി കേട്ടപ്പോൾ "മോൻ" എന്ന വാക്കിന്റെ അർത്ഥം നഷ്ടപ്പെട്ടത് ഞാനറിഞ്ഞു.

പിന്നീടുള്ള കോളുകളിലൊക്കെ "ജോമി" എന്ന് മാത്രം വിളിക്കാൻ ഞാൻശ്രദ്ധിച്ചു പോന്നു. മാതാപിതാക്കൾക്കൊപ്പം യു എ ഇയിലാണ് ജോമിയുടെ ബാല്യ കൗമാരങ്ങൾ കടന്നുപോയത്.

മകന്റെ നട്ടെല്ലിനു ഒരു വളവുണ്ടാകുന്നുണ്ടോ എന്നൊരു സംശയം മാതാപിതാക്കൾക്കുണ്ടായത് ജോമിക്ക് 12 വയസ്സ് പ്രായമുള്ളപ്പോളാണ്. അമ്മ യു എ ഇയിൽ തന്നെ നഴ്സായിരുന്നതിനാൽ പ്രത്യേകമായി നിരീക്ഷിച്ചു. കൂട്ടുകാർ "കൂനൻ" എന്ന് വിളിച്ച് അടക്കം പറഞ്ഞത് ആ ബാലനെ വല്ലാതെ വേദനിപ്പിച്ചു.

ഒമ്പതാം ക്ലാസ് പാസായ സമയത്ത്, ഡോക്ടർമാർ വിദഗ്ദ്ധ പരിശോധനകൾക്കൊടുവിൽ വിധിയെഴുതി: ''സ്കോലിയോസിസ്''. (SCOLIOSIS നട്ടെല്ലിനുണ്ടാകുന്ന വളവ്. ഇത് "S" രൂപത്തിലോ "ഇ" രൂപത്തിലോ ഒക്കെയാകാം. 10 വയസ്സിനും 20 വയസ്സിനുമിടയിലുള്ളവരിൽ അപൂർവ്വമായുണ്ടാകുന്ന രോഗാവസ്ഥ.)

ഡോക്ടർമാർ നിർദ്ദേശിച്ച വ്യായാമമുറകൾക്ക് ഫലംകണ്ടില്ല. പുറം വേദന ശക്തമായതു് സ്കൂൾ ജീവിതത്തെയും സാരമായി ബാധിച്ചു. ഒരുവശം ചരിഞ്ഞ് "മോഹൻലാൽ സ്റ്റൈലി"ലായി നടത്തം.

നട്ടെല്ലിന്റെ വളവ് അധികരിച്ചുവന്നപ്പോൾ ഡോക്ടർമാർ സർജറി നിർദ്ദേശിച്ചു. മണിപ്പാലിലെ പ്രശസ്തമായ ഒരാശുപത്രിയിൽ സർജറിക്കു വിധേയനായി.

അന്ന് 2005 ഏപ്രിൽ 25.

ശസ്ത്രക്രിയ പരാജയപ്പെട്ടു. സുഷുമ്ന നാഡിക്കേറ്റ ക്ഷതത്തിന്റെ പരിണത ഫലം കനത്തതായിരുന്നു. പരശതം ബോധമാലിന്യങ്ങൾ തലച്ചോറിലേക്ക് ഒഴുകിയെത്തിയ നിശ്ചലതയിൽ ജോമിയും മാതാപിതാക്കളും പകച്ചുപോയി.

ഇനി ഒന്നും ചെയ്യാൻ കഴിയില്ലെന്നു പറഞ്ഞ് ഡോക്ടർമാർ കൈമലർത്തി. നിസ്സഹായതയുടെ രണ്ടുവർഷങ്ങൾ കൊഴിഞ്ഞുവീണു. പല

രുടെയും അഭിപ്രായം കേട്ട് അതേ ഹോസ്പിറ്റലിൽ തന്നെ മറ്റൊരു സർജറികൂടി ചെയ്തു. അതും പരാജയപ്പെട്ടു. അതോടെ തലപോലും പൊക്കാനാകാതെ മൂന്ന് മാസം ഒരേ കിടപ്പിൽ കഴിഞ്ഞു. നാലുമാസം കഴിഞ്ഞപ്പോൾ മുതൽ കട്ടിലിൽ ഇരിക്കാമെന്ന നിലയിലെത്തി. പക്ഷേ, ആശുപത്രി പരിചരണത്തിലെ പിഴവുകൾ തീരാശാപംപോലെ ജോമിയെ പിന്തുടർന്നു; പുറത്ത് നാലിടങ്ങളിൽ ശയ്യാവ്രണങ്ങൾ രൂപപ്പെട്ടു. വേദന അരിച്ചരിച്ചു കയറി പിടയുമ്പോഴും ജോമിയറിഞ്ഞു "നമ്മുടെയൊന്നും ജീവൻ അത്ര കനംകുറഞ്ഞതല്ല" എന്ന്.

കർത്താവായ യേശുവിൽ വിശ്വാസമർപ്പിച്ചുകൊണ്ട്, സ്വന്തം പുലരികളെമാത്രം സ്വപ്നം കണ്ടുകൊണ്ട്, ജോമി ദിനരാത്രങ്ങൾ കഴിച്ചു.

ഇതിനിടെ കോട്ടയ്ക്കൽ ആര്യവൈദ്യശാലയിലെ ചികിത്സയും തേടി ചുങ്കത്തറയിലേക്ക് താമസം മാറ്റി. ജീവിതം വീൽച്ചെയറിലായി.

ആയുർവേദ ചികിത്സയിലും വേണ്ടത്രഫലമുണ്ടായില്ല. എല്ലാ അനിശ്ചിതത്വത്തിലും ചില നിശ്ചയങ്ങളുണ്ടെന്ന് ജോമി വിശ്വസിച്ചു.

രോഗം ഭേദമാകുന്നതിനു കാത്തുനില്ക്കാതെ പത്താംക്ലാസ് പരീക്ഷയെഴുതുവാൻ തീരുമാനിച്ചു. പോത്തുകല്ല് സ്കൂളിലെ റജി സാറും നവോദയ ട്യൂട്ടോറിയൽ കോളേജിലെ മാത്യുസാറും ആത്മാർത്ഥമായി അവനെ പഠനത്തിൽ സഹായിച്ചു. പ്രായപരിധിയിൽ ഇളവുവാങ്ങി പത്താംക്ലാസ് പ്രൈവറ്റായി എഴുതി 86 ശതമാനം മാർക്കോടെ പാസായി. ഈ വിജയം തുടർ വിദ്യാഭ്യാസത്തിനു പ്രചോദനവും പ്രേരണയും നല്കി.

സയൻസ് പഠിക്കണമെന്നതും ഡോക്ടർ ആകണമെന്നതുമായിരുന്നു മോഹമെങ്കിലും അംഗപരിമിതിയും പ്രായോഗിക വൈഷമ്യവും കണക്കിലെടുത്ത് കോമേഴ്സിനു ചേർന്നു. വീട്ടിലെ ട്യൂഷനും സ്വയംപഠനവും 11, 12 ക്ലാസുകളിലെ വിജയം അനായാസമാക്കി.

ചുങ്കത്തറ മാർത്തോമാ കോളേജിൽ അദ്ധ്യാപകരായ സണ്ണിസാറിന്റെയും രാജീവ്സാറിന്റെയും ശിക്ഷണത്തിൽ ബി കോം പരീക്ഷയും ഉയർന്ന മാർക്കോടെ പാസായി.

ഇതിനിടയിൽ വീട്ടിൽ ഒരു വാഗണർ കാർ വാങ്ങി. മലപ്പുറത്തെ മുസ്തഫയുടെ സഹായത്തോടെ അതിനുള്ളിൽ വീൽച്ചെയറിൽ ഉള്ളവർക്ക് ഉപയോഗിക്കാവുന്ന തരത്തിൽ മാറ്റങ്ങൾ വരുത്തി. വീട്ടിൽനിന്നും കാറിൽ കയറാനാകുംവിധം മുറ്റവും വീൽച്ചെയർ ഫ്രണ്ട്ലിയാക്കി. ദൃഢനിശ്ചയത്തോടെയുള്ള ജോമിയുടെ ഓരോ ചലനങ്ങളും വിജയം കണ്ടു. ഡ്രൈവിങ് പഠിച്ചതോടെ കാറിൽത്തന്നെ പള്ളിമുറ്റംവരെ പോകാമെന്നായി. പള്ളിമുറ്റത്തുനിന്നുകൊണ്ട് ജോമി കുർബ്ബാനകൊണ്ടു; പ്രാർത്ഥിച്ചു.

ബി കോം പാസായപ്പോൾ തന്നെ ചില അടുത്ത സുഹൃത്തുക്കൾ സി എ പഠിക്കാൻ ഉപദേശിച്ചു. വീൽച്ചെയറിൽ ഇരുന്നുകൊണ്ട് എറണാകുളം സ്വദേശി ജിതിൻ സി എക്ക് ഒറ്റയ്ക്കുപഠിച്ചു റാങ്ക്നേടിയ കാര്യം അറിഞ്ഞപ്പോൾപ്പിന്നെ മറിച്ചുചിന്തിക്കേണ്ട കാര്യം ജോമിക്കുണ്ടായില്ല.

സി എ പഠനത്തിനു സുഹൃത്ത് റഷീദിന്റെ സഹായവും ദൈവകൃപയും ഒത്തുചേർന്നപ്പോൾ ഒന്നാമത്തെ ചാൻസിൽത്തന്നെ പാസാകാൻ ജോമിക്കു കഴിഞ്ഞു.

ഇതിനിടെ “സ്നേഹതീരം” എന്ന സന്നദ്ധസംഘടനയ്ക്കും സ്പൈനൽഫൗണ്ടേഷൻ എന്ന ഓൺലൈൻ നെറ്റ്വർക്കിനും നേതൃത്വപരമായ പങ്കുവഹിക്കാൻ ജോമിക്കായി. ആൾ കേരള വീൽച്ചെയർ റൈറ്റ്സ് ഫെഡറേഷൻ (AKWRF) വോളന്റിയർ ആണ് ജോമി.

2017 ഡിസംബർ മുതൽ ജോമി ബാംഗ്ലൂരിലായിരുന്നു. അക്സഞ്ചർ കമ്പനിയിൽ. മാതാപിതാക്കളും ഒപ്പമുണ്ട്.

ജോമിയുടെ നിശ്ചയദാർഢ്യത്തിനും വിശ്വാസത്തിനും വീണ്ടും ഫലമുണ്ടായി. ഏറ്റവും ഒടുവിൽ കേരളത്തിൽത്തന്നെ ജി എസ് ടി ഓഫീസറായി സെലക്ഷൻ കിട്ടി. കോഴിക്കോടു വില്പനനികുതി ഓഫീസറാണിപ്പോൾ.

ജോമി ജോൺ ജോസഫ് എന്ന എന്റെ പ്രിയപ്പെട്ട ജോമിക്ക് എല്ലാ ആശംസകളും നേരുന്നു. അവൻ എന്റെ ആരുമായിരുന്നില്ല; പക്ഷേ, ഇപ്പോൾ എന്റെ എല്ലാമായിരിക്കുന്നു.

അവിടെ എല്ലാം ശാന്തമായിരുന്നു

ഉച്ചയൂണിനുശേഷമുള്ള സുഖദമായ മയക്കത്തിൽനിന്നു ഞെട്ടിയുണർന്നത് കോളിങ്ബെല്ലിന്റെ ശബ്ദം കേട്ടാണ്. ഡ്രൈവർ ബിജുവിനോട് വൈകിട്ടു നാലുമണിക്ക് എത്താൻ പറഞ്ഞിരുന്നത് ഓർത്തു. മയക്കത്തിൽ സമയംപോയതറിഞ്ഞില്ല. പത്തുമിനിട്ടിനകം യാത്ര പുറപ്പെട്ടു.

“ഞാൻ ശരത്തിന്റെ വീടുവരെ പോകുവാണേ...” ഭാര്യയുടെ മറുപടിക്ക് കാത്തുനില്ക്കാതെ യാത്രയായി.

ശരത്തിന്റെ അച്ഛൻ മരിച്ചത് തലേദിവസമാണ്. ബാബു വിളിച്ചു പറഞ്ഞപ്പോഴാണ് വിവരമറിഞ്ഞത്.

നാട്ടിലേക്കുള്ള (കൂടൽ) യാത്രാമദ്ധ്യേയായിരുന്നതിനാൽ ഇന്നലെ പോകാനായില്ല. “തിങ്കളാഴ്ച മരണമനേഷിച്ചുപോകുന്നത് തിരുവനന്തോരത്തു പതിവില്ലെ”ന്ന കാര്യം മറന്നുകൊണ്ടല്ല യാത്ര ഇന്നുതന്നെയാക്കിയത്. നാളെ ചെക്കപ്പിന് എറണാകുളത്ത് പോകേണ്ടതുണ്ട്. രണ്ടുദിവസം കഴിഞ്ഞേ മടങ്ങാനാവൂ.

ശരത് എനിക്ക് പ്രിയപ്പെട്ടവനാണ്. പാലിയം ഇന്ത്യയിലെ സോഷ്യൽ വർക്കറെന്ന നിലയിലും അല്ലാതെയും. അവന്റെ പെരുമാറ്റവും എത്ര പ്രകോപിപ്പിച്ചാലും സമചിത്തതയോടെ ഹൃദ്യമായ പുഞ്ചിരികൊണ്ട് നേരിടാനുള്ള അവന്റെ കഴിവും എന്നെ ഏറെ ആകർഷിച്ചിരുന്നു. ഏറെ കളിയാക്കുമ്പോൾ ചുണ്ടുകളിൽ ഉറഞ്ഞുകൂടുന്ന വേപഥു കാണാനേറെ ചന്തമായിരുന്നു. അച്ഛന്റെ വൃക്കരോഗം മാറാനാവാത്തവിധം അധികരിച്ചിട്ടും സമചിത്തതയോടെ നേരിടാനായത്, മെഡിക്കൽ സോഷ്യൽവർക്കറെന്ന കരുത്തും സാന്ത്വന പരിചരണ സമ്പന്നതയുമാവണം. ഒരിക്കലും തന്റെ വീട്ടിലെ പരാധീനതകളോ, തേങ്ങലുകളോ അവൻ പുറത്തറിയിച്ചിരുന്നില്ല.

മെഡിക്കൽ കോളേജിലും കിംസിലും പി ആർ എസ് ആശുപത്രിയിലും മാറിമാറി അച്ഛന്റെ ചികിത്സകൾ തുടരുമ്പോഴും പാലിയം ഇന്ത്യ എന്നും മനക്കരുത്ത് പകർന്നിരുന്നു. ഒടുവിലൊടുവിൽ ഡയാലിസിസ് വീട്ടിൽത്തന്നെയാക്കി. സ്വന്തമായി ഡയാലിസിസ് നല്കാൻ അമ്മയെ പ്രാപ്തയാക്കി.

അവസാനമായി ഞാൻ ശരത്തിന്റെ അച്ഛനെ കാണുന്നത് പാലിയം ഇന്ത്യയിലെ വാർഡിൽ വെച്ചാണ്. പാലിയം ഇന്ത്യ ട്രസ്റ്റി മോഹനൻ സാറും *സഹയാത്ര* ചീഫ്എഡിറ്റർ ജീനയും ഒപ്പമുണ്ടായിരുന്നു. ശരത്തിന്റെ അച്ഛൻ ഏറെ ക്ഷീണിതനായി കാണപ്പെട്ടു. ഡോ. മോഹനൻ നാഡിമിടിപ്പു പരിശോധിച്ചു. കൈകളിൽ പതുക്കെ തലോടി; സാന്ത്വനത്തിന്റെ തലോടൽ.

ശരത്തിന്റെ അച്ഛൻ പതുക്കെ കണ്ണുതുറന്നു.

"ഇപ്പോൾ ആശ്വാസമുണ്ടോ?"

ഉണ്ടെന്ന മട്ടിൽ തലയാട്ടി.

മനുഷ്യനെ ചികിത്സിക്കുന്ന ഡോക്ടർ കൂടിയായിരുന്നെങ്കിൽ എനിക്കും ഓറൽ മോർഫിൻ പ്രാക്ടീസിനുള്ള അവസരം കിട്ടുമായിരുന്നു. വേദനിക്കുന്ന എത്രയോ പേരുടെ വേദന കുറയ്ക്കാനാകുമായിരുന്നു. നിലവിൽ പാലിയേറ്റിവ് പരിശീലനം നേടിയ അലോപ്പതി, ദന്തൽ ഡോക്ടർമാർക്കുമാത്രമേ അതിനനുവാദമുള്ളു എന്ന് എത്രപേർക്കറിയാം?

സാരമില്ല, ഒരു പുഞ്ചിരിയേക്കാൾ വലിയ ഔഷധമില്ലല്ലോ? വേദന കുറയ്ക്കാൻ; ഹൃദയഭാരമിറക്കാൻ; ദുഃഖഭാരങ്ങൾ പങ്കുവെക്കാൻ.

"സാർ, മരുതൂർകടവെത്തി. ഇനി എങ്ങോട്ടാണ്?" ബിജുവിന്റെ ചോദ്യംകേട്ട് ഞാനുണർന്നു.

ഇനി ശരത്തിനെ വിളിക്കാം.

പോക്കറ്റിൽ മൊബൈൽ തപ്പിയപ്പോഴാണ് എടുത്തിട്ടില്ല എന്നറിയുന്നത്. ഈയിടെയായി അങ്ങനെയാണ്. എവിടേക്കെങ്കിലും പോകുമ്പോൾ മൊബൈൽ എടുക്കാൻ മറക്കുക ഒരു ശീലമായിരിക്കുന്നു.

ഭാര്യ ബീനയാണ് പലപ്പോഴും ഓർമ്മിപ്പിക്കുക. പുറത്തുപോകുമ്പോൾ അവളുടെ വക ലിസ്റ്റ് നിരത്തും മൊബൈൽ, പേഴ്സ്, ഐ ഡി കാർഡ്. അവൾ എന്നും എന്റെ സ്വകാര്യ അഹങ്കാരമാണ്.

ദൈവമേ എനിക്ക് മറവിരോഗമാണോ എന്ന ചിന്ത ഈയിടെയായി എന്നിൽ ആശങ്കയുണ്ടാക്കുന്നുണ്ട്. എന്റെ അച്ഛന് അവസാനകാലത്ത് മറവിരോഗമായിരുന്നുവെന്നത് ഒരുൾക്കിടിലത്തോടെ ഞാനറിയുന്നു.

ഏതോ ഒരു നഗറിന്റെ പേര് ശരത് പറഞ്ഞതോർക്കുന്നു. അഞ്ജലി നഗറോ, ഗീതാഞ്ജലി നഗറോ? ഒരു പെട്ടിപ്പീടികയ്ക്കുമുൻപിൽ വണ്ടി നിന്നു.

"ചേട്ടാ, ഇന്നലെ മരിപ്പുനടന്ന വീട്ടിലേക്കുള്ള വഴി ...."

"ഇന്നലെ രണ്ടു മരണം നടന്നു. ആണോ പെണ്ണോ?"

"ആണ്, മോഹൻ"

അയാൾ അഞ്ജലി നഗറിലേക്കുള്ള വഴിയും വീടും പറഞ്ഞുതന്നു, പരുക്കൻ സ്വരത്തിൽ.

"മരണവീട്ടിൽ ഒരു കറുത്ത കൊടി കാണാതിരിക്കില്ല" എന്റെ ആത്മഗതം. മരണത്തിന്റെ നിറം കറുപ്പായിരിക്കും. ദുഃഖസൂചകമായി വെള്ള നിറമുപയോഗിക്കുന്ന രാജ്യത്തെപ്പറ്റി ഓർക്കുന്നു, ചൈന.

അപ്പോൾ വെളുപ്പുമാകാം.

ഒരുപക്ഷെ, ഇനിയത് ചുവപ്പും കാവിയും പച്ചയും മഞ്ഞയും ഓറഞ്ചുമൊക്കെ ആയിക്കൂടെന്നില്ല. ശവം പങ്കുവെക്കാനുള്ള തിരക്കിൽ മനുഷ്യന്റെ വിശ്വാസപ്രമാണങ്ങൾ ആത്മാവ് നഷ്ടപ്പെട്ട ആൾക്കൂട്ടങ്ങൾ മാത്രമായിമാറുകയാണല്ലോ?

"ചോദിച്ചു, ചോദിച്ചുപോയി" ഞങ്ങൾ വീട്ടിലെത്തിച്ചേർന്നു.

മരണവീട് ശാന്തമായിരുന്നു. തിങ്കളാഴ്ചയായതുകൊണ്ടാവണം അധികമാളുണ്ടായിരുന്നില്ല. മാത്രമല്ല, മരണം ഇന്നലെയായിരുന്നുവല്ലോ? ശരത്തിനെ നെഞ്ചോടമർത്തുമ്പോൾ പതറാതിരിക്കുവാൻ ശ്രദ്ധിച്ചു. അവൻ വളരെ ശാന്തനായിരുന്നുവെങ്കിലും ദുഃഖം കൺപോളകളിൽ ഘനീഭവിച്ചു കിടന്നിരുന്നു. ശരത്തിന്റെ അമ്മയും പരിക്ഷീണയായിരുന്നുവെങ്കിലും ശാന്തത കൈവിട്ടിരുന്നില്ല. കണ്ണീരു വറ്റിവരണ്ട കണ്ണുകളിൽ തികഞ്ഞ നിസ്സംഗത. നിദ്രാവിഹീനമായ എത്രയോ ദിനരാത്രങ്ങൾ കൊഴിഞ്ഞുപോയിരിക്കുന്നു. രണ്ടുമണിക്കൂറോളം ഞങ്ങൾ സംസാരിച്ചു. ശാരീരികവും മാനസികവും സാമൂഹികവും സാമ്പത്തികവുമായ പ്രശ്നങ്ങൾക്ക് മനക്കരുത്ത് നല്കിയതിൽ അവൻ പാലിയം ഇന്ത്യയോടു കടപ്പെട്ടിരിക്കുന്നുവെന്നറിഞ്ഞപ്പോൾ സന്തോഷംതോന്നി.

അച്ഛന്റെ മരണം പാലിയം ഇന്ത്യയിൽവച്ച് ഏറെ ആയാസരഹിതമായും നൈതികതയോടെയുമായത് അവന് ആത്മസംതൃപ്തി നല്കിയിട്ടുണ്ടാവണം. ഐ സി യുവിലെ തടവുകാരനാക്കുവാൻ അച്ഛനെ അവൻ വിട്ടുകൊടുത്തില്ലല്ലോ? ചെറിയ കാര്യമല്ലത്. മരണം പ്രകൃതിജന്യമായ അനിവാര്യതയാണെന്ന് തിരിച്ചറിയുമ്പോഴും വേർപാടിന്റെ ദുഃഖം എത്ര ക്രൂരമാണ്.

"വീട്ടിൽ ഇനി ഞാനും അമ്മയും മാത്രമാകും" എന്ന് ശരത് പറഞ്ഞപ്പോൾ ആ സ്വരം ആർദ്രമായിരുന്നു.

വിദേശത്ത് ഒരു ജോലി എന്നും അവന്റെ സ്വപ്നമായിരുന്നുവെന്ന് എനിക്കറിയാമായിരുന്നു. അമ്മയെ തനിച്ചാക്കാനുള്ള മൗനദുഃഖവും ആ മുഖത്ത് നിഴലിച്ചുകണ്ടു.

"എല്ലാം ശരിയാകും," മനസ്സുമന്ത്രിച്ചു.

യാത്ര പറഞ്ഞിറങ്ങുമ്പോൾ എനിക്ക് ബോദ്ധ്യമായി, സാന്ത്വനത്തിന് ഒരു പുഞ്ചിരിയെ എത്രമാത്രം മധുരതരമാക്കാമെന്ന്. വിസ്മയംപോലെ ലഭിക്കുന്ന അപൂർവ്വ നിമിഷങ്ങൾ.

മറവിയിൽ കുഴഞ്ഞുവീഴാതിരിക്കട്ടെ എന്റെ ചേതന.

നിത്യതയുടെ മറുകരയിൽ നിന്നുകൊണ്ട് ശരത്തിന്റെ അച്ഛൻ എല്ലാം കാണുന്നുണ്ടാവും.

അതേ, ഇവിടെ എല്ലാംശാന്തമാണ്.

ആധുനിക വൈദ്യശാസ്ത്രത്തിലും മനോരോഗചികിത്സയിലും വിദഗ്ദ്ധയും ലോകമറിയുന്ന മനഃശാസ്ത്രജ്ഞയുമായിരുന്ന എലിസബത്ത് കുബ്ലർ റോസിന്റെ ജന്മദിനമാണ് ജൂലൈ എട്ട്. ഇരുപതാം നൂറ്റാണ്ടിന്റെ ഉത്തരാർദ്ധത്തിലുണ്ടായ ഏറ്റവും മികച്ച മനഃശാസ്ത്ര പഠനമാണ് ഡോ. എലിസബത്ത് കുബ്ലർ റോസിന്റെ *On Death And Dying* – മരണവും മരണവേളയും. അയത്നലളിതമായ ശൈലിയിൽ ഉഷാ എസ് നായർ നിർവ്വഹിച്ച ഇതിന്റെ മലയാള വിവർത്തനം *സഹയാത്ര* മാസികയിൽ ഖണ്ഡശഃ പ്രസിദ്ധീകരിച്ചിരുന്നു. ഏതാനും വർഷങ്ങൾക്കു മുൻപ് ലോകത്തോടു വിടപറഞ്ഞ കുബ്ലർ റോസിന്റെ ജന്മദിനത്തിനു മുന്നോടിയായി തിരുവനന്തപുരത്ത് പാലിയം ഇന്ത്യ "Life & Death with Digni-TEA" (അന്തസ്സോടെ ജീവിതവും മരണവും) എന്ന വിഷയത്തിൽ ഒരു കൂടിച്ചേരൽ സംഘടിപ്പിച്ചു.

കേരള ഷിപ്പിങ് ആൻഡ് ഇൻലാന്റ് നാവിഗേഷൻ കോർപ്പറേഷൻ എം ഡി പ്രശാന്ത് നായർ ഐ എ എസ് ആയിരുന്നു മോഡറേറ്റർ. പാലിയം ഇന്ത്യ ചെയർമാൻ ഡോ. എം ആർ രാജഗോപാൽ, ജസ്റ്റിസ് ഹരിഹരൻ നായർ (KSCEBCFC ചെയർമാൻ), ആർ പാർവ്വതീദേവി (പി എസ് സി മെമ്പർ), ഡോ. സി വി പ്രശാന്ത് (പാലിയേറ്റീവ് കെയർ ഫിസിഷ്യൻ, ആർ സി സി), ബാലൻ മാധവൻ (നേച്ചർ കൺസർവേഷൻ ഫോട്ടോഗ്രാഫർ), ഡോ. സോണി ജോസ് (ലയോള കോളേജിലെ സോഷ്യൽ വർക്ക് വിഭാഗം തലവൻ) എന്നിവരായിരുന്നു ചർച്ചയിൽ പങ്കെടുത്ത അതിഥികൾ.

പുതിയ ചിന്തകളുടെ തീപ്പൊരികൾ വാരിവിതറിയ ആ സംവാദത്തിന്റെ സമഗ്ര റിപ്പോർട്ട് തുടർന്നുള്ള പേജുകളിൽ വായിക്കുക.

"മരണമെത്തുന്ന നേരത്തു നീയെന്റെ അരികിൽ ഇത്തിരി നേരം ഇരിക്കണേ..."

ആ സായംസന്ധ്യ ഒരു അവിസ്മരണീയ മുഹൂർത്തമായിരുന്നു. മരണത്തെക്കുറിച്ചു സംസാരിക്കാനായി കുറേപ്പേരുടെ ഒത്തുചേരൽ.

മരണം പ്രകൃതിജന്യമായ അനിവാര്യതയാണെന്നറിയുമ്പോഴും മരണത്തെപ്പറ്റിയുള്ള നമ്മുടെ അറിവ് പരിമിതമാണ്. മരണത്തെപ്പറ്റി പറയുന്നതും കേൾക്കുന്നതും എന്തോ അപലക്ഷണമായിട്ടാണ് പലരും ഇന്നും കരുതുന്നത്. മരണം അനിവാര്യമാണെങ്കിലും അപകടമാകരുത്. കൂട്ടുകുടുംബവ്യവസ്ഥിതിയിൽ നിന്ന് അണുകുടുംബങ്ങളിലേക്ക് മാറിയിരിക്കുന്ന വർത്തമാനകാലത്ത് മരണം പലപ്പോഴും ഒരു വാഗ്വാദമായി മാറുന്നു. മരണം എങ്ങനെ? എപ്പോൾ? അതു കഴിഞ്ഞെന്താണെന്ന് പറഞ്ഞു തരാൻ മരിച്ചവരാരും തിരിച്ചു വന്നിട്ടില്ലല്ലോ!

"ഇങ്ങോട്ട് യാത്ര പുറപ്പെട്ടപ്പോൾ കാറിലെ റേഡിയോവിലൂടെ "ഓർമ്മകൾ മരിക്കുമോ? ഓളങ്ങൾ നിലയ്ക്കുമോ?" എന്ന ഗാനമാണ് ഒഴുകി വന്നത്. ഉടൻ അത് സ്വിച്ച് ഓഫ് ആക്കുന്നു. വിമാനം ആടിയുലഞ്ഞപ്പോൾ പിന്നെയും മരണഭീതി. വിമാനമിറങ്ങി കാറിൽ പുറപ്പെടുമ്പോൾ അതാ മുന്നിലൂടെ ഒരു ശവമഞ്ചവും വഹിച്ചുള്ള വണ്ടി. അതെ, നമ്മൾക്കെല്ലാം മരണത്തെ ഭയമാണ്. പേരക്കുട്ടിയുടെ പരീക്ഷ കഴിയുംവരെ മരണം നീട്ടി വെക്കാനാവശ്യപ്പെടുന്ന വർത്തമാനകാലം മരണത്തെ ഡിബേറ്റ് ആക്കിയിരിക്കുന്നു. യാത്രയ്ക്കിടയിലെ അപശകുനങ്ങൾ പോലും നമുക്ക് മരണഭയത്തിന്റെ ആകുലതയുണ്ടാക്കുന്നു" – നർമ്മത്തിൽ ചാലിച്ച വാക്കുകളോടെ പ്രശാന്ത് നായർ സംവാദത്തിനു തിരികൊളുത്തുകയായിരുന്നു. മരണമെന്ന വിഷയത്തെ ഭീതിയോടെ നോക്കുന്നവർക്കിടയിലേക്ക് അതിനെ നർമ്മരസത്തിൽ പൊതിഞ്ഞ്, എന്നാൽ ഗൗരവം ഒട്ടും ചോരാതെയുള്ള ഒന്നാക്കി മാറ്റുകയായിരുന്നു തുടർ സംവാ

ദത്തിൽ ഓരോരുത്തരും ചെയ്തത്.

കാലങ്ങൾക്കു ശേഷം വൃദ്ധസദനത്തിൽ വച്ചു കണ്ടുമുട്ടിയ എൺപതും എഴുപത്തിരണ്ടും വയസ്സുള്ള പ്രണേതാക്കളുടെ കഥ പ്രശാന്ത് പറയുമ്പോൾ അതൊരു കൗതുകമുള്ള നൊമ്പരമായി മാറി. "ഞാൻ ഒരു പൂമ്പാറ്റയാണ്. ആ പൂമ്പാറ്റ സ്വപ്നം കാണുകയാണ്. ഞാനാണാ പൂമ്പാറ്റ." അതെ, പ്രശാന്ത് കണ്ടത് നല്ല സ്വപ്നങ്ങൾ മാത്രമാണ്.

മരണത്തെപ്പറ്റി എന്തുകൊണ്ട് സംസാരിക്കുന്നു? സംസാരിക്കാൻ എന്തിനു മടിക്കുന്നു? എല്ലാവർക്കും മരണത്തെ പേടിയാണ്. "അകലെ വെള്ളമുണ്ടെന്ന് കരുതി ഇപ്പോഴേ മുണ്ടു മടക്കിക്കുത്തണോ?" എന്നു ചിലർ ചോദിക്കുന്നു. ഗുരുതരാവസ്ഥയിലുള്ള ഒരാളുടെ ജീവൻ നിലനില്ക്കാനുള്ള സാദ്ധ്യതയില്ലെങ്കിൽ അമേരിക്കയും, യൂറോപ്പുമുൾപ്പെടെ പല വിദേശരാജ്യങ്ങളിലും 75 മുതൽ 80 ശതമാനം വരെ കേസുകളിലും കൃത്രിമ മാർഗ്ഗങ്ങൾ ഉപയോഗിക്കുന്നു. എന്നാൽ ഇന്ത്യയിലാകട്ടെ ഇത് 22 ശതമാനം മാത്രമാണെന്ന് ഡോ. എം ആർ രാജഗോപാൽ പറഞ്ഞു. ഗുരുതരമായ രോഗം ബാധിച്ചവരെ ചികിത്സിക്കുന്നതിനുള്ള പ്രോട്ടോക്കോൾ സംബന്ധിച്ച് 2016 ൽ പാർലമെന്റിൽ കൊണ്ടുവന്ന ബിൽ വിധിയിലെ സങ്കീർണ്ണത ഒഴിവാക്കി നിയമം പ്രാബല്യമാക്കണം. "2018 ലെ വിധി പ്രകാരം, മരണത്തിന് എനിക്കാവശ്യമില്ലാത്ത കാര്യങ്ങൾ ഒഴിവാക്കി നിയമം പ്രാബല്യമാക്കണം." അദ്ദേഹം തുടർന്നു. ഭൂട്ടാനിലെ ആളുകൾ ദിവസം അഞ്ചു നേരമെങ്കിലും മരണത്തെപ്പറ്റി ചിന്തിക്കുന്നവരാണ്. അതുകൊണ്ടുതന്നെ ആഗോള സന്തോഷ സൂചികയിൽ മുകളിലാണ് ഭൂട്ടാന്റെ സ്ഥാനം. മരണത്തെപ്പറ്റി സംസാരിക്കാൻ മടിക്കുമ്പോഴും, ശാന്തമായും അന്തസ്സോടെയും മരിക്കാനുള്ള അവകാശം ഇല്ലാതാകാൻ പാടില്ല. നമ്മളിൽ പത്തിലൊരാൾക്ക് പെട്ടെന്നു മരണം സംഭവിക്കുന്നു.

അപകടമരണങ്ങൾ ഒഴിവാക്കിയാൽ ഇന്നു രണ്ടുതരം മരണങ്ങളാണുള്ളത്. ഒന്ന് ഇന്റൻസീവ് കെയർ യൂണിറ്റിലെ തണുത്തു മരവിപ്പിക്കുന്ന മരണവും മറ്റൊന്ന് പാലിയേറ്റീവ് കെയർ ലഭിച്ചുള്ള ശാന്തമായ മരണവും. മരണം എങ്ങനെയായിരിക്കണമെന്നത് തീരുമാനിക്കുന്നതുപോലും പഞ്ചനക്ഷത്ര ആശുപത്രികളാണെന്ന തരത്തിൽ മരണം കച്ചവടവല്ക്കരിക്കപ്പെട്ടു കഴിഞ്ഞതായി ഡോ. രാജഗോപാൽ ആകുലപ്പെട്ടു. മരണത്തിനു തൊട്ടുമുമ്പുള്ള ഇടവേളയിൽ ചെയ്തു തീർക്കേണ്ട കാര്യങ്ങളെക്കുറിച്ച് പലർക്കും വ്യത്യസ്ത സ്വപ്നങ്ങളായിരിക്കും; കുറെ പിണക്കങ്ങൾ പറഞ്ഞു തീർക്കണം; നന്ദി പറയുകയോ ക്ഷമ പറയുകയോ വേണം. അങ്ങനെയങ്ങനെ... ഒത്തിരി. കിട്ടുന്ന സ്നേഹവും കൊടുക്കാനുള്ള സ്നേഹവും കൈമാറുവാൻ ഐ സി യുവിൽ അവസരം കിട്ടുന്നില്ല. സത്യത്തിൽ ഇതൊരു ക്രൂരതയാണ്. മരണശേഷം ചെയ്തു തീർക്കേണ്ട കാര്യങ്ങൾക്ക് ഒരു "ലിവിങ്‌വിൽ" ഉണ്ടാക്കേണ്ടത് അഭികാമ്യമായിരിക്കുന്നു.

മസ്തിഷ്ക മരണവും ദയാവധവും സംവാദത്തിൽനിന്ന് ഒഴിവാക്കുന്നതായി ഡോ. എം ആർ രാജഗോപാൽ അറിയിച്ചു. മെഡിക്കൽ പാഠ്യപദ്ധതിയിൽ ഇപ്പോഴാണ് പാലിയേറ്റീവ് കെയർ ഉൾപ്പെടുത്തുന്നത്. കൃത്രിമ ജീവൻരക്ഷാനിയമങ്ങൾക്കു പകരം പാലിയേറ്റീവ് കെയർ നല്കണം എന്നത് ഡോക്ടർമാരും കുടുംബവും ചേർന്ന് തീരുമാനിക്കേണ്ടതാണ്. അതുകൊണ്ടുതന്നെ ലിവിങ് വിൽ സംബന്ധിച്ച ചർച്ചപൊതുമണ്ഡലത്തിലും കുടുംബത്തിലും ഉയർന്നു വരേണ്ടത് പരമപ്രധാനമാണ്. അതുപോലെ തന്നെ മരണത്തിന്റെ കച്ചവട സാദ്ധ്യത ഏറി വരികയാണ്. എങ്ങനെ രോഗിയുടെ ഹൃദയമിടിപ്പു വലിച്ചു നീട്ടി നിലനിർത്താനാകും എന്നതാണ് തങ്ങളുടെ കടമ എന്ന് യുവഡോക്ടർമാർ ധരിച്ചുവശായിരിക്കുന്നു. രോഗശമനവും എല്ലായ്പ്പോഴും സ്വാസ്ഥ്യവും എന്നതാവണം ലക്ഷ്യം. എല്ലാ ചർച്ചകൾക്കുമൊടുവിൽ തല്ലും വക്കാണവുമേ നടക്കുന്നുള്ളൂ എന്നദ്ദേഹം പരിതപിച്ചു.

ഇഷ്ടപ്രകാരമുള്ള മരണത്തിന്റെ നിയമവശങ്ങളാണ് ജസ്റ്റിസ് ഹരിഹരൻ നായർ പരാമർശിച്ചത്. ടീച്ചർമാരായ സി ജെ തോമസും(80) ഭാര്യയും (72) തങ്ങൾക്ക് ഇഷ്ടാനുസരണം മരിക്കുവാനുള്ള അനുമതി തേടി കോടതിയെ സമീപിച്ചുവെങ്കിലും അനുവദിക്കപ്പെട്ടില്ല. ആത്മഹത്യാശ്രമം കുറ്റകരമാണ്. ഇഷ്ടാനുസരണം മരിക്കുവാനുള്ള അവകാശവുമില്ല. മരണം അടുക്കുമ്പോൾ കൃത്രിമമാർഗ്ഗങ്ങൾ ഒഴിവാക്കി ബോധപൂർവ്വമായ മരണം അനുവദിക്കുന്നുണ്ടെങ്കിലും കടമ്പകൾ കടന്നു വിധിയാകുമ്പോഴേക്കും രോഗി വേദനിച്ചു മരിച്ചിരിക്കും. ഇതു ലളിതവല്ക്കരിച്ചു വിധിയുണ്ടാകണമെന്ന പാലിയം ഇന്ത്യയുടെ മാർഗ്ഗനിർദ്ദേശങ്ങൾ അനുവദിക്കേണ്ടതാണെന്ന് അദ്ദേഹം പറഞ്ഞു.

റീജ്യണൽ ക്യാൻസർ സെന്ററിലെ ഫിസിഷ്യൻ എന്ന നിലയിൽ ഒരുപാടു മരണങ്ങൾ കണ്ടിട്ടുള്ളയാളാണ് ഡോ. പ്രശാന്ത്. ഒരു സാന്ത്വന പരിചരണ ഡോക്ടർ പോലും ലഭ്യമല്ലാത്തിടമാണ് നമ്മുടെ ആശുപത്രികളിലേറെയും. മരണാസന്നരുടെ അന്ത്യാഭിലാഷങ്ങൾ നടത്തിക്കൊടുക്കാനുള്ള നിയമവശങ്ങൾക്ക് ഏറെ കടമ്പകളുണ്ട്. വീട്ടിൽ വെച്ചുള്ള മരണത്തിനും ആശുപത്രിയിലേക്കുള്ള വഴിമദ്ധ്യേയുള്ള മരണത്തിനും മറ്റും സർട്ടിഫിക്കറ്റ് നല്കുന്നതിനും ഡോക്ടർക്ക് കടമ്പകളേറെയാണ്. പലതിനും പോസ്റ്റ്മോർട്ടംപോലും വേണ്ടിവരുന്നു.

അതുപോലെ ഡോക്ടർമാരെ ബുദ്ധിമുട്ടിലാക്കുന്നവർ രോഗിയുടെ കൂട്ടിരിപ്പുകാരാണ്. പലപ്പോഴും അപ്പോൾ കാണുന്നവരായിരിക്കും തീരുമാനമെടുപ്പുകാരായി ചമയുന്നത്. ആരാണ് രോഗിയുടെ യഥാർത്ഥ കെയർ ഗിവറും തീരുമാനമെടുക്കേണ്ടയാളും എന്നതിലും പലപ്പോഴും ഡോക്ടർക്ക് ആശങ്കയുണ്ടാകുന്നുണ്ട്. രോഗി രക്ഷപ്പെടാൻ അല്പമെങ്കിലും സാദ്ധ്യതയുള്ള അടിയന്തരഘട്ടത്തിൽ വെന്റിലേറ്റർ ഉപയോഗിക്കാം. ഇത് നിശ്ചയിക്കേണ്ടത് ഡോക്ടർ തന്നെയാണ്. രോഗം ഭേദമാകില്ലെന്നുറപ്പുള്ള സാഹചര്യത്തിൽ പാലിയേറ്റീവ് കെയർ നല്കി നല്ല മരണം ലഭ്യമാക്കണം.

സാന്ത്വന രംഗത്തു പ്രവർത്തിക്കുന്ന തനിക്കു പോലും ഭാര്യാപിതാവിന്റെ മരണസമയത്ത് ഐ സി യുവിലെ വെന്റിലേറ്റർ സഹായം തേടേണ്ട നിസ്സഹായത ഡോ. പ്രശാന്ത് വിവരിച്ചു. പക്ഷേ, ഐ സി യുവിലെ തിക്തമായ അനുഭവം മനസ്സിലാക്കി വെന്റിലേറ്റർ സഹിതം വീട്ടിലെത്തിച്ച് വെന്റിലേറ്റർ സഹായത്തോടെ മരിക്കാനനുവദിച്ചപ്പോഴാണ് ആശ്വാസമായത്.

മരണം രേഖപ്പെടുത്തുന്നതിലെ വ്യത്യസ്തതയും ഇതിനിടയിൽ ചർച്ചയായി. "Patient expired peacefully" എന്നാണ് താൻ രേഖപ്പെടുത്താറെന്ന് ഡോക്ടർ പ്രശാന്ത് പറഞ്ഞു. "Patient died peacefully" എന്നു മനസിലാകുന്ന ഭാഷയാണ് ഉചിതം എന്ന് ഡോ. എം ആർ രാജഗോപാലും അഭിപ്രായപ്പെട്ടു. ആന ചെരിഞ്ഞു, രാജാവ് നാടുനീങ്ങി, ബിഷപ്പ് കാലം ചെയ്തു, സ്വാമി സമാധിയായി, ബാലൻ ചത്തു എന്നൊക്കെ വിശേഷിപ്പിക്കുന്നതിനെപ്പറ്റി എൻ പ്രശാന്തും ബാലൻ മാധവനും സൂചിപ്പിച്ചപ്പോൾ മരണത്തിന്റെ കൗതുകം സദസ്സിൽ കൂട്ടച്ചിരി ഉയർത്തി.

ഒരാളുടെ മരണം നിർണ്ണയിക്കുന്നത് അകത്തേക്കെടുക്കുന്ന വായുവാണോ അവസാനമായി പുറത്തു വിടുന്ന വായുവാണോ? എന്ന് കാരക്കോണം മെഡിക്കൽ കോളേജിലെ ഡോ. ഗോപിയുടെ ചോദ്യത്തിന് ഡോ. പ്രശാന്ത് ഇങ്ങനെ മറുപടി പറഞ്ഞു: “ഒരു ബ്രഹ്മാസ്ത്രമാണ് തൊടുത്ത് വിട്ടിരിക്കുന്നത്. മുട്ടയോ കോഴിയോ ആദ്യമുണ്ടായത് എന്നതുപോലെ സങ്കീർണ്ണം. പരിചിതമായ ശബ്ദവും സ്പർശവും ഇല്ലാതായി ശ്വാസം വലിച്ചു നില്ക്കുന്നതാണ് മരണം” എന്നു ഞാൻ കരുതുന്നു.

മരണമെന്ന വിഷയം പൊതുസമൂഹം ചർച്ചയാക്കുന്നു എന്നതാണ് പ്രധാനമെന്ന് ആർ പാർവ്വതീദേവി പറഞ്ഞു. മരണം ഒരു റിയാലിറ്റിയായി അംഗീകരിക്കുകയാണ് അഭികാമ്യം. “സ്വച്ഛന്ദമൃത്യു” അവകാശമായി അംഗീകരിക്കുന്ന നിയമമുണ്ടാക്കണം. പുരാണങ്ങളിലൊക്കെ സ്വച്ഛന്ദമൃത്യു പരാമർശിക്കപ്പെട്ടിട്ടുണ്ട്. മാനസികമായ ബുദ്ധിവികാസമില്ലാത്തവർക്ക് മരണഭയമില്ല. ബുദ്ധിയുടെ ഭാഗമാണ് മരണഭയം. ഈ ഭയം എല്ലാ ജീവജാലങ്ങൾക്കുമുണ്ട്. ഒരു കണക്കിന് മരണഭയം നല്ലതാണ്. അങ്ങനെയില്ലെങ്കിൽ അനുഭവം വേറിട്ടതാകും - പാർവ്വതി പറഞ്ഞു. “ആരോഗ്യമേഖലയുടെ സ്വകാര്യവല്ക്കരണം മനുഷ്യനെ ശാന്തമായി മരിക്കാനനുവദിക്കുന്നില്ല. തന്റെ പിതാവ് പി ഗോവിന്ദപ്പിള്ളയുടെ അവസാനദിനങ്ങളിലെ തിക്താനുഭവങ്ങൾ പാർവ്വതീദേവി പങ്കുവെച്ചു. സ്വച്ഛന്ദമൃത്യു ഏതു പോയിന്റിൽ ആകണമെന്നതിനു ചിന്തകളുണ്ടാകണം. വെന്റിലേറ്റർ സഹായം മരണത്തെ നീട്ടുന്നു; ജീവിതത്തെയല്ല. യാഥാർത്ഥ്യബോധത്തോടെ ലിവിങ് വിൽ പ്രായോഗികമാക്കണം. സ്വബുദ്ധിയും ചിന്തിക്കാനുമുള്ള കഴിവുമുണ്ടെന്ന് ഡോക്ടറുടെ സാക്ഷ്യപത്രം ഉണ്ടെങ്കിൽ ലിവിങ് വില്ലിനു നിയമസാധുതയുണ്ടെന്ന ജസ്റ്റിസ് ഹരിഹരൻ നായരുടെ വാക്കുകൾ വിൽപ്പത്രം തയ്യാറാക്കുന്നതിനുതകുമെന്നവർ ചൂണ്ടിക്കാട്ടി.

മരണത്തിന്റെ സാമൂഹിക സാമ്പത്തിക പ്രത്യാഘാതങ്ങളെക്കുറി

ച്ചാണ് ഡോ. സോണി ജോസ് സംസാരിച്ചത്. മക്കൾ വിദേശത്താണെങ്കിൽ മരണം പലപ്പോഴും ഒരു തർക്കമായി മാറുന്നു. മരണം നീട്ടി വെക്കാനോ മരണസമയം നിശ്ചയിക്കാനോ ത്വര കൂടുന്നു. വളരെ ചെറുപ്പത്തിലെ തന്നെ മരണം സംസാരവിഷയമാക്കണമെന്ന് ഡോ. സോണി ജോസ് അഭിപ്രായപ്പെട്ടു. പുരുഷനേക്കാൾ കൂടുതൽ സ്ത്രീക്ക് ജീവിക്കേണ്ടി വരുന്നുവെന്നാണ് കണക്കുകൾ സൂചിപ്പിക്കുന്നത്. ഒരു സ്ത്രീയുടെ ആക്റ്റീവ് ലിവിങ് 80 വയസ്സു വരെയാണെന്നതും ശ്രദ്ധേയമാണ്. കുഞ്ഞുങ്ങൾക്ക് സ്വയംപര്യാപ്തതയുണ്ടാകണമെങ്കിൽ അവരെ ഒരിക്കലും ഇൻഷ്വർ ചെയ്യരുത് എന്നാണ് തന്റെ അഭിപ്രായമെന്ന് ഡോ. സോണി പറഞ്ഞു. പടിഞ്ഞാറൻ രാജ്യങ്ങളിലെ സാമൂഹ്യ സുരക്ഷ ഏറെ മെച്ചപ്പെട്ടതാണ്. സർക്കാരേതര സംഘടനകളും അംഗൻവാടികളുമൊക്കെ സാമൂഹ്യ സുരക്ഷയെപ്പറ്റിയുള്ള ബോധവല്ക്കരണം ശക്തിപ്പെടുത്തണം. കുട്ടികൾക്കും പ്രായമായവർക്കും ചിന്തിക്കുവാൻ ഒരു പൊതു ഇടം ഉണ്ടാകണം.

"കണ്ണട വെച്ച ഒരു കടുവയെ നിങ്ങൾ കണ്ടിട്ടുണ്ടോ?" എന്ന നർമ്മോക്തി കലർന്ന ചോദ്യവുമായാണ് പ്രകൃതി സ്നേഹിയും ഫോട്ടോഗ്രാഫറുമായ ബാലൻ മാധവൻ ചർച്ച തുടങ്ങിയത്. "കാട്ടിൽ ഒരു പരുക്കേറ്റ മൃഗം അപ്പോൾ തന്നെ ഒഴിവാക്കപ്പെടുകയാണ് ചെയ്യുന്നത്; മാനായാലും, മയിലായാലും. 57ലെത്തി നില്ക്കുന്ന എനിക്ക് മരണത്തെപ്പറ്റി പറയുവാനെന്തുണ്ടു വേറെ? അൻപതാം വയസ്സിൽ മൂന്നുതവണ മാറു പിളർന്നുള്ള ഹൃദയശസ്ത്രക്രിയയ്ക്കു വിധേയനായ അച്ഛൻ നാലാമതും മാറു പിളർക്കാൻ തുനിഞ്ഞപ്പോൾ എതിർത്തു. ഒരുപക്ഷേ, ഹനുമാൻസ്വാമിക്കും എന്റെ അച്ഛനും മാത്രമേ ഇങ്ങനെ മാറു പിളർത്തി കാട്ടാൻ കഴിയൂ എന്നാണ് ഞാൻ വിശ്വസിക്കുന്നത്. അച്ഛന്റെ മരണശേഷം സായിഗ്രാമത്തിലേക്കു പോയ അമ്മയ്ക്ക് ഒരാഗ്രഹമേ ഉണ്ടായിരുന്നുള്ളൂ. അന്ത്യമടുക്കുമ്പോൾ വീട്ടിലെത്തിച്ച് പാലിയേറ്റീവ് കെയർ നല്കണമെന്ന്."

"മക്കൾ പറക്കമുറ്റിയാൽ പറത്തി വിടണം. അവർ പറന്നുല്ലസിക്കട്ടെ. ഞങ്ങൾ 52 ബാല്യകാല സുഹൃത്തുക്കൾ ചേർന്ന് വൃദ്ധസൗഹൃദമായ ഒരു സദനം പണിയാൻ തീരുമാനിച്ചിരിക്കുകയാണ്. ഒരു ദിവസം ഏതെങ്കിലും ഒരു മുറിയിൽ നിന്ന് ഒരു കരച്ചിൽ വരും. അപ്പോൾ ഓർക്കുക, ഞങ്ങളിൽ ഒരാൾ പോയി. അപ്പോൾ ബാക്കിയുള്ളവർ ഒരു സ്കോച്ച് പൊട്ടിക്കും. മരണത്തെ ആഘോഷമാക്കാനാണ് ഞാനും സുഹൃത്തുക്കളും ആഗ്രഹിക്കുന്നത്." ബാലൻ മാധവൻ പറഞ്ഞു.

മാൻകുട്ടിയെ ആക്രമിക്കാനൊരുങ്ങുന്ന സിംഹത്തിനു മുന്നിലേക്കു ചാടിവീണ് കുഞ്ഞിനെ രക്ഷിക്കുന്നതിനു സ്വയം സമർപ്പിക്കുന്ന പേടമാന്റെ ചിത്രം നമ്മുടെയൊക്കെ മുമ്പിലുണ്ട്. പക്ഷേ, മനുഷ്യന്റെ കാര്യത്തിലോ? ലോകത്ത് ഏതൊരു ജീവിവർഗ്ഗത്തിലും മാതാപിതാക്കൾ മക്കളെ സംരക്ഷിക്കാറുണ്ടെങ്കിലും മനുഷ്യരിൽ മാത്രമാണ് മക്കൾ മാതാ

പിതാക്കളെ സംരക്ഷിക്കണമെന്ന നിർബ്ബന്ധമുള്ളതെന്ന് ബാലൻ മാധവൻ ചൂണ്ടിക്കാട്ടി. ഈ തിരിച്ചറിവിലായിരിക്കും അദ്ദേഹം മരണത്തിന്റെ മുന്നൊരുക്കത്തിന് തുനിഞ്ഞത്. പക്ഷേ, ഡോ. എം ആർ രാജഗോപാൽ ഈ വീക്ഷണത്തോട് യോജിച്ചില്ല. "മക്കൾ പറന്നു പൊയ്ക്കോട്ടെ. പക്ഷേ, വൃദ്ധസദനത്തിലും ഒരു ഡോക്ടറുടെ സേവനം ആവശ്യമായി വന്നേക്കാം. പ്രായമായ മാതാപിതാക്കളെ ഓർത്ത് മക്കൾ അനുഭവിക്കുന്ന മനഃക്ലേശം കൂടി മനസ്സിലാക്കിയാൽ നന്ന്. ആ ഊഷ്മളത കൂടിയില്ലാതെ മരണത്തിനെന്താഘോഷം?" ഡോ. എം ആർ രാജഗോപാൽ ചോദിച്ചു.

കേൾവിക്കാരായി ചടങ്ങിനെത്തിയ ഒട്ടേറെ പേർ അനുഭവങ്ങളും ആശങ്കകളും പങ്കുവെച്ചു. 89 വയസ്സുകാരിയായ ഡോ. സാറാ വർഗീസ് താൻ ഇപ്പോഴും നീന്തലിനു പോകാറുണ്ടെന്നും മ്യൂസിക് ട്രൂപ്പ് ഉൾപ്പെടെ വിവിധ ഗ്രൂപ്പുകളിൽ സജീവമാണെന്നും പറഞ്ഞപ്പോൾ കാണികൾ കരഘോഷത്തോടെയാണ് എതിരേറ്റത്. ജീവിച്ചിരിക്കുമ്പോൾ തന്നെ ജീവിതഗുണനിലവാരം മെച്ചപ്പെടുത്താൻ എന്തു ചെയ്യാനാകുമെന്നു ചിന്തിക്കണമെന്നും പത്തു വർഷം മുമ്പ് ഭർത്താവ് നഷ്ടമായ ഡോ. സാറ പറഞ്ഞു.

ആരോഗ്യമുള്ളവരെ അപേക്ഷിച്ച് ശ്വാസകോശത്തിലെ ഒരു അണുബാധ തന്നെ എത്രത്തോളം കൂടുതൽ ബാധിക്കുമെന്ന് മനസ്സിലാക്കിയിട്ടുണ്ടെന്നും ഇപ്പോഴുള്ള ജീവിതനിലവാരം കുറഞ്ഞുപോകരുതെന്ന് ആഗ്രഹിക്കുന്നുണ്ടെന്നും വീൽച്ചെയർ ഉപയോഗിക്കുന്ന ആഷ്‌ലാ റാണി പറഞ്ഞു. എന്തൊക്കെ ചികിത്സ തനിക്കു വേണ്ടെന്ന് മുൻകൂട്ടി എഴുതിവെച്ചു കഴിഞ്ഞു ആഷ്‌ല.

2013 ആഗസ്ത് 24 ന് പാലിയം ഇന്ത്യ സമാന വിഷയത്തിൽ കനകക്കുന്ന് കൊട്ടാരത്തിൽ നടത്തിയ സെമിനാറിൽ പങ്കെടുത്തുകൊണ്ട് ഈയിടെ അന്തരിച്ച ബാബു പോൾ പറഞ്ഞ ചില അന്ത്യാഭിലാഷങ്ങൾ നടക്കാതെ പോയ കാര്യം ടി സി രാജേഷ് അനുസ്മരിച്ചു. ത്വക്ക് ഉൾപ്പെടെയുള്ള അവയവങ്ങൾ ദാനം ചെയ്ത അദ്ദേഹം തന്റെ ലിവിങ് വിൽ മൊബൈലിൽ റിക്കാർഡ് ചെയ്തിരുന്നു. ഇന്റൻസീവ് കെയർ യൂണിറ്റിലെ അന്ത്യത്തേയും അദ്ദേഹം എതിർത്തിരുന്നു. നിർഭാഗ്യവശാൽ വിപരീത നടപടികളാണുണ്ടായത്. അതെങ്ങനെ സംഭവിച്ചു എന്നിപ്പോഴും അജ്ഞാതമാണ് രാജേഷ് പറഞ്ഞു.

നിർദ്ധനരെയും വൃദ്ധരെയും പരിഗണിക്കുന്ന കാര്യവും സദസ്സിൽ ചിലർ ഉയർത്തി. വനമേഖലകളിൽ ജോലി ചെയ്യുന്ന ഒരു യുവ ഡോക്ടർ പറഞ്ഞത് സ്വതന്ത്രമായി ജോലി ചെയ്യാനുള്ള സാഹചര്യമല്ല നിലവിലുള്ളതെന്നാണ്. ജീവിതാന്ത്യ ശുശ്രൂഷയെക്കുറിച്ചും മരണത്തെക്കുറിച്ചുമൊക്കെ ഒരു പൊതുഅവബോധം കുടുംബത്തിലും കുട്ടികൾക്കുമുണ്ടാകണമെന്ന് അദ്ദേഹം പറഞ്ഞു. സി ബി എസ് ഇ ക്ലാസിൽ മരണത്തെപ്പറ്റി സംസാരിച്ചതിന് സ്കൂളധികൃതരുടെ ശകാരം ഏറ്റു വാങ്ങേണ്ടി വന്ന സംഭവം നിളാ ഫൗണ്ടേഷനിലെ സെലീന പങ്കുവെച്ചു. കുട്ടികളിൽ നി

ന്നുവേണം ഇതേപ്പറ്റിയുള്ള അവബോധങ്ങൾ തുടങ്ങാനെന്നും അവർ ഓർമ്മിപ്പിച്ചു. ഐ സി യുവിനു മുമ്പിൽ രോഗിയുടെ കൂട്ടിരിപ്പിനെത്തിയ ഒരാൾ വെളുപ്പിനു വിളിച്ചുണർത്തി "എന്റെ ആളു മരിച്ചു, ഞാൻ പോവുകയാ" എന്നു പറഞ്ഞു സന്തോഷത്തോടെ പോകുന്നവരുമുണ്ടെന്ന് സദസ്യരിലൊരാൾ പറഞ്ഞു.

ഇന്റൻസീവ് കെയറിലെ മരണം സ്റ്റാറ്റസ് സിംബലായി മാറിക്കൊണ്ടിരിക്കുന്ന വർത്തമാനകാല സാഹചര്യത്തിൽ മരണത്തെക്കുറിച്ച് ഇത്തരത്തിൽ ഒരു സംവാദം തികച്ചും അന്വർത്ഥമാണ്. സംവാദത്തിന്റെ ചിന്തുകൾ തലച്ചോറിൽ മിന്നൽപ്പിണരിന്റെ വേഗതയിൽ തുളച്ചു കയറുമ്പോൾ മനസ്സിൽ റഫീഖ് അഹമ്മദിന്റെ വരികളായിരുന്നു. പാലിയം ഇന്ത്യയുടെ ജി എസ് മനോജ് അത് ഹൃദ്യമായി പാടുകയും ചെയ്തു:

"മരണമെത്തുന്ന നേരത്തു നീയെന്റെ അരികിൽ
ഇത്തിരി നേരം ഇരിക്കണേ
കനലുകൾ കോരി മരവിച്ച വിരലുകൾ
ഒടുവിൽ നിന്നെ തലോടി ശമിക്കുവാൻ..."

പിതാവേ ഞങ്ങൾ ചെയ്ത പാപമെന്താണ്?

പാരീസ് നഗരമുറങ്ങുകയാണ്. ഉറക്കമില്ലാത്ത രണ്ടു കണ്ണുകൾ ഇരുട്ടിൽ ആരെയോ തിരയുന്നു. അതെ, രണ്ടു ദിവസമായി രഞ്ജി മാഷിനുറങ്ങാനാവുന്നില്ല. വയറുവേദന കലശലാവുകയാണ്. ഭാര്യയെ കൂടികൊണ്ടുവരാത്തതിൽ മാഷിന് കുണ്ഠിതം തോന്നി. മകന്റെയടുത്തേക്കു വരാൻ അവൾക്കും ഏറെ താല്പര്യമായിരുന്നു. പക്ഷേ, പ്ലസ് ടുവിന് പഠിക്കുന്ന മകളെ ഒറ്റയ്ക്കാക്കി വരാൻ മീനുവിന്റെ മനസ്സ് അനുവദിച്ചില്ല.

മൂന്നാഴ്ചത്തേക്കെന്നു പറഞ്ഞാണ് പോന്നതെങ്കിലും മീനുവിനെ പിരിഞ്ഞൊരു ജീവിതം മാഷിനുണ്ടായിട്ടില്ല. തിരുവനന്തപുരം നഗരത്തിലെ ഒരു സ്വകാര്യ സ്കൂളിലെ ഫിസിക്സ് അദ്ധ്യാപകനായിട്ടാണ് വിരമിച്ചത്. വീട്ടിൽ രാവിലെയും വൈകിട്ടും കുട്ടികൾക്ക് നടത്തി വന്ന സ്വകാര്യ ട്യൂഷനു മാത്രം മുടക്കം വന്നില്ല. ഉയർന്ന ഫീസാണ് ഈടാക്കിയിരുന്നതെങ്കിലും രഞ്ജി മാഷിന്റെ ട്യൂഷൻ ക്ലാസിലേക്കുള്ള അഡ്മിഷൻ നഗരത്തിലെ ഉന്നതർക്ക് പോലും പലപ്പോഴും ഒരു സ്വപ്നമായിരുന്നു.

നിറഞ്ഞ ക്ലാസു മുറി. കനത്ത മടിശ്ശീല. രഞ്ജി മാഷ് ഫിസിക്സ് ട്യൂഷൻ രംഗത്തെ അതികായകനായി മാറുകയായിരുന്നു. ഒരുപാടു ഡോക്ടർമാരും എഞ്ചിനീയർമാരും ഇതിനോടകം മാഷിന്റെ ശിഷ്യഗണത്തിൽ പിറന്നു. പല ഉന്നത ഉദ്യോഗസ്ഥരുമായും സുഹൃദ്ബന്ധം സ്ഥാപിക്കാനുമായി. അങ്ങനെയിരിക്കെ ഒരു നാൾ എല്ലാവരെയും ഞെട്ടിച്ചുകൊണ്ട് രഞ്ജി മാഷ് ട്യൂഷൻ നിർത്തി. കാരണം ഇന്നും ആർക്കുമറിയില്ല.

മൂത്ത മകൻ ഉയർന്ന പദവിയിൽ പാരീസിലേക്ക് ചേക്കേറിയപ്പോൾ മാഷിനു അതുവരെയുണ്ടാകാത്ത വേവലാതി. മകനെയും അവന്റെ ഭാര്യ

യെയും യാത്രയാക്കി വന്നതു മുതൽ മാഷ് മൗനിയായി. ഭർത്താവിന്റെ സ്വഭാവവ്യത്യാസത്തിൽ മീനുവിനും ആകാംക്ഷയായി. വർഷങ്ങൾ പോയ തറിയാതെ ജീവിതം മുന്നോട്ടു പോയി.

മകന് ഒരു കുഞ്ഞ് പിറന്നതറിഞ്ഞാണ് മാഷ് പാരീസിലേക്ക് വന്നത്. കുഞ്ഞിന്റെ ഓമനത്തമുള്ള മുഖവും മോണകാട്ടിയുള്ള ചിരിയും കൊഞ്ച ലുമൊക്കെ മാഷിനെ മാറ്റി മറിച്ചു. കുഞ്ഞിക്കവിളുകളിലും പാൽമണം മാറാത്ത ചുണ്ടുകളിലും മാറി മാറി മുത്തമിട്ടപ്പോൾ മാഷ് ഒരു പുതിയ പുണ്യകണികയുടെ മായാലോകത്തെത്തുകയായിരുന്നു.

അടിവയറ്റിലെ നോവ് കലശലായിക്കൊണ്ടിരുന്നു. ഒരു ഞരങ്ങലോടെ മാഷ് തിരിഞ്ഞും മറിഞ്ഞും കിടന്നു നേരം വെളുപ്പിച്ചു. ഇടയ്ക്ക് അല്പം ജലൂസിൽ കഴിക്കാനും മറന്നില്ല. നാട്ടിലായിരുന്നുവെങ്കിൽ അല്പം ദശ മൂലാരിഷ്ടം കുടിച്ചു നോക്കാമായിരുന്നു. വയറ്റിലെ ഏത് അസുഖത്തിനും ദശമൂലാരിഷ്ടവും ജീരകാരിഷ്ടവും സമം ചേർത്ത് കഴിക്കുകയായിരുന്നു മാഷിന്റെ ശീലം.

നേരം പുലർന്നത് തന്നെ കുഞ്ഞിന്റെ കരച്ചിലോടെയാണ്. പെട്ടെ ന്നെണീറ്റു മകന്റെ മുറിയുടെ കതകിൽ തട്ടി. വാതിൽ തുറന്നു പുറത്തു വന്ന മകനോട് വയറ്റുനോവിന്റെ കാര്യം പറഞ്ഞു.

മാഷിനെയും കൊണ്ട് കാർ അതിവേഗം ആശുപത്രിയിലെത്തി. മാഷിന് വയറ്റുനോവും വയറുവേദനയും രണ്ടാണെന്ന തിരിച്ചറിവ് അവിടെ വച്ചുണ്ടായി. വയറു വേദനയായതിനാൽ സ്കാൻ, എക്സ്റേ തുടങ്ങി എല്ലാ പരിശോധനകളും നടത്തി. മകനെ മാത്രം വിളിച്ച് ഡോക്ടർ രോഗവി വരം പറഞ്ഞു: പ്ലിയോമോർഫിക്ക് ലൈപോസർക്കോമ (അസാധാരണ മായുണ്ടാകുന്ന ഒരു തരം ക്യാൻസർ) ആണെന്നു സംശയിക്കുന്നു.

ഡോക്ടറുടെ മുറിയിൽ നിന്നിറങ്ങി വന്ന മകന്റെ മുഖം വിവർണ്ണമാ യിരിക്കുന്നതു മാഷ് ശ്രദ്ധിച്ചു. വേദനയ്ക്കുള്ള ഒരു കുത്തിവെയ്പും കുറെ ഗുളികകളും നല്കിയ ശേഷം "അപ്പോൾ എല്ലാം പറഞ്ഞപോലെ" എന്ന് ഡോക്ടർ. "ഡോണ്ട് വറി, എവരിത്തിങ് വിൽ ബി ഓക്കെ" എന്ന് മാഷി നോടും. മാഷിന് ഒന്നും പിടികിട്ടിയില്ല. മകൻ പറഞ്ഞതുമില്ല.

ഫ്ളാറ്റിലെത്തിയ ശേഷം മാഷിനോടായി മകൻ പറഞ്ഞു "അപ്പച്ചാ, പേടിക്കാനൊന്നുമില്ല. ചിലപ്പോൾ ഒരു ചെറിയ സർജറി വേണ്ടി വരും. നമുക്കു നാട്ടിലേക്കു പോകാം. മമ്മിയും ഷേർലി മോളും അവിടെയല്ലേ? നഗരത്തിൽ നല്ല ആശുപത്രിയുമുണ്ടല്ലോ?"

മാഷിനും അതു തന്നെയായിരുന്നു ഇഷ്ടം. മാഷ് മീനുവിന്റെ സാമീപ്യം ഏറെ ആഗ്രഹിച്ചു.

അടുത്ത ഫ്ളൈറ്റിൽ മാഷും മകനും തിരുവനന്തപുരത്തെത്തി.

നഗരത്തിലെ പഞ്ചനക്ഷത്ര ഹോസ്പിറ്റലിൽ വിദഗ്ദ്ധവും വിശദ വുമായ പരിശോധനകളുടെയും ഒടുവിൽ രോഗം ലൈപോസർക്കോമ തന്നെയാണെന്നു സംശയാതീതമായി തിരിച്ചറിഞ്ഞു. മാഷിൽനിന്നു മറച്ചു വെച്ചിട്ടു കാര്യമില്ലെന്നു തോന്നിയെങ്കിലും പറഞ്ഞില്ല. പാരീസിൽ വച്ച്

യഥാർത്ഥ രോഗവിവരം മകനും ഭാര്യയും മറച്ചുവെക്കുകയാണുണ്ടായത് (നമ്മുടെ നാട്ടിൽ എല്ലാവരും ചെയ്യുന്നതുപോലെ. രോഗമെന്താണെന്ന് രോഗി അറിയുന്നത് രോഗിക്ക് "ഷോക്ക്" ഉണ്ടാക്കുമെന്നാണ് ധാരണ.)

"അപ്പച്ചാ, വയറ്റിൽ ഒരു ചെറിയ മുഴയുണ്ട്. ഒരു ചെറിയ സർജറി വേണമെന്നാ ഡോക്ടർ പറയുന്നത്."

അപ്പോഴും വിദ്യാസമ്പന്നനായ മാഷിന് താൻ ഒരു ക്യാൻസർ രോഗിയാണെന്നോ, ക്യാൻസർ കരളിനെക്കൂടി ബാധിച്ചെന്നോ മനസ്സിലായില്ല.

ഡോക്ടർ തന്നോടൊന്നും തുറന്നു പറയാത്തതിൽ നീരസവും തോന്നി. തനിക്കൊഴികെ വീട്ടിലെ എല്ലാ അംഗങ്ങൾക്കും രോഗം എന്താണെന്നറിയാം. എല്ലാവരും ചേർന്ന് തന്നെ പൊട്ടൻ കളിപ്പിക്കുകയാണോ?

അടുത്ത ദിവസം കാര്യങ്ങൾ കീഴ്മേൽ മറിഞ്ഞു. അഡ്മിറ്റാകേണ്ടത് ആർ സി സിയിലാണെന്നറിഞ്ഞപ്പോൾ മാഷിന്റെ ഉള്ളൊന്നു പിടഞ്ഞു. കുറ്റബോധത്തോടെ ഭാര്യ മീനുവും മകനും നിശ്ചലരായി നിന്നുപോയി. ആദ്യം പതറിപ്പോയ മനസ്സിനെ പരുവപ്പെടുത്താനാണ് മാഷ് ശ്രമിച്ചത്. ക്യാൻസർ രോഗികൾ പ്രകടിപ്പിക്കാറുള്ള നിഷേധം രോഷമായി പുറത്തു വന്നു.

സർജറിക്കു മുമ്പുള്ള എല്ലാ പരിശോധനകളും (പെറ്റ് സ്കാനുൾപ്പെടെ) വീണ്ടും ആവർത്തിക്കപ്പെട്ടു.

സർജറി വിജയകരമായിരുന്നു. ആർ സി സിയിൽത്തന്നെ കീമോ ഇഞ്ചക്ഷനുകളും നിശ്ചിതമായ രീതിയിൽ നടത്തപ്പെട്ടു. കീമോതെറാപ്പിയുടെ കാളിമ പുരണ്ട ദിനരാത്രങ്ങൾ കൊഴിഞ്ഞുകൊണ്ടിരുന്നു.

നിഷേധത്തിന്റെയും രോഷത്തിന്റെയും വില പേശലിന്റെയും അംഗീകാരത്തിന്റെയും വിവിധ ഘട്ടങ്ങളിലൂടെയുള്ള യാത്രയ്ക്കിടയിൽ വാർദ്ധക്യത്തിലും താനൊളിപ്പിച്ചു വെച്ച യൗവനം അകന്നു മാറിയത് ഒരുൾക്കിടിലത്തോടെ മാഷ് അറിഞ്ഞു.

ഇന്നസെന്റിന്റെയും മമ്ത മോഹൻദാസിന്റെയും, യുവരാജ് സിങ്ങിന്റെയുമൊക്കെ ക്യാൻസറിൽനിന്നുള്ള തിരിച്ചു വരവ് മാഷിന്റെ മനസ്സിന് അതിജീവനത്തിനുള്ള കരുത്തു പകർന്നു.

ഒരു മാസ്മരികത പോലെ രഞ്ജി മാഷിന്റെ അസുഖം ഭേദപ്പെട്ടുകൊണ്ടിരുന്നു. ദ്രവാഹാരങ്ങൾ കഴിക്കാമെന്നായി.

ഇതിനിടെ വിദഗ്ദ്ധ പരിശോധനകൾ തേടി എറണാകുളത്തുള്ള ക്യാൻസർ വിദഗ്ദ്ധനെയും കണ്ടു. ഡോക്ടർ എന്തു പറഞ്ഞുവെന്നത് രോഗി അറിഞ്ഞില്ല; ചോദിക്കണമെന്ന് മാഷിനും തോന്നിയില്ല.

മൂന്നു മാസങ്ങൾക്കു ശേഷം മാഷിന്റെ അസുഖം കലശലായി. വയർ, വെള്ളം കെട്ടി പെരുകി വന്നു. വീണ്ടും പഞ്ചനക്ഷത്ര ഹോസ്പിറ്റലിലെ ഐ സി യുവിലേക്ക്. വെള്ളം കുറച്ചു കുത്തിയെടുത്തപ്പോൾ ആശ്വാസം തോന്നി. മൂന്നാം നാൾ ഡോക്ടർ മകനെ മാത്രം അരികിൽ വിളിച്ചു, ചെവിയിൽ മന്ത്രിച്ചു: "അർബുദം കരളുൾപ്പടെയുള്ള അവയവങ്ങളെ കാർന്നു തിന്നു കഴിഞ്ഞു. രക്ഷയില്ല. വേണമെങ്കിൽ വീട്ടിൽ കൊണ്ടു

പോകാം. അല്ലെങ്കിൽ ഇവിടെ തന്നെ പാലിയേറ്റീവ് കെയർ നല്കാം."

"വീട്ടിൽ കൊണ്ടു പോയിട്ടെന്തു ചെയ്യാൻ?" മകന്റെ മനസ്സു മന്ത്രിച്ചു. ലക്ഷങ്ങൾ ചെലവായ ചികിത്സ. ഫലം കാണാതെ പോവുകയാണോ? എന്നാലും മരണം വരെ ചികിത്സിക്കുക തന്നെ. പാലിയേറ്റീവ് കെയർ നല്കാനുള്ള തീരുമാനം തല്ക്കാലം മമ്മിയോട് പറയണ്ട എന്നു തീരുമാനിച്ചു.

പക്ഷേ, സംഗതികൾ തകിടം മറിച്ചത് പാലിയേറ്റീവ് ഡോക്ടർ അഞ്ജുവാണ്. മാഷിന്റെ ഭാര്യയെയും ബന്ധുക്കളെയും ഡോക്ടർ രോഗത്തിന്റെ നിജസ്ഥിതി ധരിപ്പിച്ചു.

പാലിയേറ്റീവ് കെയറിൽ നമ്മെ പഠിപ്പിക്കുന്നതും അതു തന്നെയാണ്. രോഗിക്ക് തന്റെ രോഗമെന്തെന്ന് അറിയാനാഗ്രഹമുണ്ടെങ്കിൽ ആ അവകാശം നിഷേധിക്കുവാൻ പാടില്ല. "ബ്രെക്കിങ് ബാഡ് ന്യൂസ് (BBN)" എന്നാണ് പാലിയേറ്റീവ് കെയറിൽ പറയുന്നത്. ഇത് ചെയ്യാൻ അനുയോജ്യനായ വ്യക്തി ചികിത്സിക്കുന്ന ഡോക്ടർ തന്നെയാണെന്നത് എന്റെ അനുഭവസാക്ഷ്യം. എപ്പോഴും അങ്ങനെയാകണമെന്നുമില്ല. പല ഡോക്ടർമാരും ഇതിന് വിമുഖത കാട്ടുന്നുവെന്നതാണ് സത്യം.

പറയണോ വേണ്ടയോ? പറയുന്നെങ്കിൽ എന്ത്? എപ്പോൾ? ആര്? എങ്ങനെ? എന്നീ ഘടകങ്ങൾ പരമപ്രധാനമാണ്. പാലിയേറ്റീവ് കെയറുമായി ബന്ധപ്പെട്ടു പ്രവർത്തിക്കുമ്പോൾ ഇതു സംബന്ധിച്ച ആശയവിനിമയ കാര്യത്തിൽ പ്രത്യേക ശ്രദ്ധ പുലർത്തിയില്ലെങ്കിൽ BBN പലപ്പോഴും വിപരീതഫലമുണ്ടാക്കും.

ഡോ. അഞ്ജുവിൽനിന്ന് രോഗത്തിന്റെ നിജസ്ഥിതിയറിഞ്ഞ് മീനു പൊട്ടിക്കരഞ്ഞു. ആദ്യത്തെ ഷോക്കിൽനിന്ന് വിമുക്തയായപ്പോൾ ആരോടോ ഒക്കെ ദേഷ്യം, പിന്നെ നീരസം. അല്പനേരത്തെ നിശ്ശബ്ദത. വിധിയെ അംഗീകരിച്ചുകൊണ്ടുള്ള നിശ്വാസം.

തന്റെ പ്രിയതമനോട് അവസാനമായി ഒന്നു സംസാരിക്കാനാകാതെ, നിശ്ശബ്ദയായി, നിസ്സഹായയായി നിസ്സംഗതയോടെ അവൾ നിന്നു; ഐ സി യു കവാടം തുറക്കുന്നതും കാത്ത്. അബോധാവസ്ഥയിലായ രഞ്ജി മാഷിനും അവളുടെ കാതിൽ കിന്നാരമോതാനായില്ല.

പരിശുദ്ധനായ ഞങ്ങളുടെ പിതാവേ
ഞങ്ങൾ ചെയ്ത പാപമെന്താണ്?

നക്ഷത്രങ്ങൾ സാക്ഷി

"**കോ**ടാനുകോടി നക്ഷത്രങ്ങൾ കത്തിജ്ജ്വലിക്കുന്ന ആകാശത്ത് എനിക്കു മാത്രം പിടിച്ചു വലിക്കാൻ ഒരു ചരടില്ലെന്നോ?" വർഷങ്ങൾക്ക് മുൻപ് കേട്ടു മറന്ന ഒരു നാടകത്തിലെ വരികൾ കാതുകളിൽ തുളച്ചു കയറുന്നു; ഭ്രമരസ്വനം പോലെ.

കടുത്ത ഉഷ്ണക്കാറ്റിന്റെ അസ്കൃത ടെറസ്സിലും പടരുന്നുണ്ട്.

ഓർമ്മ വെച്ച നാൾ മുതലുള്ള പതിവാണ് തറവാട്ടിലെത്തിയാൽ മുകളിൽ ടെറസ്സിൽ പുല്പായ വിരിച്ചുള്ള ഉറക്കം.

പട്ടണത്തിൽനിന്ന് അവസാനവണ്ടിക്കുള്ള എന്റെ വരവും കാത്ത് അമ്മ ഉണർന്നു കാത്തിരിക്കും. നാലു വർഷം മുമ്പുവരെ അച്ഛനും കോലായിലുണ്ടാവുമായിരുന്നു; ചാരുകസേരയിൽ.

അച്ഛന്റെ വേർപാട് അമ്മയെ തെല്ലൊന്നുമല്ല നൊമ്പരപ്പെടുത്തിയത്. "എങ്കിലും എന്നെ ഒറ്റയ്ക്കാക്കി പൊയ്ക്കളഞ്ഞല്ലോ?" അമ്മയുടെ നെടുവീർപ്പുകൾക്ക് മുമ്പിൽ എന്നും നിശ്ശബ്ദനാകാനേ തനിക്കു കഴിയുമായിരുന്നുള്ളൂ. അച്ഛൻ പറയുന്നതിനപ്പുറം അമ്മയ്ക്കൊന്നുമുണ്ടായിരുന്നില്ല, ആഗ്രഹമായി.

മക്കളിൽ താനാണ് മൂത്തവനെങ്കിലും അവരുടെ നല്ലകാലങ്ങളിലൊക്കെ അസാന്നിദ്ധ്യംകൊണ്ട് അവരുടെ ദിനരാത്രങ്ങളെ ഏകാന്ത പങ്കിലമാക്കാനേ തനിക്കു കഴിഞ്ഞുള്ളുവെന്നത് ഒരു തീരാശാപമായി ഇന്നും പിന്തുടരുന്നു.

അമ്മ സ്തനാർബുദ രോഗിയായി ചികിത്സാർത്ഥം പട്ടണത്തിലേക്കു പറിച്ചുനടപ്പെട്ടപ്പോഴാണ് അമ്മയെ അച്ഛൻ എത്രമാത്രം സ്നേഹിച്ചിരുന്നുവെന്ന് ഞാൻ മനസ്സിലാക്കിയത്.

അച്ഛനെ അനിയനോടൊപ്പമാക്കിയിട്ടാണ് അമ്മ സർജറിക്കായി

പോന്നത്. അന്നും ഇന്നും ക്യാൻസർ ശപിക്കപ്പെട്ട രോഗം തന്നെ. രോഗിയേയും കുടുംബത്തേയും ശാരീരികമായും മാനസികമായും സാമൂഹികമായും സാമ്പത്തികമായും എന്തിനേറെ, ആത്മീയമായിവരെ തളർത്തുന്ന രോഗം. ക്യാൻസറിന്റെ പ്രതീകമായ ഞണ്ടുതന്നെ എത്ര അന്വർത്ഥമായിരിക്കുന്നു.

പ്രായം എൺപതിനോടടുത്തെത്തിയതിനാൽ സർജറിക്ക് ഡോക്ടർമാർ അല്പം ആശങ്കപ്പെട്ടിരുന്നു. ക്യാൻസർ ബാധിച്ച സ്തനങ്ങളിലൊന്നു മുറിച്ചു മാറ്റണമെന്ന കാര്യത്തിൽ അന്തിമ തീരുമാനം അമ്മയുടേതു തന്നെയായിരുന്നു. അതുവരെ കാണാത്ത ഒരുതരം തിളക്കവും നിശ്ചയദാർഢ്യവുമായിരുന്നു ആ കണ്ണുകളിൽ. അമ്മയെന്നും അങ്ങനെയായിരുന്നു. ഒരു തീരുമാനമെടുത്താൽ അതിൽ തന്നെ ഉറച്ചു നില്ക്കും.

ശസ്ത്രക്രിയ വിജയകരമായിരുന്നു. തുടർന്നുണ്ടായ ലിംഫഡിമ അമ്മയെ അല്പം ബുദ്ധിമുട്ടിച്ചുവെങ്കിലും ഒക്കെ ശാന്തമാവുകയായിരുന്നു. പാലിയം ഇന്ത്യയിലെ ജെ കെ എന്ന ജയകൃഷ്ണൻ എന്നെ ഈ കാര്യത്തിൽ ഏറെ സഹായിച്ചു. തുടർന്നു കഴിക്കാൻ നല്കിയ ലെട്രോസോൾ ടാബ്ലെറ്റുകളുമായി അമ്മ മടങ്ങി.

അസുഖവുമായി എന്നോടൊപ്പമുണ്ടായിരുന്ന ക്യാൻസർ ദിനങ്ങളിലാണ് കഴിഞ്ഞ അമ്പതുവർഷത്തിനിടയിൽ ആദ്യമായിട്ട് അമ്മയുടെ സാമീപ്യം ഞാനടുത്തറിഞ്ഞത്. അമ്മയെ തിരിച്ചു വീട്ടിലെത്തിക്കുമ്പോൾ അച്ഛനിൽ വേർപാടിന്റെ ദുഃഖം പെയ്തിറങ്ങുകയായിരുന്നു. അവർ തമ്മിൽ അങ്ങനെ അകന്നു കഴിഞ്ഞിട്ടില്ല. അമ്മയ്ക്ക് അച്ഛൻ എല്ലാമായിരുന്നു. ഒരുമിച്ച് ഒരേ സ്കൂളിൽ പഠിപ്പിക്കാനായി പ്രൊമോഷൻ പോലുംവേണ്ടെന്ന് വച്ചു, അവർ. പ്രായം, മക്കളുടെ സാമീപ്യം ഒരു പ്രതീക്ഷ മാത്രമായി ചുരുങ്ങിയപ്പോഴും അവർ പ്രാർത്ഥിച്ചു, മക്കൾക്കായി. അമ്മയുടെ സംരക്ഷണം ഇളയ മകന്റെ ചുമലിലായപ്പോഴും അവർ രണ്ടു മക്കളെയും തുല്യമായി സ്നേഹിക്കാൻ മറന്നില്ല.

അച്ഛന്റെ മരണത്തോടെ അമ്മ തികച്ചും ഒറ്റപ്പെട്ടുകൊണ്ടിരുന്നു. അമ്മ വിഷാദത്തിലേക്കു കടക്കുന്നതു ഞാനറിഞ്ഞു. കഴിയുന്നതും വീട്ടിനുള്ളിൽ കഴിയാനിഷ്ടപ്പെട്ടു. പുതിയ അനുഭവങ്ങളേക്കാളേറെ പഴയ കാര്യങ്ങളും പഴയ കഥകളും പഴയ മുഖങ്ങളുമായിരുന്നു അമ്മയ്ക്കിഷ്ടമെന്നു ഞാൻ മനസ്സിലാക്കി. മാസത്തിലൊരിക്കലെങ്കിലും വന്നു പോവുക എന്ന ചടങ്ങിലൊതുങ്ങുകയായിരുന്നുവോ ഞങ്ങളുടെ ബന്ധം? യാത്ര പറഞ്ഞിറങ്ങുമ്പോൾ മരുന്നു വാങ്ങാനെന്ന കാര്യം പറഞ്ഞ് അല്പം തുക എന്റെ കൈയിൽ തിരുകുമായിരുന്നു. അവിടെയും അമ്മയെന്നെ തോല്പിക്കുകയായിരുന്നു. “മകനെ നിന്റെ ഔദാര്യം എനിക്കു വേണ്ട.”

ഞാനോർത്തു നോക്കി. ഉദ്യോഗസ്ഥനായ ശേഷം ഒരിക്കൽപോലും കാൽക്കാശ് ഞാൻ അമ്മയ്ക്ക് നല്കിയിട്ടില്ല. ഒരുപക്ഷേ, നിരാസവും ഒറ്റപ്പെടലും, കോപം, വിലപേശൽ, വിഷാദം എന്നീ നാലു ഘട്ടങ്ങൾക്കു

ശേഷമുള്ള അംഗീകാരത്തിന്റെ ഘട്ടമാവാം ഇപ്പോൾ അമ്മയുടേത്. ബോധ മണ്ഡലമാകെ രോഗമെന്ന വികാരം ഒരാവേശമായി പടർന്നു കയറുമ്പോൾ മനസ്സ് നിസ്സഹായമായ ശൂന്യതയ്ക്കു വഴിമാറുകയായിരുന്നു.

തൊണ്ണൂറ്റി ഒന്നാം വയസ്സിലും ആർജ്ജവത്തോടെ വിഷമഘട്ടങ്ങളെ നിശ്ശബ്ദയായി അഭിമുഖീകരിച്ചു കൊണ്ടിരിക്കുന്ന അമ്മ എനിക്കൊരു അത്ഭുതമായിരുന്നു. ആരുമാരും സംസാരിക്കാനില്ലാതെ ഏകാന്തതയിൽ അഭയം തേടുന്ന അമ്മ ഒരു നരച്ച ബിന്ദുവായി വീട്ടിൽ അവശേഷിക്കുന്നു. ആകാശത്തിന്റെ കീഴിൽ കിടന്നുകൊണ്ട് ജീവിതത്തിന്റെ താളക്രമങ്ങൾ തെറ്റിയതോർത്ത് ഞാൻ ഹൃദയം പൊട്ടിക്കരഞ്ഞു. പട്ടണത്തിലെ തിരക്കേറിയ ദിനരാത്രങ്ങൾക്കിടയിൽ, പ്രപഞ്ചത്തിന്റെ നാലു ചുവരുകൾക്കുള്ളിൽ എന്റെ മോഹങ്ങളെ ഞാൻ തളച്ചിടുകയായിരുന്നു. ഭൂതകാലത്തിലെവിടെയോ പരന്നൊഴുകിയ അമ്മയുടെ ദുഃഖം ഞാൻ കുടിയിരുത്തിയത് എന്റെ ചേതനയിലായിരുന്നു.

കഴിഞ്ഞ പ്രാവശ്യം വന്നപ്പോൾ ഒരു കാര്യം ഞെട്ടലോടെ ഞാനറിഞ്ഞു. അമ്മയുടെ കഴുത്തിൽ അച്ഛൻ കെട്ടിയ താലിമാല കാണാനുണ്ടായിരുന്നില്ല.

ഊരി വച്ചതായിരിക്കുമെന്ന് വിശ്വസിക്കുവാൻ ശ്രമിച്ചു. അതേപ്പറ്റി ഞാനൊന്നും ചോദിച്ചില്ലെന്നോർത്തു.

ഇത്തവണത്തെ വരവ്, ഒരു രാത്രി അമ്മയോടൊത്താകാമെന്ന് നിശ്ചയിച്ചുറപ്പിച്ചിരുന്നതിനാൽ ഉച്ചയ്ക്കാണെത്തിയത്. ഉച്ചയൂണിനു ശേഷം അല്പം മയങ്ങി. ഉറക്കത്തിലെപ്പോഴോ എനിക്കൊരു സ്വപ്നദർശനമുണ്ടായി.

അമ്മ അണിഞ്ഞൊരുങ്ങി വെള്ളക്കോടിയുടുത്ത് എന്റെ മുന്നിൽ നില്ക്കുന്നു. അമ്മ ഏറെ സുന്ദരിയായി കാണപ്പെട്ടു. പക്ഷേ, കഴുത്തിൽ ആ താലിമാലയില്ലായിരുന്നു.

"അമ്മയുടെ താലിമാലയെവിടെയമ്മേ?"

"നീ ആരോടും പറയില്ലെങ്കിൽ ഞാൻ അതു പറയാം. കുഴിയിലോട്ട് കാലും നീട്ടിയിരിക്കുന്ന എനിക്കെന്തിനാ ആഭരണം?" കാതോട് ചുണ്ട് ചേർത്തുവെച്ച് അമ്മ ആ രഹസ്യം എന്നോടു പറഞ്ഞു.

അത്യുന്നതങ്ങളായ ഗിരിശൃംഗങ്ങൾ ഉടഞ്ഞു വീഴുന്ന ഭയാനകമായ പ്രകമ്പനത്തിൽ ഞാൻ ഞെട്ടിയുണർന്നു. ശരീരമാകെ വിയർപ്പുചാലുകളായിരുന്നു. വിയർപ്പിൽ കുളിച്ച് ജാള്യതയോടെ കിളിവാതിലിലൂടെ നോക്കുമ്പോൾ അമ്മ ശാന്തമായുറങ്ങുന്നു. ഉറപ്പിനായി വീണ്ടും നോക്കി. താലിമാല ഇല്ല. അമ്മയുടെ കോടതിയിലെ തുലാസ്സിൽ ന്യായാന്യായങ്ങൾ തുലിതമായിരുന്നു. മറവിയിൽ കുഴഞ്ഞു വീഴാത്ത ജീവസ്സുറ്റ ചേതന.

* * * * * * * *

രാത്രിയുടെ മൂന്നാം യാമം. ഗ്രാമമാകെ മയക്കത്തിലാണ്.

ഞാനിപ്പോൾ വീട്ടിലെ ടെറസ്സിൽ ഒരു പുല്പായയിൽ ചുരുണ്ടുകൂടി

കിടക്കുന്നു. ഭ്രാന്തും മരണവും എനിക്കിപ്പോൾ പ്രശ്നമല്ലാതായിരിക്കുന്നു. താഴെ എരുത്തിലിന്റെ തെക്കുമാറി അച്ഛന്റെ കുഴിമാടം എനിക്കിപ്പോൾ വ്യക്തമായി കാണാം. ആകാശത്തിൽ നക്ഷത്രങ്ങൾ പൂത്തുലഞ്ഞു നില്ക്കുന്നു..

പതുക്കെ കിടക്കപ്പായ വിട്ടു ശബ്ദമുണ്ടാക്കാതെ പടിക്കെട്ടിറങ്ങി ഞാൻ താഴെ മുറ്റത്തെത്തി.

തുളസിത്തറയും പിന്നിട്ട് അച്ഛന്റെ കുഴിമാടത്തിനടുത്തെത്തിയപ്പോൾ കാലുകൾ പൊടുന്നനെ നിശ്ചലമായി; പാദങ്ങൾ മണ്ണിലേക്കു പതുക്കെ പതുക്കെ താഴ്ന്നിറങ്ങുന്നു. ഈശ്വരാ ഇതെന്തൊരു പരീക്ഷണമാണ്. കഴുത്തറ്റം വരെ മണ്ണിൽ ആഴ്ന്നു കഴിഞ്ഞു. ഒരു നിലവിളിയൊച്ച പോലും പുറത്തു വരുന്നില്ല. പെട്ടെന്നുണ്ടായ ഓക്കാനം ഛർദ്ദിയിലേക്ക് വഴിമാറി. പുറത്ത് വന്നത് അമ്മയുടെ കാണാതായ താലിമാലയായിരുന്നു.

ഹൃദയത്തിന്റെ മണം അവിടമാകെ പരന്നു. ഒരിക്കലും മായാത്ത മാസ്മര ഗന്ധം. അപാരമായ ക്രൂരതയിൽ മനസ്സു വെന്തു വെണ്ണീറായി. അമ്മ അപ്പോഴും ചിരിക്കുന്നുണ്ടാവണം. ആത്മസംതൃപ്തിയുടെയും തപ്തനിശ്വാസങ്ങളുടെയും ഉത്സാദിത കണക്കെടുപ്പ് ഇവിടെ പൂർണ്ണമാവുകയാണല്ലോ.

ദയാവധത്തിന്റെ അകംപൊരുൾ തേടി

ആഗസ്ത് 2 വെള്ളി. പതിവു തെറ്റിച്ചാണ് ഇപ്രാവശ്യം പെൻഷൻ വാങ്ങാനിറങ്ങിയത്. മാസത്തിന്റെ പകുതിയിലാണ് സാധാരണ പോവുക. കർക്കിടകം പഞ്ഞമാസമെന്നു പറയുന്നത് വെറുതെയല്ല. അഷ്ടിക്കു പഞ്ഞമെന്നതിനു പുറമെ കാലന്റെ കണക്കെടുപ്പു മാസവുമാണെന്നു പറഞ്ഞുതന്നത് മുത്തച്ഛനാണ്. ആണ്ടറുതിക്കു കാലൻ കയറുമായി പോത്തിന്റെ പുറത്തു കയറി വരുമത്രേ. കുറേപ്പേരെയൊക്കെ പിടിച്ചുകൊണ്ട് യമപുരിയിലേക്ക് മടങ്ങും.

"മക്കളേ, ഈ ലോകം മൂന്നു തട്ടാ. സ്വർഗ്ഗം, ഭൂമി, നരകം (പാതാളം). നമ്മളൊക്കെ ജീവിക്കുന്നത് നടുക്കുള്ള ഭൂലോകത്തിലാ. ഇവിടെ നല്ല പ്രവൃത്തികൾ ചെയ്യുന്നവരൊക്കെ മരിക്കുമ്പോൾ സ്വർഗ്ഗത്തിലേക്ക് പോകും. ചീത്ത കാര്യങ്ങൾ ചെയ്യുന്നവൻ നരകത്തിലെത്തും. അവിടെ അവരെ തിളച്ച വെളിച്ചെണ്ണയിലിട്ടു പൊരിക്കും." (നരകത്തിലേക്ക് വെളിച്ചെണ്ണ കയറ്റുമതി ചെയ്യുന്നതാരാണെന്ന് എനിക്കിപ്പോഴുമറിയില്ല.) അപ്പൂപ്പൻ മരിച്ചിട്ട് 44 വർഷം കഴിഞ്ഞിട്ടും ആ ഓർമ്മകൾ മായാതെ പിന്തുടരുന്നു. അപ്പൂപ്പന് ബലാശശ്വഗന്ധലാക്ഷാദി എണ്ണയുടെ കനച്ച മണമായിരുന്നു. ചാന്ദ്രയാൻ ചന്ദ്രനിലേക്ക് കുതിക്കുന്ന ഈ യുഗത്തിലും സ്വർഗ്ഗനരകങ്ങൾ നമ്മെ പിന്തുടർന്നുകൊണ്ടേയിരിക്കുന്നു.

പെൻഷൻ വാങ്ങാൻ പുറപ്പെട്ടത് വെള്ളിയാഴ്ചയായത് യാദൃച്ഛികമല്ല. (മാടനടിക്കുന്ന ദിവസങ്ങളാണത്രേ ചൊവ്വയും വെള്ളിയും). പതിവുപോലെ വികാസ്ഭവൻ ട്രഷറിയിലെത്തുമ്പോൾ ലിഫ്റ്റ് ഓപ്പറേറ്റർമാരുടെ മുറിക്കു മുമ്പിലൊരാൾക്കൂട്ടം.

"അടുത്ത കാലത്തു സ്ഥലം മാറിയെത്തിയ ചെറുപ്പക്കാരനായ ഒരു ലിഫ്റ്റ് ഓപ്പറേറ്റർ തൂങ്ങി മരിച്ചിരിക്കുന്നു."

മുടി നീട്ടി വളർത്തിയ അയാളെ ഞാൻ ഒരിക്കലെങ്ങാണ്ടു മാത്രമേ കണ്ടിട്ടുള്ളൂ. കണ്ണുകളിൽ വിഷാദം പുരണ്ട ലഹരിയുമായി വന്ന അവ നെന്തിനിതു ചെയ്തു?

അവനെന്റെ ആരുമായിരുന്നില്ല. എങ്കിലും ഘനീഭവിച്ച മരണത്തെ ഞാൻ ഭയപ്പെട്ടു. ആ കറുത്തമരണം മനസ്സിന്റെ കോണുകളിലെവിടെയോ തണുത്ത ഐസുകട്ടകൾ കോരിയിട്ടപോലെ. അതെ, എല്ലാമരണ ങ്ങൾക്കും തണുപ്പു തന്നെയാണല്ലോ.

മരണത്തിന്റെ ചൂര് മൂക്കിലേക്കരിച്ചു കയറുമ്പോൾ ആത്മനൊമ്പര ത്തിന്റെ ലഹരിയായിരുന്നു. മരണത്തിന്റെയും ജീവിതത്തിന്റെയും സമ വാക്യങ്ങൾ ചിലപ്പോഴെങ്കിലും തിരുത്തപ്പെടാറുണ്ടല്ലോ?

"മരണം രംഗബോധമില്ലാത്ത കോമാളിയാണ്" എന്നെഴുതിയ മല യാളത്തിന്റെ പ്രിയ കഥാകാരൻ എം ടി ആയിരുന്നു മനസ്സു നിറയെ.

മരണത്തെപ്പറ്റി മാത്രം സംസാരിക്കുവാനും മനസ്സു തുറക്കുവാനു മായി, ലോകമറിയുന്ന മൃതശാസ്ത്രജ്ഞയായിരുന്ന എലിസബത്ത് കുബ്ലർ റോസിന്റെ ജന്മദിനത്തോടനുബന്ധിച്ച് പാലിയം ഇന്ത്യ കഴിഞ്ഞ മാസം തിരുവനന്തപുരത്തു സംഘടിപ്പിച്ച "അന്തസ്സോടെ മരണവും ജീ വിതവും" എന്ന സംവാദം ഏറെ ശ്രദ്ധേയമായത് ഒരുപക്ഷേ, മരണത്തെ അടുത്തറിയുവാനുള്ള മനുഷ്യന്റെ അദമ്യമായ ദാഹം മൂലമാകണം. മരണം ഒരു ലഹരിയായി മനുഷ്യമനസ്സുകളെ മഥിക്കാൻ തുടങ്ങിയിരി ക്കുന്നു.

ദയാവധവും, മസ്തിഷ്കമരണവും ചർച്ച ചെയ്യാതെ എങ്ങനെയാണ് അന്തസ്സുറ്റ മരണം പൂർണ്ണതയിലെത്തുക എന്ന നിരാശ പല മുഖങ്ങളി ലും നിഴലിക്കുന്നുണ്ടായിരുന്നു. ഇഷ്ടത്തിനനുസരിച്ചു മരിക്കാൻ മനുഷ്യ നവകാശമില്ല, ആത്മഹത്യ നമ്മുടെ നിയമം അനുവദിക്കുന്നില്ല.

"എന്റെ രോഗം ചികിത്സിച്ചു ഭേദമാക്കാൻ കഴിയില്ലെന്ന് പാലിയേ റ്റീവ് വിദഗ്ദ്ധരും വൈദ്യശാസ്ത്രവും നിശ്ചയിച്ചുറപ്പിക്കുന്ന വേളയിൽ എന്തുകൊണ്ട് എനിക്ക് നിങ്ങൾ ദയാവധത്തിലൂടെ സ്വാസ്ഥ്യം തന്ന് എന്നെ മരിക്കാനനുവദിക്കുന്നില്ല? അതല്ലേ ശരിയായ അന്തസ്സും സാന്ത്വനവും പകരുന്ന മരണം."

തിരുവനന്തപുരം മെഡിക്കൽ കോളേജിലെ മനോരോഗവിഭാഗം തല വൻ ഡോ. അനിൽ പ്രഭാകറിന്റെ മുറിയിലാണ് ഞാനിപ്പോൾ. അദ്ദേഹം എന്റെ അടുത്ത സുഹൃത്തുക്കളിലൊരാളാണ്. അടുത്ത കാലത്തായി മെഡിക്കൽ കോളേജിലെ മനഃശാസ്ത്ര വിഭാഗവും പാലിയം ഇന്ത്യയു മായി സഹകരിച്ചു പ്രവർത്തിച്ചു വരുന്നതിനാൽ ഡോ. അനിൽ പ്രഭാ കർ ഒന്നു കാണണമെന്നു പറഞ്ഞപ്പോൾ മറ്റൊന്നും ചിന്തിച്ചില്ല. പക്ഷേ, മരണമെന്ന പ്രഹേളിക അന്തസ്സുറ്റതാക്കാൻ ദയാവധമെന്ന ആശയം അദ്ദേഹം മുന്നോട്ടു വെക്കുമെന്ന് ഞാൻ പ്രതീക്ഷിച്ചില്ല.

മനഃശാസ്ത്രജ്ഞന്റെ മുമ്പിലകപ്പെട്ട മാൻപേടയെപ്പോലെ ഞാനൊ ന്നു പരുങ്ങി. (സിംഹത്തിന്റെ മുന്നിലല്ല.)

ദയാവധം ഇനിയും നിയമവിധേയമായിട്ടില്ലെന്നും കൃത്രിമമായ ജീവൻരക്ഷാ ഉപാധികൾ മാറ്റി സുഖദമായ ബോധത്തോടെ സ്വയം മരിക്കാനനുവദിക്കുവാനാണ് കോടതി വിധിയെന്നും ഞാൻ തർക്കിച്ചു. കൃത്രിമ ജീവൻരക്ഷാ ഉപാധികൾ മാറ്റുന്നതിനും മാനദണ്ഡങ്ങളുണ്ടെന്നും ഞാനറിയിച്ചു. മാത്രവുമല്ല ദയാവധം ദുരുപയോഗപ്പെടുത്തുവാനിടയുണ്ടെന്നും മറ്റുമുള്ള വാദത്തെ അദ്ദേഹം എതിർത്തു.

"അന്തസ്സോടെ മരണം അർത്ഥപൂർണ്ണമാകണമെങ്കിൽ യാതൊരു വിധ ആഹാരവും നല്കാതെ പച്ചവെള്ളം കൊണ്ട് ചിറി നനച്ചതുകൊണ്ട് മാത്രം സാദ്ധ്യമല്ല. മറിച്ച് ഇത്തരം സാഹചര്യങ്ങളിൽ എന്റെ ബോധം മറയുന്നതിനു മുമ്പ്, എന്റെ അവസാനത്തെ ആഗ്രഹങ്ങൾ അനുവദിച്ചുകൊണ്ട് ദയാവധത്തിന് പാലിയേറ്റീവ് കെയർ സംവിധാനം മുൻകൈ എടുക്കുകയാണ് വേണ്ടത്. ഞാൻ മരിക്കുന്നതിനു മുമ്പ് ഒരു ചിക്കൻ ബിരിയാണിയും ഒരു കപ്പ് ഐസ്ക്രീമും കഴിക്കുവാനാണാഗ്രഹിക്കുന്നതെങ്കിൽ എന്റെ ബോധാവസ്ഥയിൽത്തന്നെ അതു ലഭ്യമാക്കുകയും സുഖകരമായി ദയാവധം അനുവദിക്കുകയുമാണു വേണ്ടത്." ഒറ്റ ശ്വാസത്തിൽ ഡോ. അനിൽ പറഞ്ഞു നിർത്തി.

"മനഃശാസ്ത്രത്തിന്റെ പിതാവായ സിഗ്മണ്ട് ഫ്രോയ്ഡിന്റെ മരണം തന്നെയെടുക്കുക. വായിലെ ക്യാൻസർ രോഗം അധികരിച്ചു വേദന കൊണ്ടു പുളഞ്ഞപ്പോൾ "ഒന്നു കൊന്നു തരുവാൻ" തന്റെ സുഹൃത്തും ഡോക്ടറുമായ മാക്സ് ഷറിനോട് അദ്ദേഹം ആവശ്യപ്പെട്ടു. തുടർന്ന്, ഫ്രോയ്ഡിന്റെയും കുടുംബത്തിന്റെയും പൂർണ്ണ സമ്മതത്തോടെ, അമിതമായ അളവിൽ മോർഫിൻ കുത്തിവച്ച് ഫ്രോയ്ഡ് മരണം വരിച്ചു. അതു ശരിയായിരുന്നു എന്നാണ് എന്റെ അഭിപ്രായം." ഡോ. അനിൽ വിടുന്ന മട്ടില്ല.

നിലവിലുള്ള നിയമപരിധിക്കുള്ളിൽ നിന്നുകൊണ്ടു മാത്രമേ മരണം ഉറപ്പാക്കാനാകൂ എന്നും അല്ലാത്ത പക്ഷം ദയാവധം കൊലപാതകം മാത്രമായി പരിണമിക്കുകയേ ഉള്ളൂ എന്നും ഞാൻ വാദിച്ചു നോക്കി. ദയാവധത്തെക്കുറിച്ചുള്ള എന്റെ അറിവ് എത്രയോ പരിമിതമാണെന്ന് ഞാൻ തിരിച്ചറിഞ്ഞു.

"ഒരാളുടെ ബോധം മറയുന്നതിനു മുമ്പ്, ഒരു ജീവച്ഛവമായി പൂർണ്ണമായും മാറുന്നതിനു മുമ്പ് സ്വാസ്ഥ്യം പകരുകയും അന്ത്യാഭിലാഷങ്ങൾ പൂർത്തീകരിക്കാൻ ബോധാവസ്ഥയിൽ തന്നെ സഹായിക്കുകയും സുഖദമായി മരണം അനുവദിക്കുകയും ചെയ്യുന്ന കാലം വിദൂരമല്ല എന്നു ഞാൻ പ്രത്യാശിക്കുന്നു. അതേ, അവസാനമായി ഒരു ചിക്കൻ ബിരിയാണിയും ഒരു കപ്പ് ഐസ്ക്രീമും കഴിച്ചു കഴിഞ്ഞാൽ എന്നെ ദയാവധം ചെയ്യാനാകും വിധം നിയമത്തിലൊരു പൊളിച്ചെഴുത്തുണ്ടാകണം. പാലിയം ഇന്ത്യ തന്നെ ഇതിനൊരു വെടിമരുന്നിടണം."

ഡോ. അനിലിന്റെ കണ്ണിലെ തിളക്കവും വാക്കുകളിലെ നിശ്ചയദാർഢ്യവും എന്നെ വിസ്മയിപ്പിച്ചു. മനഃശാസ്ത്രം കൊണ്ടു പകിട കളിക്കുന്ന എന്റെ സുഹൃത്ത് ഇപ്പോൾ മനസ്സിന്റെ ഏതോ അജ്ഞാത

കോണുകളിലാകും.

"ജീവിതം അവസാനത്തെ വേദനയായി മാറുമ്പോൾ, മറ്റു ചികിത്സാവിധികളെല്ലാം നിഷ്ഫലമെന്നു വരുമ്പോൾ, സാന്ത്വനം പകരുന്നതാണ് പാലിയേറ്റീവ് കെയർ." ("വേദന, വേദന ലഹരി പിടിപ്പിക്കും വേദന. ഞാനിതിൽ മുഴുകട്ടെ." കെ ഗോവിന്ദൻകുട്ടി. *സഹയാത്ര*, ആഗസ്ത് 2019.)

"സാറെന്താ ഇവിടെ?" തോളിലാരോ തട്ടി. രാജേഷ് മുന്നിൽ നില്ക്കുന്നു. ഒന്നു ഞെട്ടി. തെല്ലു ജാള്യതയോടെ ഞാൻ പറഞ്ഞു "ട്രഷറി വരെ വന്നതാണ് പെൻഷൻ വാങ്ങാൻ." ട്രഷറിയിലേക്കു നടക്കുമ്പോഴും ദയാവധത്തിന്റെ അകംപൊരുൾ തേടുകയായിരുന്നു ഞാൻ.

നമുക്കും മോഡേണാകാം

ഈ നശിച്ച ചുമ തുടങ്ങിയിട്ടു കുറച്ചു ദിവസമാകുന്നു. ഒരു ജാതി വൃത്തികെട്ട, കുലംകുത്തി ചുമ. പൊടുന്നനെയാകും ചുമയുടെ കടന്നു വരവ്. തൊണ്ടയിൽ വ്യാപിക്കുന്ന ചൊറിച്ചിൽ ഭയാനകമായ താണ്ഡവ മായി വ്യാപിച്ചു ചുമയായി മാറുകയാണ് പതിവ്.

എന്തായാലും ഫാമിലി സുഹൃത്തായ ഡോ. ഗോപിയെ വിളിക്കുക തന്നെ. പ്രീഡിഗ്രി പഠനകാലത്ത് ഗോപി എന്റെ ഒരു വർഷം സീനിയറാ യിരുന്നു; തിരുവനന്തപുരം യൂണിവേഴ്സിറ്റി ഹോസ്റ്റലിൽ ഒരുമിച്ചായിരു ന്നു താമസം.

ഞാൻ വെറ്ററിനറി തെരഞ്ഞെടുത്തു, ഗോപി മെഡിസിനും. അന്ന് എൻട്രൻസില്ല. സാധാരണ എം ബി ബി എസ് ബിരുദധാരി മാത്രമായ ഡോ. ഗോപിക്ക് അസാമാന്യമായ ബുദ്ധിവൈഭവവും, അതിലേറെ അനു ഭവസമ്പത്തും കൈമുതലായുണ്ടായിരുന്നതിനാൽ രോഗികൾക്ക് വേണ്ട പ്പെട്ടവനായിത്തീർന്നു. അനാട്ടമി, ഫിസിയോളജി, ഫാർമക്കോളജി തുടങ്ങി എല്ലാ വിഷയങ്ങളിലും ഗോപിക്കുള്ള അവഗാഹം ഏറെ വലുതായിരുന്നു. മരുന്നുകളും അവയുടെ പ്രവർത്തനങ്ങളും വളരെ കൃത്യതയോടെ പറഞ്ഞു തരാൻ ഗോപി ശ്രദ്ധിച്ചിരുന്നു. അതു തന്നെയാണ് കൊല്ലം ഉമ യനല്ലൂരെ ജനസഞ്ചയം തങ്ങളുടെ പ്രിയപ്പെട്ട ഡോക്ടറായി ഗോപിയെ സ്വീകരിച്ചതും.

രാത്രി പത്തുമണി കഴിഞ്ഞാണ് ഗോപിയെ ഫോണിൽ കിട്ടിയത്. കുശലാന്വേഷണങ്ങൾക്കുശേഷം കാര്യം പറഞ്ഞു. "അലർജി കഫ്" ആ കാമെന്ന നിഗമനത്തിലെത്തി.

അസ്കോറിൽ ഡി പ്ലസ്, മോണ്ടയർ - എൽ സി എന്നിവയാണ് നിർദ്ദേശിച്ചത്; ഒപ്പം കോട്ടയ്ക്കൽകാരുടെ വലിയ കർപ്പൂരാദി ചൂർണ്ണ വും. ഗോപി അങ്ങനെയാണ്. അനുഭവമാകാം, ആയുർവേദം കൂടി നിർ

ദ്ദേശിക്കാൻ കാരണം. ദിവസങ്ങൾ കൊഴിഞ്ഞു കൊണ്ടിരുന്നുവെങ്കിലും ചുമയ്ക്ക് ശമനമുണ്ടായില്ല. അതുവരെ സംഭരിച്ചിരുന്ന സകല ശക്തിയുമെടുത്ത് ഞാൻ ചുമച്ചുകൊണ്ടിരുന്നു.

ആമാശയ അൾസറുകൾ ഒരുപക്ഷേ, തൊണ്ടയ്ക്കും ഇത്തരത്തിലുള്ള ഇൻഫക്ഷനുണ്ടാക്കുമെന്ന് ഇ എൻ ടി സ്പെഷ്യലിസ്റ്റ് കൂടിയായ മരുമകളുടെ അഭിപ്രായം മാനിച്ച് ഒരു പ്രശസ്ത ഗ്യാസ്ട്രോഎൻട്രോളജിസ്റ്റിനെ കണ്ടു. എൻഡോസ്കോപ്പിയുൾപ്പെടെ അവരുടെ സ്ഥിരം പരിശോധനകളൊക്കെ നടത്തി. അന്നനാളത്തിൽ തുടക്കത്തിൽ മൂന്നു പോളിപ്പുകൾ കണ്ടെത്തിയ ചാരിതാർത്ഥ്യത്തിൽ ഡോക്ടറുടെ മുഖം വികസിച്ചു. മൂന്ന് മാസത്തേക്ക് മരുന്നു നിർദ്ദേശിച്ചു. ചുമ തനിയെ മാറുമെന്നാണ് പറഞ്ഞത്. ഞാൻ കഴിച്ചു വന്ന റാബിപ്രസോളിന്റെ സ്ഥാനം ഈസോമിപ്രസോൾ കൈയടക്കി. ഇതിനിടെ എക്സ്–റേ എടുത്തു. പ്രത്യേകിച്ചു കുഴപ്പമൊന്നും കണ്ടില്ല.

ചുമയ്ക്കു മാത്രം കുറവുണ്ടായില്ല. ഇനി ഒരു ശ്വാസകോശരോഗവിദഗ്ദ്ധനെ കാണുക തന്നെ. ചുമ തുടങ്ങിയിട്ട് മൂന്ന് മാസമാകുന്നു.

ചില വെളിപാടുകൾ ചിലപ്പോൾ നമ്മെ ഒരു വിസ്മയമുനമ്പിലെത്തിക്കാറുണ്ട് എന്ന് പറഞ്ഞു കേട്ടിട്ടുണ്ട്. അന്നാദ്യമായി ഞാൻ ചുമയുടെ മൂലകാരണങ്ങളും പലതരം ചുമകളും ഗൂഗിളിൽ പരതി. രാത്രിയുടെ അന്ത്യയാമത്തിൽ ഉത്തരം കണ്ടെത്തി. "ഡ്രഗ് ഇൻഡ്യൂസ്ഡ് കഫ്."

അതേ, അതു തന്നെ, തീർച്ച.

ബ്ലഡ്പ്രഷറിനുള്ള ചില മരുന്നുകൾ കഴിക്കുന്നവർക്ക് ഒരുപക്ഷേ, വിട്ടുമാറാത്ത അലർജിക് കഫ് ഉണ്ടാകാമെന്ന് ഞാൻ തിരിച്ചറിഞ്ഞു. എനിക്ക് കാർഡിയാക് ഡോക്ടർ പുതുതായി കുറിച്ചുതന്ന കാർഡേസ്മെറ്റോ 2.5 ആയിരുന്നു യഥാർത്ഥ വില്ലൻ. അതിൽ അടങ്ങിയ റാമിപിറിലാണ് കഫമില്ലാത്ത എന്നാൽ ശല്യക്കാരനായ എന്റെ ചുമയുടെ കാരണം. അംലോഡിപിനും ചുമക്കാരൻ തന്നെ.

അടുത്ത ദിവസം മരുന്നുകുറിച്ച കാർഡിയോളജിസ്റ്റിനെ നേരിൽ കാണാനുറച്ചു. കലശലായ ദേഷ്യവും സങ്കടവുമായാണ് ഞാൻ ആശുപത്രിയിലെത്തിയത്.

ഡോക്ടർമാർ രോഗിക്കു ദൈവതുല്യരാണല്ലോ? അവരെ പിണക്കിയാൽ അവർ നമ്മളെ ദൈവസന്നിധിയിലെത്തിക്കും. ദൈവങ്ങളെ പിണക്കിയാൽ അവർ നമ്മളെ ഡോക്ടറുടെ അടുത്തേക്കാകും വിടുക. എവിടെയോ വായിച്ചതോർമ്മ വന്നു. ഞാൻ മനസ്സിനെ പരുവപ്പെടുത്തുകയായിരുന്നു.

എന്റെ ഊഴമായി. പതിവുപോലെ ഡോക്ടറുടെ ഹൃദ്യമായ ചിരി. പറയാനുറച്ചതെല്ലാം മാറ്റി വച്ചുകൊണ്ട് ഞാനും ചിരിച്ചു. സ്ഥിരം പരിശോധനകൾ പൂർത്തിയായപ്പോൾ നേർത്ത സ്വരത്തിൽ (പക പമ്പ കടന്നിരുന്നു) ഞാൻ പറഞ്ഞു തുടങ്ങി, എന്റെ ചുമക്കാര്യം. "കാർഡേസ്മെറ്റോ ആണോ അതിന്റെ കാരണമെന്ന് ഞാൻ സംശയിക്കുന്നു. നെറ്റിൽ കണ്ടതാണ്." വളച്ചുകെട്ടില്ലാതെ ഞാൻ പറഞ്ഞു നിർത്തി.

"എന്നാ പിന്നെ നിങ്ങളങ്ങു ചികിത്സിച്ചോ, എന്നെ കാണാൻ വരേണ്ടിയിരുന്നില്ലല്ലോ?" എന്നു തിരിച്ചു ചോദിക്കുമെന്നാണ് ഞാൻ കരുതിയത്. എന്നാൽ ഒട്ടും അക്ഷോഭ്യനാകാതെ, ഭാവഭേദമൊന്നുമില്ലാതെ ഡോക്ടർ പറഞ്ഞു തുടങ്ങി: "ശരിയാണ് സർ, ബി പിക്കുള്ള ചില മരുന്നുകൾ ചുമയുണ്ടാക്കാം. നമുക്കു കാർഡേസ് മെറ്റോ നിർത്താം. മെബികാർഡാക്കാം. ബാക്കിയെല്ലാം പഴയ പോലെ. മൂന്നു മാസം കഴിഞ്ഞു ചെക്കപ്പിനു വരണം."

ഞാൻ ആ ചെറുപ്പക്കാരൻ ഡോക്ടറെ ഒരു നിമിഷം സാകൂതം നോക്കിയിരുന്നു.

ഞാനും മോഡേണായതിൽ ഒരു നിമിഷം അഭിമാനം കൊണ്ടു. ഇവിടെയാണ് നഷ്ടപ്പെടുന്നു എന്നു നാം കരുതുന്ന ഡോക്ടർ–രോഗീ ബന്ധത്തിന്റെ ഊഷ്മളത നമുക്കു തിരിച്ചറിയാൻ കഴിയാതെ പോകുന്നത്.

മരുന്നെഴുതിയ ഡോക്ടർ ആദ്യം തന്നെ ഒരു മുന്നറിയിപ്പു കൂടി തന്നിരുന്നെങ്കിൽ ചുമയുടെ കാരണം തേടിയുള്ള അന്വേഷണവും അനാവശ്യമായ ചികിത്സകളും എനിക്കൊഴിവാക്കാമായിരുന്നു.

ഇപ്പോൾ ഡോക്ടറുടെ പ്രിസ്ക്രിപ്ഷൻ രോഗി കാണാനിടയാകാത്ത വിധം കമ്പ്യൂട്ടർ മുഖേന ഫാർമസിക്കയക്കുകയാണ് രീതി. ഡോക്ടറും രോഗിയുമായുള്ള കമ്യൂണിക്കേഷൻ ശിഥിലമായിക്കൊണ്ടിരിക്കുന്നു. ഇപ്പോൾ ഡോക്ടറുടെ മുന്നിലെ കമ്പ്യൂട്ടറുകളാണ് കഥ പറയുന്നത്. രോഗികൾക്കുള്ള മരുന്നുകൾ എങ്ങനെയാവണമെന്ന് പലയിടത്തും നിശ്ചയിക്കുന്നത് മരുന്നു കമ്പനികളാണ്.

ഇടയ്ക്ക് ഇതിന്റെ "റീസന്റ് ട്രെൻഡ്സ്" ഡോക്ടർമാർക്ക് പകർന്നു കൊടുക്കാൻ രാജ്യത്തും പുറത്തുമുള്ള മുന്തിയ ഹോട്ടലുകളിൽ ശില്പശാലയൊരുക്കുന്നതും മരുന്നു കമ്പനികളാണ്. പിന്നെ രോഗിയുമായി ഏറെ സംവദിക്കേണ്ട കാര്യം ഡോക്ടർക്കില്ലല്ലോ? ആവശ്യമുള്ളതും, ആവശ്യമില്ലാത്തതുമായ മരുന്നുകളെ ആഹരിച്ച് ചുമച്ചും കുരച്ചും നമുക്കിങ്ങനെയങ്ങു കഴിയാം. ആൾക്കൂട്ട പ്രതിരോധത്തെ ചെറുക്കുവാൻ മറുതന്ത്രമെന്ന നിലയിൽ "ഡിഫൻസീവ് ട്രീറ്റ്മെന്റ്" എന്നൊരു വൈദ്യശാഖ തന്നെ ഡോക്ടർമാർ കണ്ടെത്തിയിരിക്കുന്നു. നമുക്കു കൈമോശം വന്ന "കുടുംബ ഡോക്ടർ" ആശയം സാക്ഷാൽക്കരിക്കണമെങ്കിൽ ജനങ്ങൾ കൂടുതൽ ജാഗരൂകരാകേണ്ടതുണ്ട്. മെഡിക്കൽ സ്റ്റോറിൽ പോയി രോഗലക്ഷണം പറഞ്ഞു മരുന്നു വാങ്ങുന്ന ആളുകളുടെ എണ്ണവും അപകടകരമായി വർദ്ധിച്ചിരിക്കുന്നു. ആന്റിബയോട്ടിക്കുകളുടെ അമിതോപയോഗവും ദുരുപയോഗവും ഉയർത്തുന്ന ആരോഗ്യപ്രശ്നങ്ങൾ ചെറുതല്ല. മാറുന്ന ചികിത്സാരീതിക്കൊപ്പം നമുക്കും മോഡേണാകാം.

"മരിക്കുംവരെ ചികിത്സിക്കുക; മരണ ശേഷവും" – അതാകുന്നു ആധുനിക പഞ്ചനക്ഷത്ര ചികിത്സാക്രമം. ഐ സി യുവിലെ ചികിത്സകളും മരണങ്ങളും പുറംലോകം അറിയണമെന്നു തന്നെയില്ല.

അവിടവിടെയായി യുവതലമുറയിൽപ്പെട്ട ആർദ്ര മനസ്സുകളുടെ ഉടമകളായ ഡോക്ടർമാരുടെ ചില അവശേഷിപ്പുകൾ ബാക്കിവച്ചുകൊണ്ട് ആരോഗ്യരംഗം മുന്നോട്ടുള്ള പ്രയാണം തുടരുന്നു.

മകൾ എന്റെ കൂടെയാണ്

അന്നും പതിവുപോലെ ഓഫീസ് പൂട്ടി ജയപ്രകാശ് പുറത്തിറങ്ങി.

സിന്ദൂരസന്ധ്യയെ കാർമേഘങ്ങൾ വിഴുങ്ങിയിരിക്കുന്നു.

ഇരുട്ടിനു കനംവച്ചു തുടങ്ങിയിരുന്നു.

കാർ സ്റ്റാർട്ടാക്കി ഗേറ്റിനടുത്തെത്തിയതും പെട്ടെന്നൊരാൾ കുറുകെ ചാടിയതും ഒരുമിച്ചായിരുന്നു.

ഹെഡ്‌ലൈറ്റിന്റെ വെളിച്ചത്തിൽ പരിഭ്രാന്തിയോടെ നില്ക്കുന്ന ഒരു ആൾരൂപം.

മാന്യമായി വേഷം ധരിച്ച ഒരാൾ. ശരീരത്തിൽ വാർദ്ധക്യത്തിന്റെ ചുളിവുകൾ വീണു കഴിഞ്ഞിരിക്കുന്നു.

ആഢ്യത്വം സ്ഫുരിക്കുന്ന മുഖഭാവം.

ജയപ്രകാശ് കാർ നിർത്തി അയാളുടെ അടുത്തെത്തി.

"ഞാൻ ജി കെ മേനോൻ. റിട്ടയേഡ് ചീഫ് എഞ്ചിനീയർ. ഒരു പായ്ക്കറ്റു സിഗററ്റ് വാങ്ങിക്കാനിറങ്ങിയതാണ്." തെല്ലു ജാള്യതയോടെ അയാൾ സ്വയം പരിചയപ്പെടുത്തി.

"അതിനെന്താ ഞാൻ വാങ്ങിത്തരാം. സാർ റോഡു മുറിച്ചുകടക്കണ്ട." ജയപ്രകാശ് പറഞ്ഞു.

ഒരു നൂറുരൂപാ നോട്ടെടുത്തു കൊടുത്ത് അയാൾ മൊഴിഞ്ഞു "നാലു വിൽസ്."

ജയപ്രകാശ് റോഡുമുറിച്ചുകടന്നു പോയി സിഗററ്റും വാങ്ങി ബാക്കി നാല്പതുരൂപയും അയാളെ ഏല്പിച്ചു.

"ഇതു നാല്പതുരൂപയല്ലേ ഉള്ളൂ, ഞാൻ 100 രൂപയല്ലേ തന്നത്?"

അയാളുടെ ചോദ്യം കേട്ട് ജയപ്രകാശ് ഒന്ന് അമ്പരന്നു. എന്നിട്ട് പുഞ്ചിരിയോടു പറഞ്ഞു.

"60 രൂപയുടെ സിഗററ്റ് സാറിന്റെ പോക്കറ്റിലിട്ടല്ലോ. ബാക്കി നാല്പതു രൂപ."

"ഓക്കെ.....ഓക്കെ... താങ്ക്സ്."

അയാൾ തിരിഞ്ഞ് നടക്കാൻ തുടങ്ങിയപ്പോൾ ജയപ്രകാശ് ചോദിച്ചു: "സാർ എവിടെയാണ് താമസിക്കുന്നത് ഞാൻ ഡ്രോപ്പുചെയ്യാം."

"വേണമെന്നില്ല. ഞാൻ നടന്നോളാം."

അയാൾ ഒഴിവാകാൻ ശ്രമിച്ചു.

ജയപ്രകാശ് നിർബ്ബന്ധിച്ചപ്പോൾ കാറിൽ കയറി. പിന്നെ കനത്ത നിശ്ശബ്ദത.

നിശ്ശബ്ദത ഭഞ്ജിക്കാനെന്ന വണ്ണം ജയപ്രകാശ് ചോദിച്ചു.

"ഭാര്യ, മക്കൾ."

"ഭാര്യ മരിച്ചിട്ട് 6 വർഷമാകുന്നു. മൂന്നുമക്കൾ. മൂത്തവന്മാർ രണ്ടു പേരും വിദേശത്താണ്. ഇളയമകൾ ഇവിടെ ഡോക്ടറാണ്."

"അപ്പോൾ മകളോടൊപ്പമാവും താമസം അല്ലേ?" ജയപ്രകാശിന്റെ ചോദ്യം അയാൾക്കു തീരെ രസിച്ചില്ല. അതു പുറത്തുകാട്ടാനും മറന്നില്ല.

"അല്ല. മകൾ എന്റെയൊപ്പം എന്റെ വീട്ടിലാണ് താമസിക്കുന്നത്."

വാർദ്ധക്യം അയാളുടെ അഭിമാനത്തെ തെല്ലും തളർത്തിയിട്ടില്ലെന്ന് ജയപ്രകാശ് തിരിച്ചറിഞ്ഞു.

ഒരു വീടിന്റെ ഗേറ്റിലെത്തിയപ്പോൾ കാർ നിർത്തുവാനയാൾ ആവശ്യപ്പെട്ടു.

കാർ നിർത്തി. ഡോർ തുറന്ന് ഒന്നും സംഭവിക്കാത്തമട്ടിൽ അയാൾ വീട്ടിലേക്കു നടന്നുകയറി.

ഇതിനിടയിൽ എന്തോ അത്യാഹിതമുണ്ടായതുപോലെ ഒരു യുവതി ഗേറ്റിനരികിലേക്കു പാഞ്ഞു വന്നു. അവർ ആകെ പരിഭ്രാന്തയായിരുന്നു.

"എന്താ ഉണ്ടായത്?"

"ഏയ് ഒന്നുമുണ്ടായില്ല." ജയപ്രകാശ് നടന്ന കാര്യങ്ങൾ പറഞ്ഞപ്പോൾ അവർക്കാശ്വാസമായി.

"അച്ഛനോടു പുറത്തേക്കിറങ്ങരുതെന്നു പറഞ്ഞാൽ കേൾക്കില്ല. ആവശ്യമുള്ള സിഗററ്റും മറ്റും ഇഷ്ടംപോലെ വാങ്ങിക്കൊടുത്തിട്ടുണ്ട്. പക്ഷേ, കണ്ണുതെറ്റിയാൽ ഇറങ്ങിപ്പൊയ്ക്കളയും. ജോലിത്തിരക്കിനിടയിൽ എപ്പോഴും നോക്കിയിരിക്കാൻ പറ്റോ?"

"മറവിരോഗവും വാർദ്ധക്യവും ബാധിച്ചിട്ടും അച്ഛനെ ഇങ്ങനെ അഴിച്ചുവിടാതെ കെട്ടിയിട്ടുകൂടേയെന്നു നാട്ടുകാരും ബന്ധുക്കളും. ഹൊ ജീവിതം മടുത്തു." ഒറ്റശ്വാസത്തിൽ മകൾ പറഞ്ഞുനിർത്തി.

"എന്റെ ദേഷ്യം മുഴുവൻ തീർക്കുന്നതു എന്റെ മക്കളുടെ മേലാണ്." അവർ കരച്ചിലിന്റെ വക്കിലെത്തിയിരുന്നു.

ജയപ്രകാശ് ഒരുവിധത്തിൽ യാത്ര പറഞ്ഞു കാറിൽ കയറി യാത്രയായി.

അപ്പോഴും ഉമ്മറത്ത് മകളുടെ ഉടമയായ "ജി കെ" വിൽസിന്റെ പുകച്ചുരുളുകളിൽ അധരവലയങ്ങൾ തീർത്ത് ആസ്വദിക്കയായിരുന്നു.

വാർദ്ധക്യം മരണത്തേക്കാൾ ഭയാനകമാണെന്നും മരണത്തിന്റെ (സു)ഗന്ധം തന്നെയാണ് വാർദ്ധക്യത്തിന്റേതുമെന്നുള്ള തിരിച്ചറിവ് ജയപ്രകാശിനെ ഒട്ടും അലോസരപ്പെടുത്തിയില്ല. പക്ഷേ, വാർദ്ധക്യം സമൂഹത്തിലുണ്ടാക്കുന്ന ബാദ്ധ്യതകളെ മറക്കാനും ശ്രമിച്ചില്ല. യഥാർത്ഥത്തിൽ "യൗവനത്തിന്റെ ഓക്കാനം" തന്നെയല്ലേ വാർദ്ധക്യം!

വർത്തമാനകാലത്ത് ഇത് ഒരു ഒറ്റപ്പെട്ട സംഭവമല്ലല്ലോ.

അമ്മ എന്റെ ആത്മമിത്രം

"**കാ**വ്യയുടെ ഏറ്റവും അടുത്ത സുഹൃത്തുക്കൾ ആരൊക്കെയാണ്?"

ചോദ്യം കേട്ട് അവൾ ഒന്നുപകച്ചു. പിന്നെ തെല്ലും കൂസാതെ മറുപടിയും വന്നു.

"അമ്മയാണെന്റെ ബെസ്റ്റ് ഫ്രണ്ട്."

ഇത്തവണ ജാള്യത തോന്നിയത് എനിക്കാണ്. അതു മറയ്ക്കാനെന്നവണ്ണം ഞാൻ ചോദിച്ചു. എന്തേ സ്കൂളിൽ കൂട്ടുകാരൊന്നുമില്ലേ?

"ആരുമായും അടുത്തിടപഴകുന്നതെനിക്കിഷ്ടമല്ല." കാവ്യക്കു കാവ്യയെ ഇഷ്ടമാണോ? ചോദ്യത്തിന്റെ ധ്വനി മനസ്സിലാക്കിയ കാവ്യ ഒന്നു പുഞ്ചിരിച്ചു. തമസ്സിൽ ഒരു ദിവ്യപ്രഭ പടർന്നു.

പാലിയം ഇന്ത്യ സംഘടിപ്പിച്ച "കുട്ടിക്കൂട്ടം" പരിപാടിയിൽ പങ്കെടുക്കുവാൻ അമ്മ രേഖയുടേയും അനിയത്തി രൂപയുടേയും കൂടെ കോട്ടയം ചിങ്ങവനത്തു നിന്നുമെത്തിയതായിരുന്നു കാവ്യ ജി നാഥ്.

കാവ്യക്ക് ഒമ്പതുവയസ്സുള്ളപ്പോൾ ക്യാൻസർമൂലം അച്ഛൻ മരണമടഞ്ഞു. അനാഥത്വത്തിന്റെ തളർച്ചയിലും അമ്മ രേഖയും അനിയത്തി രൂപയും കാവ്യയും ജീവിതയാഥാർത്ഥ്യങ്ങളെ ധൈര്യപൂർവ്വം നേരിട്ടു. അവർക്കു മനശ്ശക്തിയും ഇച്ഛാശക്തിയുമേകി സഹായിക്കുന്നതിൽ പാലിയം ഇന്ത്യയും ചെറിയൊരു പങ്കുവഹിച്ചിട്ടുണ്ട്.

2005 സെപ്തംബർ 17–അന്നാണ് കാവ്യയ്ക്ക് അച്ഛനെ നഷ്ടമായത്. അച്ഛന്റെ രോഗം കാവ്യ തെല്ലുനൊമ്പരത്തോടെ ഓർക്കുന്നു.

നിസ്സാരമെന്നു കരുതിയ തലകറക്കം അച്ഛൻ ഗോപിനാഥിനെ മരണത്തിലെത്തിക്കുമെന്ന് കാവ്യയോ, അമ്മ രേഖയോ, അനിയത്തി രൂപയോ കരുതിയില്ല. തലകറക്കത്തെ തുടർന്ന് ഇടതുഭാഗത്തിനു തളർച്ചയിലെത്തു

മ്പോൾ രോഗം തലച്ചോറിലെ ക്യാൻസറാണെന്ന് സ്ഥിരീകരിക്കപ്പെട്ടിരുന്നു.

കോട്ടയം ഭാരത് ഹോസ്പിറ്റലിലും താലൂക്കാശുപത്രിയിലും കോട്ടയം മെഡിക്കൽകോളേജിലും അമൃത ഹോസ്പിറ്റലിലുമായി കൊഴിഞ്ഞു വീണ കറുത്ത ദിനരാത്രങ്ങൾ കാവ്യയുടെ അമ്മ രേഖയെ തളർത്തിക്കളഞ്ഞു. ഭാരിച്ച ചികിത്സാച്ചെലവ് ആ കുടുംബത്തിന്റെ സാമ്പത്തിക താളവട്ടങ്ങൾ തെറ്റിച്ചു.

അമൃതയിൽ വച്ചാണ് പാലിയം ഇന്ത്യയെ ആ കുടുംബം കണ്ടെത്തുന്നത്. ആ സാന്ത്വനസ്പർശം തകർച്ചയുടെ വക്കോളമെത്തിയ ആ കുടുംബത്തിന് മൃതസഞ്ജീവനി മന്ത്രം പോലെ പുതുജീവൻ നല്കുന്നതായിരുന്നു. ഗോപിനാഥന്റെ വേർപാടിന്റെ തളർച്ചയിൽ നിന്ന് അമ്മയും കാവ്യയും അനിയത്തി രൂപയുംകൂടി ഒരു ജീവിതം ധൈര്യപൂർവ്വം കരുപ്പിടിപ്പിച്ചു.

സമൂഹം അവരെ ഒരിക്കലും ഒറ്റപ്പെടുത്തിയില്ലായെന്നത് ധന്യതയോടെ രേഖാഗോപിനാഥ് ഓർക്കുന്നു. ഇപ്പോൾ കാവ്യ പ്ലസ്വണ്ണിനും അനിയത്തി രൂപ ആറാം ക്ലാസിലും പഠിക്കുന്നു. അമ്മ രേഖയ്ക്ക് ഒരു ഡി ടി പി സെന്ററിൽ ചെറിയ പണിയുണ്ട്. കാവ്യയ്ക്ക് പത്താംതരം പരീക്ഷയിൽ 98% മാർക്കു വാങ്ങാനായത് നിശ്ചയദാർഢ്യത്തിന്റെയും മനക്കരുത്തിന്റെയും ചേതനയാണ്.

അച്ഛന്റെ മരണം കണ്ട് ഒരു നിമിഷം പകച്ചുപോയെങ്കിലും പ്രകൃതിയുടെ അനിവാര്യതയാണ് മരണമെന്ന തിരിച്ചറിവ് ഇളം പ്രായത്തിൽത്തന്നെ കാവ്യയെ അചഞ്ചലയാക്കി.

"കാവ്യക്ക് ആരാകണമെന്നാണാഗ്രഹം?"

ഉത്തരം ഉടനെ വന്നു: "ഡോക്ടറാവണം; രാജഗോപാൽ സാറിനെപോലെ." ആത്മവിശ്വാസം തുടിക്കുന്ന ആ വാക്കുകൾ എന്റെ ചെവികളിൽ മുഴങ്ങിക്കൊണ്ടിരിക്കുന്നു. സംസാരത്തിൽ പിശുക്ക്, പ്രായത്തിൽ കവിഞ്ഞ പക്വത, കണ്ണുകളിൽ പ്രതീക്ഷയുടെ അതിരുകവിഞ്ഞ നിശ്ചയദാർഢ്യം, അന്തർമുഖിയെങ്കിലും സമാനമനസ്കരുടെ മുമ്പിൽ കൊഴിഞ്ഞു വീഴുന്ന മൗനം ഇതൊക്കെയാണ് കാവ്യ.

മഹാവികൃതിയായിരുന്ന കാവ്യയെ അമ്മ മുറിയിൽ പൂട്ടിയിടുകപോലുമുണ്ടായിട്ടുണ്ടത്രേ. കുട്ടിക്കാലത്തെ ആ "കുറുമ്പി" എത്ര മാറിയിരിക്കുന്നു, ഒട്ടും പരിഭവമില്ലാതെ അവൾ അമ്മയെ ഉറ്റ ചങ്ങാതിയായി സ്നേഹിക്കുന്നു. അനിയത്തി രൂപയുടെ ചങ്ങാതിക്കൂട്ടങ്ങളിലും അവൾക്ക് അസൂയയില്ല. താല്പര്യവുമില്ല. ഓർക്കാനിഷ്ടമില്ലാത്ത കാര്യങ്ങൾ സ്വപ്നം കാണാറുമില്ല.

ആൾക്കൂട്ടത്തിൽ തനിയെ നില്ക്കാനാണിഷ്ടമെങ്കിലും അവൾക്കറിയാം താനൊറ്റയ്ക്കല്ലെന്ന്. തികഞ്ഞ നിശ്ചയദാർഢ്യവും ആത്മവിശ്വാസവുമുണ്ടെങ്കിൽ ആർക്കും ആരെയും ഒറ്റപ്പെടുത്താനാവില്ല; ഒറ്റപ്പെട്ട തുരുത്തുകളിൽ അഭയം തേടേണ്ടിവരില്ല.

ആ രൂപം എന്റെ അരികിലുണ്ട്; എനിക്കതിനെ വ്യക്തമായും കാണാം

എം എസ് ഡബ്ല്യുവിന്റെയും ഹോസ്പിറ്റൽ അഡ്മിനിസ്ട്രേഷൻ പി ജി ഡിപ്ലോമയുടെയും കൈക്കരുത്തുമായാണ് അനീജ 2007 ൽ "പാലിയം ഇന്ത്യ"യിലെത്തുന്നത്. തികച്ചും യാദൃച്ഛികമെങ്കിലും മനസ്സിനെ മുൻകൂട്ടി പരുവപ്പെടുത്താനായത് സാന്ത്വനചികിത്സയ്ക്കു ഏറെ സഹായകമായി.

കോഴിക്കോട് ബേബി മെമ്മോറിയൽ ഹോസ്പിറ്റലിൽ വോളന്റിയറായുള്ള ഒരു മാസത്തെ അനുഭവങ്ങൾ ഒരു വഴിത്തിരിവായി. കോഴിക്കോട് ഓർത്തോപീഡിക് സർജനായ അനീജയുടെ അങ്കിൾ ഡോ. മാണി നിർദ്ദേശിച്ചതനുസരിച്ചാണ് പാലിയം ഇന്ത്യയിലെ രാജഗോപാൽ സാറിനെ കാണുന്നത്. എം എസ് ഡബ്ല്യുവിന്റെ പ്രോജക്ട് "Patient Care Satisfaction" ആയിരുന്നത് അനീജയ്ക്ക് അനുഗ്രഹമായി.

ബാല്യകാല വിദ്യാഭ്യാസം യു.എ.ഇ യിലായിരുന്നെങ്കിലും പിന്നീടുള്ള വിദ്യാഭ്യാസകാലം തലസ്ഥാന നഗരിയിൽത്തന്നെ. ആംഗലേയഭാഷ സംസാരിക്കാനിഷ്ടപ്പെടുന്ന അനീജ "മംഗ്ലീഷാ"ണ് സംസാരിക്കുന്നത്. പക്ഷേ, കുറഞ്ഞ കാലത്തിനുള്ളിൽ രോഗികൾക്കും സഹപ്രവർത്തകർക്കും പ്രിയങ്കരിയാണ് പാലിയം ഇന്ത്യയിലെ സീനിയർ മെഡിക്കൽ സോഷ്യൽവർക്കറായ ഈ യുവപ്രതിഭ.

"പാലിയം ഇന്ത്യയിലെ കഴിഞ്ഞ നാലുവർഷക്കാലത്തിനിടയിൽ കണ്ടുമുട്ടിയ രോഗികളിൽ മറക്കാനാവാത്ത മുഖം ആരുടേതായിരുന്നു?"

അപ്രതീക്ഷിതമായ ചോദ്യം കേട്ട് അനീജ ആദ്യം ഒന്നുപതറി.

പിന്നെ ഓർമ്മകളിലേക്കൊരെത്തിനോട്ടം. അനീജ ഓർമ്മകളിൽ നോവു ചികയുകയായിരുന്നുവോ?

ഷീനാവർഗ്ഗീസ് എന്ന 47 കാരിയുടെ ചിത്രം മായാതെ മുന്നിൽ

നില്ക്കുന്നു. പൂജപ്പുരയിൽ ഹോം വിസിറ്റിനു പോയപ്പോഴാണ് അനീജ, ഷീനാവർഗ്ഗീസിനെ ആദ്യമായി കണ്ടുമുട്ടുന്നത്. സ്തനാർബുദം ബാധിച്ചു കിടപ്പായിരുന്നു. കഠിനമായ വേദനയിലും സദാ പുഞ്ചിരിക്കുന്ന മുഖം ഇന്നും ഓർമ്മയിലുണ്ട്. ആദ്യമൊക്കെ ആഴ്ചയിലൊരിക്കലായിരുന്ന സന്ദർശനം പിന്നീട് കൂടിവന്നു.

മർച്ചന്റ് നേവിയിൽ ഉദ്യോഗസ്ഥനായിരുന്ന ഷീനയുടെ ഭർത്താവ് സ്റ്റാൻലിയും ആസ്ത്രേലിയായിലായിരുന്ന മകൻ ജോ ആൻ വർഗ്ഗീസും ബാംഗ്ലൂരിൽനിന്നും മകൾ ജോവാനയും നാട്ടിലെത്തി; ഷീനയുടെ പരിചരണം ഏറ്റെടുത്തു.

മകൾ ജോവാന തനിക്കു സമ്മാനമായി നല്കിയ ഒരു സ്ഫടികം തലയ്ക്കു മുകളിലായി ജനാലയ്ക്കരികെ ഷീന തൂക്കിയിട്ടു. പ്രകാശരേണുക്കൾ സ്ഫടികത്തിൽത്തട്ടി സപ്തവർണ്ണങ്ങളായി പുറത്തുവരുന്നതു കാണുന്നത് ഷീനാവർഗ്ഗീസിന് അവാച്യമായ ആനന്ദാനുഭൂതി പകരുമ്പോൾ എല്ലാ വേദനയും ഇല്ലാതാകുന്നതായി അനീജയോട് പറയുമായിരുന്നു.

പകൽവേളകളിൽ അവരുടെ വേദന തെല്ലെങ്കിലും ശമിപ്പിച്ചിരുന്നത് ഈ പ്രകാശരേണുക്കളായിരുന്നുവത്രേ.

മകൻ ജോ ആൻ വർഗ്ഗീസിനൊപ്പം രാത്രിയുടെ അന്ത്യയാമംവരെ സി ഡികളിട്ട് ചിത്രങ്ങൾ കാണുന്നത് ഷീനയ്ക്ക് വലിയ ആശ്വാസമാണ് നല്കിയിരുന്നത്. അത് ദിനകൃത്യങ്ങളിലൊന്നായി മാറുകയും ചെയ്തു.

രോഗാവസ്ഥ മൂർച്ഛിക്കുകയും വേദന അധികരിച്ചു വരികയും ചെയ്തപ്പോഴും പുഞ്ചിരിക്കുന്ന മുഖത്തോടെയാണ് പാലിയം ഇന്ത്യയുടെ സാന്ത്വന പ്രവർത്തകരെ ഷീന വരവേറ്റിരുന്നതെന്ന് അനീജ നൊമ്പരത്തോടെ ഓർക്കുന്നു.

എസ് യു ടിയിലെ പാലിയേറ്റീവ് ക്ലീനിക്കിൽ വച്ചായിരുന്നു അന്ത്യം.

മരണത്തിനു തൊട്ടുമുമ്പുള്ള നാളുകളിൽ ഷീന അനീജയോടു പറയുമായിരുന്നു: “നോക്കു മോളേ, എനിക്കിപ്പോൾ ആ രൂപത്തെ കാണാം. എന്റെ കട്ടിലിൽ ആ രൂപം ഇരിക്കുന്നു. അതെ, ഇപ്പോൾ ആ രൂപം കൂടുതൽ വ്യക്തമായും ഞാൻ കാണുന്നുണ്ട്. രണ്ടു കരങ്ങളും നീട്ടി അതെന്നെ മാടിവിളിക്കുന്നു.”

അനീജ ഇപ്പോഴും വിസ്മയിക്കുന്നുണ്ട്. ഷീനാവർഗ്ഗീസ് പറഞ്ഞത് സത്യമായിരിക്കുമോ? മരണമടുക്കുമ്പോൾ ഇത്തരം വിസ്മയങ്ങൾ ഉൾവിളികളായി പുറത്തുവന്നേക്കാമെന്നൊക്കെ കേട്ടിട്ടുണ്ട്. ഷീനയുടെ മരണസമയത്ത് അടുത്തുണ്ടാകാനായില്ല എന്നതാണ് അനീജയുടെ നഷ്ടബോധം.

ഏകാന്തതയുടെ തടവറയിലടയ്ക്കപ്പെടാതെ ഭർത്താവിന്റെയും മകന്റെയും മകളുടെയും സാന്ത്വന പ്രവർത്തകരുടേയും സാമീപ്യത്തിൽ മരണം പുകാനായത് ഷീനയുടെ ആത്മാവിനെ ധന്യമാക്കിയിട്ടുണ്ടാവണം; പ്രത്യേകിച്ചും ഈ വർത്തമാനകാല സാഹചര്യത്തിൽ, അതെ

അപൂർവ്വമായി ലഭിക്കുന്ന സാന്ത്വന സ്പർശം.

പാടിപ്പതിഞ്ഞ ഒരു നാടകഗാനത്തിന്റെ വരികൾ ഇപ്പോൾ എന്റെ കാതുകളിലേക്കൊഴുകി എത്തുന്നു.

"മരണം വാതില്ക്കലൊരു നാൾ
മഞ്ചലുമായ് വന്നുനില്ക്കുമ്പോൾ.
തൊഴുകൈക്കുടന്നയിലാത്മാവിലിത്തിരി
തീർത്ഥജലം തരുമോ........"

(അനീജ ഇപ്പോൾ വിദേശത്താണ്)

വിശ്വാസം ഏതായാലും ഞങ്ങൾ നിങ്ങളോടൊപ്പമുണ്ടാകും

നവംബർ 29 ലെ അപരാഹ്നം. പാലിയം ഇന്ത്യയുടെ "ഉണർവ്വി"ന് ഒരിക്കൽക്കൂടി സാക്ഷ്യം വഹിച്ചു. ഉറ്റവരെ നഷ്ടപ്പെട്ടവരുടെ കൂട്ടായ്മയാണ് ഉണർവ്വ്. തിരുവനന്തപുരത്തുള്ള പാലിയം ഇന്ത്യയുടെ ഓഫീസിൽ വച്ച് ഇത് മാസത്തിലൊരിക്കൽ കൂടുന്നു. പങ്കെടുക്കുന്നവരിലധികവും അകാലത്തിൽ കുടുംബനാഥനെ നഷ്ടപ്പെട്ട സ്ത്രീകളായിരിക്കുമെന്ന പ്രത്യേകതയുമുണ്ട്. അതുകൊണ്ട് വനിതകളുടെ മാത്രം കൂട്ടായ്മയാണെന്ന ധാരണയും വേണ്ട.

23-ാമത്തെ വയസ്സിൽ ഓസ്റ്റിയോസാർക്കോമ എന്ന അർബുദം ബാധിച്ച് അത്യധികം ഗുരുതരാവസ്ഥയിൽ കഴിഞ്ഞിരുന്ന തലയോലപ്പറമ്പ് വടയാർ നിവാസിയായ അജിത്തിന്റെ "എന്റെ സുന്ദരിക്കായി" എന്ന കവിതയുടെ ആലാപനത്തോടെയാണ് ഉണർവ്വ് ആരംഭിച്ചത്.

കവിതയുടെ ഉൾക്കാമ്പിന്റെ ആർദ്രത സൃഷ്ടിച്ച കനത്ത നിശ്ശബ്ദതയ്ക്ക് വിരാമമിട്ടുകൊണ്ട് ഡോ. സാറാവർഗ്ഗീസും കലയും അനീജയും ചേർന്ന് "smile" എന്ന ഇംഗ്ലീഷ് കവിത ചൊല്ലി.

ചിരി കഴിഞ്ഞാൽ അതു മായുന്നതെവിടെയെന്നറിയില്ല. എന്നാൽ ഒരു ചിരിക്കു പകരം രണ്ടു ചിരിയെത്തും - ഇതായിരുന്നു കവിതയുടെ ധ്വനി.

"When you find someone
without a smile,
give him one of yours"

ഡോ. രാജഗോപാൽ ഈ വരികൾ ബോർഡിൽ കോറിയിട്ടപ്പോൾ പുഞ്ചിരി പൂർണ്ണമായി.

കൂട്ടായ്മയിൽ പങ്കെടുത്തവർ വീണ്ടും ഒരിക്കൽക്കൂടി പരിചയവും

അനുഭവങ്ങളും പുതുക്കി ഉണർവ്വിന് ഉർവ്വരത സമ്മാനിച്ചപ്പോൾ സമ്മിശ്ര വികാരങ്ങൾ പങ്കുവയ്ക്കുകയായിരുന്നു. കലയ്ക്കും ബേബിക്കും ആൽബർട്ടിനുമൊന്നും തേങ്ങലടക്കാൻ കഴിഞ്ഞില്ല.

പലരുടേയും വാക്കുകൾ തൊണ്ടയിൽ തടഞ്ഞുനിന്നു. മുതിർന്നവരുടെ ഭാവപ്പകർച്ചയിൽ ഒരു വർഷം മുമ്പ് അച്ഛൻ നഷ്ടപ്പെട്ട 7–ാം ക്ലാസുകാരൻ നിഖിലിന് നൊമ്പരത്തേക്കാൾ അമ്പരപ്പാണുണ്ടായത്. നിഖിലിനെ കൗൺസലിങ്ങിനായി ഏലിയാമ്മ സൈമൺ മാഡത്തെ ചുമതലപ്പെടുത്താൻ രാജഗോപാൽസാർ മറന്നില്ല. ഉണർവ്വിലെ നിത്യസാന്നിദ്ധ്യമായ തങ്കപ്പൻപിള്ളച്ചേട്ടനാകട്ടെ ഭാര്യയെ മകളുടെ കൂടെ അയക്കുന്നതിന്റെ “വ്യസനം” മറച്ചുവച്ചില്ല. അച്ഛന് കഴിയുന്നത്ര സാന്ത്വനപരിചരണം നല്കാനായതിൽ കൃതാർത്ഥനാണ് റോബർട്ട്.

പൊരുത്തപ്പെടുക എന്ന വാക്ക് സദാ പ്രയോഗിക്കപ്പെടുന്നുവെങ്കിലും എവിടെയെങ്കിലും ഒരു ശൂന്യത അവശേഷിക്കുമെന്നതാണു സത്യം.

വിശ്വാസം (faith) ഒരു ശക്തിയാണെങ്കിലും അത് ആരിലും കുത്തിവയ്ക്കേണ്ടതല്ല.

വിശ്വാസ നഷ്ടബോധം പലപ്പോഴും ഒരു തകർച്ചയി (collapse) ലേക്കാകും എന്ന് ബോദ്ധ്യപ്പെടുത്തുകയാണ് സാന്ത്വന പ്രവർത്തകരുടെ കടമ.

മനസ്സിന്റെ താഴേത്തട്ടിൽ അടക്കി വച്ചിരുന്ന വേദന പുറത്തു വരുന്നത് മുറിവു കരിയുന്നതിന്റെ തെളിവാണെന്നു വിദഗ്ദ്ധർ പറയുന്നു. അതു തന്നെയാണ് ഉണർവ്വ് എന്ന കൂട്ടായ്മയുടെ പ്രസക്തിയും. വേദന നമുക്ക് സ്വന്തമാണ്. പ്രിയപ്പെട്ടവരോടുള്ള സ്നേഹമാണ് വേദനയായി പുറത്തുവരുന്നത്. ഇത് ആവർത്തിക്കപ്പെടുമ്പോൾ ആശ്വാസമുണ്ടാകും.

ഒരിക്കൽ മാധവിക്കുട്ടി ഇങ്ങനെ എഴുതി; “....എന്റെ സ്നേഹം ഇളവെയിലാണ്. വേനൽ മഴയാണ്. നിലാവാണ്. എന്റെ സ്നേഹം ലഭിച്ചവരോട് എനിക്കു തന്നെ അസൂയതോന്നുന്നു. സ്നേഹിക്കപ്പെട്ട ആ ഹ്രസ്വകാലം സ്വർഗ്ഗലോകസംതൃപ്തി അവർക്കു കൊടുത്തിരിക്കണം....”

പെയ്തൊഴിയാതെ...

ആഴ്ചകളുടെ ഒടുവിൽ വീണുകിട്ടുന്ന ഞായറാഴ്ചകളുടെ പകലുകൾ മനസ്സിനെ സ്വതന്ത്രമായി മേയുവാൻ വിടുവാനാണ് ജയപ്രകാശ് (ജെ പി) ശ്രമിക്കാറ്. മനസ്സിനെ ശൂന്യമാക്കുവാനുള്ള മോഹം പലപ്പോഴും അലസമായ മയക്കത്തിലാണെത്തുക.

അന്നും പതിവുതെറ്റിച്ചില്ല. മാറാലകൾ കെട്ടിയ ഓർമ്മകൾ ചികഞ്ഞു നോക്കുവാൻ ഇഷ്ടമായിരുന്നില്ലെങ്കിൽക്കൂടി ദുർഭൂതങ്ങളായി അവ മുന്നിലൂടെ തെന്നിമാറിക്കൊണ്ടിരുന്നതു ജയപ്രകാശ് അറിഞ്ഞു.

"What do you expect, J P?" രാജഗോപാലൻ സാറിന്റെ നനുത്ത സ്വരം.

"I expect a crash landing; if it is a safe landing..... that is my ambition."

ഇതുപറയുമ്പോൾ വിതുമ്പാതിരിക്കുവാൻ J P പരമാവധി ശ്രമിച്ചു.

ഭാര്യയുടെ മരണം ഉറപ്പാണെന്നു മനസ്സിലാക്കിയ നിമിഷം മുതൽ ജയപ്രകാശ് ആഗ്രഹിച്ചതും അതുമാത്രമായിരുന്നു – വേദനയില്ലാത്ത സുഖദമായ മരണം. അമലാ ക്യാൻസർ സെന്ററിൽ വച്ച് ഭാര്യയുടെ അസുഖം പാൻക്രിയാസ് ക്യാൻസർ എന്നു നിർണ്ണയിക്കപ്പെട്ട ദിവസം ഉൾക്കിടിലത്തോടെയേ ജയപ്രകാശിന് ഓർമ്മിക്കാനാവൂ. പാരമ്പര്യമായി പാൻക്രിയാസ് ക്യാൻസറിനുള്ള അപകട സാദ്ധ്യതയെപ്പറ്റി ആദ്യം പറഞ്ഞത് ഡോ. ദീപക് സുവർണ്ണയായിരുന്നു. പക്ഷേ, 6 മാസം കൂടുമ്പോൾ നടത്തിയ ടെസ്റ്റുകൾ ആശ്വാസമേകുന്നതായിരുന്നു. പുഷ്പഗിരി ആശുപത്രിയിൽ നടത്തിയ ചെക്കപ്പിന്റെ നെഗറ്റീവ് റിസൾറ്റിനു പിഴവുണ്ടായോ? ജെ പി സംശയിക്കുന്നു.

അമൃതയിൽ രോഗനിർണ്ണയം പൂർണ്ണമായും സ്ഥിരീകരിച്ചപ്പോഴേക്കും പ്രിയസഖി സുഷമയുടെ ശരീരമാകെ അർബുദം കാർന്നു തിന്നാൻ തുടങ്ങിയിരുന്നു. സർജറിയും കീമോയും റേഡിയേഷനു

മൊന്നും ഫലം ചെയ്തില്ല. മോർഫിനു പോലും തടയാനാവാത്ത അസ ഹ്യമായ വേദന. "പാലിയേറ്റീവ് കെയറിലേക്കു മാറ്റുന്നതാണ് നല്ലത്" ആരോ പറഞ്ഞു.

പാലിയം ഇന്ത്യയെക്കുറിച്ചും ഡോ. എം ആർ രാജഗോപാലിനെ ക്കുറിച്ചും അറിഞ്ഞത് അമൃതയിൽ വച്ചാണ്. സാന്ത്വനചികിത്സയെപ്പറ്റി കേട്ടറിവുമാത്രമേ ജെ പി ക്കുണ്ടായിരുന്നുള്ളൂ.

വൈദ്യശാസ്ത്രം തോറ്റിരിക്കുന്നു. ഇനി ഭാര്യക്ക് നല്കാവുന്നത് സ്നേഹനിർഭരമായ സാന്ത്വനപരിചരണത്തിലൂടെ പരമാവധി വേദന കുറഞ്ഞ ഒരുമരണം മാത്രമേയുള്ളൂവെന്ന തിരിച്ചറിവ് ജെ പിയുടെ മന സ്സിൽ ഒരു നുറുങ്ങുവെട്ടമായി അവശേഷിച്ചു.

ഒട്ടും വൈകാതെ തിരുവനന്തപുരത്തെ എസ് യു ടി ആശുപത്രി യിലെ പെയിൻ ആന്റ് പാലിയേറ്റീവ് ക്ലിനിക്കിലേക്കു ഭാര്യയെ മാറ്റി. ആശുപത്രി ചിട്ടവട്ടങ്ങളുടെ പരിവേഷങ്ങളില്ലാതെ പാലിയം ഇന്ത്യയുടെ കീഴിലെ സ്വതന്ത്രമായ സാന്ത്വനപരിചരണക്രമം ജയപ്രകാശിനെ അതി ശയിപ്പിച്ചു. സാന്ത്വനചികിത്സയുടെ മാസ്മരികത ഭാര്യയുടെ മുഖഭാവ ങ്ങളിൽ നിഴലിക്കുന്നത് ധന്യതയോടെ മാത്രമേ ജയപ്രകാശിന് ഓർക്കാനാവുന്നുള്ളൂ.

ഡോ. രാജഗോപാലിന്റെ മുഖത്തെ നിശ്ചയദാർഢ്യവും സ്നേഹനിർഭ രമായ പുഞ്ചിരിയും സാന്ത്വന ചികിത്സയോടുള്ള പ്രതിബദ്ധതയും ജയ പ്രകാശിന്റെ മനസ്സിനെ പുതിയ അർത്ഥതലങ്ങളിലെത്തിച്ചു.

രോഗം കൂടുതൽ കൂടുതൽ വഷളാകുമ്പോഴും രോഗിയുടെ മനസ്സ് കൂടുതൽ കരുത്താർജ്ജിക്കുകയായിരുന്നുവെന്നത് ജയപ്രകാശിനെ വിസ്മയിപ്പിച്ചു. 2009 ജനുവരി 17. ജയപ്രകാശിനെയും രണ്ടുമക്കളേയും തനിച്ചാക്കി സുഷമ യാത്രയായി.

* * * * * * *

മാസങ്ങൾക്കുശേഷം

തികച്ചും യാദൃച്ഛികമായി ഒരു ഫോൺകോൾ.

"J P, How are you?" "എന്താണ് Next Plan?" മറുതലയ്ക്കൽ ഡോ. രാജഗോപാലിന്റെ സ്വരം. "അങ്ങനെ പ്രത്യേകിച്ചും പ്ലാനുകളൊ ന്നുമില്ല" തെല്ലൊരവ്യക്തതയോടെ ജയപ്രകാശ് മറുപടി പറഞ്ഞു.

ഫോൺ കട്ടായി.

സത്യത്തിൽ പല പദ്ധതികളും മനസ്സിലുണ്ടായിരുന്നു. പക്ഷേ, ഒന്നും ഉറപ്പിച്ചിരുന്നില്ല. ആദ്യപരിഗണന പാലിയം ഇന്ത്യക്കായിരുന്നുവെ ന്നതാണു പരമാർത്ഥം. സിങ്കപ്പൂരിലുള്ള മകൻ കിരണിനും ഖത്തറിലുള്ള മകൾ ആരതിക്കും ഒരേ നിർബ്ബന്ധം; അച്ഛൻ കൂടെവന്നു താമസിക്കണ മെന്ന്.

അവരുടെ സ്വകാര്യതയ്ക്കും സ്വാതന്ത്ര്യത്തിനും ഒരിക്കലും ബാദ്ധ്യ തയാകാതിരിക്കാനുള്ള നിർബ്ബന്ധബുദ്ധികാരണം ആ പദ്ധതി ആദ്യം

തന്നെ ഉപേക്ഷിക്കുകയായിരുന്നു.

ഓച്ചിറ പരബ്രഹ്മോദയം ആശുപത്രിയിൽ ഒരു അഡ്മിനിസ്ട്രേറ്റീവ് ഓഫീസറുടെ ഒഴിവുണ്ടെന്നറിഞ്ഞു.

മൈക്രോബയോളജിയിലെ ബിരുദാനന്തര ബിരുദം വേണ്ടവിധം ഇനിയും ഉപയോഗപ്പെടുത്താനായിട്ടില്ല. ഒരു ലാബ് തുടങ്ങുന്ന ആശയവും മനസ്സിലുണ്ട്.

മാസങ്ങൾ കൊഴിഞ്ഞുകൊണ്ടിരുന്നു. സുഷമയുടെ വേർപാടിന്റെ ഓർമ്മകൾ മനസ്സിൽ പോറലുകളായി നീറുന്നുണ്ട്. എങ്കിലും മനസ്സ് ശാന്തത കൈവരിച്ചിരുന്നു. പക്ഷേ, ഒരു തീരുമാനത്തിലെത്താനാവുന്നില്ല.

പാലിയം ഇന്ത്യയിൽനിന്നും അങ്ങനെയിരിക്കെ ഡോ. രാജഗോപാൽ വീണ്ടും വിളിച്ചു. “J P we are still waiting for you. എന്താണഭിപ്രായം?”

“സർ എന്റെ ഫസ്റ്റ് പ്രയോരിറ്റി പാലിയം ഇന്ത്യയോടൊപ്പമാണ്.” ജയപ്രകാശ് പറഞ്ഞു.

പഴയതുപോലെ വീണ്ടും കട്ടായി.

ആഴ്ചകൾക്കുശേഷം:

“ജെ പി അടിയന്തരമായി ഒന്നു കാണാൻ പറ്റുമോ?” രാജഗോപാൽ സാറിന്റെ ഫോണാണ്.

“ശരി സാർ. ഞാൻ വരാം.”

അടുത്തദിവസം തിരുവനന്തപുരത്തെത്തി രാജഗോപാൽ സാറിനെ കണ്ടു. ദീർഘമായ സംഭാഷണങ്ങളൊന്നുമുണ്ടായില്ല.

“Yes, you can join here as Program Director.”

പിന്നെയൊന്നും ആലോചിക്കേണ്ടിവന്നില്ല. 2010 ആഗസ്ത് മുതൽ പാലിയം ഇന്ത്യയുടെ ഭാഗമായി. ജെ പി എന്ന ജയപ്രകാശ്.

“നീ ഉറക്കമാണോടാ പൊന്നാ?”

ശശിയണ്ണന്റെ ചോദ്യം കേട്ട് ഞെട്ടിയുണരുമ്പോൾ കിടക്കയിൽ അന്തിവെയിലിന്റെ സുവർണ്ണ രാജികൾ മേയുന്നു.

“നിന്റെ മട്ടുകണ്ടാൽ സർക്കാർ ജോലിയുള്ളപ്പോഴൊന്നും പണിയെടുക്കാതിരുന്നിട്ട് ഇപ്പോളാ പണിയെടുക്കുന്നതെന്നു തോന്നുമല്ലോ” ശശിയണ്ണന്റെ കമന്റ്. ജയപ്രകാശ് ഒന്നുപുഞ്ചിരിക്കുകമാത്രം ചെയ്തു. ഫലിതപ്രിയനായ ശശിയണ്ണൻ കോലുവച്ചു പറഞ്ഞതാണെങ്കിലും ശരിയാണ്.

“എതിർപ്പുകളെ അവഗണിച്ച് മോഹിച്ച പെണ്ണിനെ കെട്ടി; വെറ്ററിനറി സയൻസിൽ ബിരുദാനന്തര ബിരുദം നേടി; വെറ്ററിനറികോളേജിൽ മൈക്രോബയോളജി മേധാവിയായി, വയനാട് വെറ്ററിനറി കോളേജ് ഡീനായി, ഇടയ്ക്കു ലിബിയയിലും 6 മാസം. അന്നൊന്നുമില്ലാത്തത്ര തിരക്കുപിടിച്ചതോ തന്റെ ജീവിതം.”

“ഇനി ഞാനുണർന്നിരിക്കാം.
നീയുറങ്ങുക.” (ഒ എൻ വി)

ജയപ്രകാശിന്റെ മൗനം പെയ്തൊഴിയുകയായിരുന്നുവോ?

(ജെ പി സാർ ഇപ്പോൾ പാലിയം ഇന്ത്യയിൽ ഇല്ല).

ആരാണ് അപരാധി

ചിന്നമ്മൂമ്മയ്ക്ക് 80 വയസ്സായിരുന്നു ഞങ്ങൾ കാണുമ്പോൾ. കട്ടേലയിലെ സാന്ത്വനകേന്ദ്രത്തിലെ അന്തേവാസി. ആറ്റിങ്ങലിനപ്പുറത്തെവിടെയോ ആണ് വീട്. മകളും രണ്ടുപേരക്കുട്ടികളും മകളുടെ കെട്ടിയോനുമടങ്ങുന്ന കുടുംബത്തോടൊപ്പമായിരുന്നു താമസിച്ചുപോന്നത്.

കവിളിലെ ക്യാൻസർമൂലം ഏറെ അവശയായപ്പോഴാണ് മകൾ അവരെ കട്ടേലയിലെത്തിച്ചത്. മകൾ മടങ്ങുമ്പോൾ ഒന്നുകൂടി പറഞ്ഞു.

"ഇനി എന്നെ അന്വേഷിച്ചു വന്നേക്കരുത്. മരിച്ചാൽ ഇവിടെ എവിടെയെങ്കിലും അടക്കിയാൽ മതി."

മകൾ മടങ്ങിപ്പോകുന്നത് തേങ്ങലോടെ ചിന്നമ്മൂമ്മ നോക്കി നിന്നു. വാർദ്ധക്യത്തിന്റെ ചുളിവുകൾ വീണ കവിളുകളിലൂടെ കണ്ണീർ ധാരധാരയായി ഒഴുകി. കണ്ണുനീരിന്റെ ഉപ്പുരസം അവരെ അതുവരെയില്ലായിരുന്ന അജ്ഞാതമായ അൾത്താരയിലെത്തിച്ചു.

ദിനരാത്രങ്ങൾ കൊഴിഞ്ഞുകൊണ്ടിരുന്നു. ഋതുഭേദങ്ങൾ ചിന്നമ്മൂമ്മയിൽ മാറ്റങ്ങൾ വരുത്തി. ഒരിക്കലും ശരിയായ ഭക്ഷണം കഴിക്കുവാനോ നല്ല വസ്ത്രങ്ങൾ ധരിക്കുവാനോ അവർ കൂട്ടാക്കിയില്ല. കവിളിലെ അർബുദത്തിനുള്ള മരുന്നുകളും കഴിക്കാതെയായി. എപ്പോഴും ശുണ്ഠിമാത്രം. അങ്ങനെയിരിക്കയാണ് പാലിയം ഇന്ത്യയിൽനിന്നുള്ള സംഘം വിജയകുമാർ സാറിന്റെ നേതൃത്വത്തിൽ കട്ടേലയിൽ എത്തിയത്.

ചൊവ്വാഴ്ചകളിൽ കൃത്യമായി പാലിയം ഇന്ത്യയുടെ സംഘം കട്ടേലയിലെത്തുവാൻ ശ്രദ്ധിച്ചിരുന്നു. ക്രമേണ ചിന്നമ്മൂമ്മയും പാലിയം ഇന്ത്യയുടെ സാന്ത്വന പരിചരണവുമായി പൊരുത്തപ്പെട്ടുകൊണ്ടിരുന്നു. മരുന്നുകൾ കൃത്യമായി കഴിച്ചുതുടങ്ങി. ചൊവ്വാഴ്ചകളിൽ അതിരാവിലെ

ഉണർന്നെണീറ്റ് ഉടുത്തൊരുങ്ങി നില്ക്കും-പാലിയം ഇന്ത്യയിൽനിന്നുള്ള വരെയും കാത്ത്. ആശാവഹമായ മാറ്റം.

ചിന്നമ്മൂമ്മയ്ക്ക് ഇപ്പോൾ ഒരാഗ്രഹമേയുള്ളൂ "മകളെ ഒരു നോക്കു കാണണം" പക്ഷേ, മകൾ അമ്മയെ കാണാൻ ഒരിക്കലും തയ്യാറായില്ല എന്നു മാത്രമല്ല ചിന്നമ്മൂമ്മയ്ക്കു ലഭിച്ചുവന്ന അഗതി പെൻഷൻ കള്ള യൊപ്പിട്ട് കൈപ്പറ്റുകയും ചെയ്തുകൊണ്ടിരുന്നു.

ശരിയായ മേൽവിലാസമറിയാത്തതിനാൽ മകളെ ബന്ധപ്പെടാനുള്ള ശ്രമങ്ങളും പരാജയപ്പെട്ടു. ചൊവ്വാഴ്ചകളിൽ പാലിയം ഇന്ത്യയിൽനിന്നു ള്ളവരെ കാണുമ്പോൾ ചിന്നമ്മൂമ്മ പരിഭവപ്പെടുകയും ശുണ്ഠിയെടുക്കു കയും ചെയ്തു. വിജയകുമാർ സാറിനെയും രാജഗോപാൽ സാറിനെയും കെട്ടിപ്പിടിച്ചു കേണു: "എനിക്ക് എന്റെ മകളെ ഒരു നോക്കു കാണണം."

ഒരുപാടന്വേഷണങ്ങളുടെയൊടുവിൽ മകൾ പണിയെടുക്കുന്ന വീട്ടു ടമയുടെ ഫോൺ നമ്പർ തപ്പിയെടുത്ത് മകളോട് അമ്മയുടെ ആഗ്രഹമറി യിച്ചു.

മകൾ വന്നില്ല. ഒടുവിൽ വൃദ്ധയായ അമ്മയെ സംരക്ഷിക്കുന്നില്ല എന്ന കാരണത്തിന് അധികൃതർക്കു പരാതി നല്കുമെന്ന് കാണിച്ച് മകൾക്ക് പാലിയം ഇന്ത്യയിൽനിന്നും ഒരു "ഭീഷണി"യുടെ സ്വരത്തിൽ ഒരു കത്ത് അയക്കേണ്ടിവന്നു.

കത്തയച്ച് ആഴ്ചകൾ കഴിഞ്ഞപ്പോൾ മകൾ ഓടിക്കിതച്ചെത്തി. എല്ലാവരും കടുത്ത പകയോടെയാണ് മകളെ നോക്കിക്കണ്ടത്. സ്വത വേ ശാന്തസ്വഭാവക്കാരനായ വിജയകുമാർ സാറിനും മകളോടു രോഷ മാണു തോന്നിയത്. "മരണത്തോടു മല്ലടിക്കുന്ന പെറ്റമ്മയെ കാണാൻ കൂട്ടാക്കാത്ത മകൾ."

അമ്മയും മകളും പരസ്പരം കെട്ടിപ്പുണർന്നു. ഒരുപാടു സങ്കടങ്ങളും പരിഭവങ്ങളും തേങ്ങലുകളായി പുറത്തുവന്നുകൊണ്ടിരുന്നു.

ചിന്നമ്മൂമ്മയുടെ കണ്ണുകളിൽ അഭൗമമായ തിളക്കം. മകളെ കാണാ തിരുന്നു കണ്ടതിന്റെ മാന്ത്രികവശ്യത. അന്ന് എപ്പൊഴോ മകൾ യാത്ര പറഞ്ഞുപോയി. പിന്നീടൊരിക്കലും ചിന്നമ്മൂമ്മ മകളെ കാണണമെന്നു വാശിപിടിച്ചിട്ടില്ല.

രണ്ടാഴ്ചകൾക്കുശേഷം (1-8-2007), ചിന്നമ്മൂമ്മ യാത്ര പറഞ്ഞു; ഈ ലോകത്തോട്.

ഇത്രയും കഥ പറഞ്ഞുതീർന്നപ്പോൾ വിജയകുമാർ സാർ നെടു തായൊന്നു നിശ്വസിച്ചു. "കഥ ഇവിടെ തീരുന്നില്ല."

"മകൾ എന്താണ് അത്രയും നാൾ വരാതിരുന്നതെന്നറിയണ്ടേ?"

മകളുടെ ഭർത്താവ് അന്ധനായിരുന്നു. രണ്ടുമക്കളിൽ ഒരാൾ വിക ലാംഗയും. ചിന്നമ്മൂമ്മയുടെ അഗതിപെൻഷനും വീട്ടുജോലിയിൽ നിന്നുള്ള തുച്ഛമായ വരുമാനത്തിലൂടെയുമായിരുന്നു ആ കുടുംബത്തിൽ അടുപ്പുപുകഞ്ഞിരുന്നത്. ഭർത്താവിനെയും വികലാംഗയായ കുട്ടിയേയും ഒറ്റയ്ക്കാക്കി അവർ വരുന്നതെങ്ങനെ?

ഇനി പറയൂ ആരാണ് അപരാധി?"

സത്യം പറഞ്ഞാൽ ഒരു നിമിഷം ഞാൻ മരവിച്ചിരുന്നു.

വിജയകുമാർ സാറിന്റെ കണ്ണുകൾ ഈറനണിഞ്ഞിരുന്നു. സ്വതേ ശാന്തപ്രകൃതനായ സാറിന്റെ മുഖത്ത് വർണ്ണ വിസ്മയം.

നിമിഷങ്ങൾ ഘനീഭവിച്ചുനിന്നു. പാലിയം ഇന്ത്യയിൽ വന്നുപോകുന്ന എത്രയോ രോഗികളെ അദ്ദേഹം കണ്ടിട്ടുണ്ടാവണം. പക്ഷേ, ചിന്നമ്മുമ്മയുടെ കണ്ണീരുവറ്റിയ മുഖം വ്യക്തമായും ആ മനസ്സിൽ തങ്ങിനില്ക്കുന്നു. പാലക്കാട്ടുകാരനായ ഈ മനുഷ്യൻ പാലിയം ഇന്ത്യയുടെ അമരക്കാരിലൊളായി മാറിയെങ്കിൽ അതിനുകാരണം മനസ്സിന്റെ നന്മ തന്നെ. പാലക്കാട് "ദേവാശ്രയ ചാരിറ്റബിൾ ട്രസ്റ്റി"ലെ അതേ നിശ്ശബ്ദ സേവനം തന്നെ പാലിയം ഇന്ത്യയിലും. കാശിന്റെ കാര്യത്തിലെ കിറുകൃത്യതയും, സുതാര്യതയും, "പിശുക്കും", രോഗികളോടുള്ള അർപ്പണതയും വിജയകുമാർ സാറിനെ വ്യത്യസ്തനാക്കുന്നു.

നട്ടെല്ലുപണയപ്പെടുത്താൻ തയ്യാറാവാതെ ബാങ്കിലെ ഉന്നതോദ്യോഗം വലിച്ചെറിഞ്ഞ് രോഗികളുടെ സാന്ത്വനത്തിനായി ശിഷ്ടകാലം നീക്കിവച്ചിരിക്കുന്നു ഈ വിനയാന്വിതൻ.

(2019 സെപ്തംബർ 29 ന് വിജയകുമാർ സാർ നമ്മെ വിട്ടുപിരിഞ്ഞു.)

മനസ്സേ മാപ്പ്

രാവിലെ പതിവുതെറ്റാതെ പാൽക്കാരനെത്തി. അന്ന് പതിവില്ലാത്ത ഒരുതരം സംഭ്രാന്തി അവന്റെ മുഖത്തു നിഴലിക്കുന്നതു കണ്ടു. "എന്താ അപ്പുണ്ണി, എന്തുപറ്റി, മുഖം വല്ലാതെയിരിക്കുന്നല്ലോ." എന്റെ ചോദ്യം അവന്റെ അസ്വസ്ഥത വർദ്ധിപ്പിച്ചതേയുള്ളു. അവനാകെ വിറയ്ക്കുന്നുണ്ടായിരുന്നു. "സാറാരോടും പറയരുത്. അങ്ങേലെ ഡോക്ടറുടെ തള്ള ഇന്നലെ രാത്രി ചത്തു. ശവം പുലർച്ചേതന്നെ എവിടേക്കോ കൊണ്ടുപോയത്രേ. ആരോടും പറയരുതെന്ന് ഡോക്ടർ പ്രത്യേകം പറഞ്ഞിട്ടുണ്ട്. സാറിനോടായതുകൊണ്ടു പറഞ്ഞതാ. ആ തള്ളയെ ഇഞ്ചിഞ്ചായി കൊല്ലുകയായിരുന്നു അവർ," അപ്പുണ്ണിക്കു രോഷമടക്കാനായില്ല; നിസ്സംഗതയും.

സത്യത്തിൽ ആ വാർത്ത എന്നിലും ഞെട്ടലുളവാക്കി. രക്തം ഉറഞ്ഞുപോയതുപോലെ. മരണത്തിന്റെ തണുത്ത മരവിപ്പ് കോരിത്തരിപ്പായി ശരീരമാസകലം പടർന്നു. എത്രയോ മാസങ്ങളായി അവരുടെ ദീനരോദനം എന്റെ ഉറക്കം കെടുത്തിയിരിക്കുന്നു.

"അയ്യോ....അമ്മേ....അയ്യോ....."

തൊട്ടടുത്തവീട്ടിൽ നിന്നും ഇടയ്ക്കിടെ ഉയർന്നു കേട്ടിരുന്ന ദീനസ്വരം തന്നെ ഒട്ടൊന്നുമല്ല നൊമ്പരപ്പെടുത്തിയിരുന്നത്.

തൊട്ടടുത്ത വീടാണെങ്കിലും അവർക്ക് ബാഹ്യലോകവുമായി ഒരു ബന്ധവുമുണ്ടായിരുന്നില്ല. കൊട്ടാരസദൃശമായ വീടിനു വെളിയിൽ ആരെയും ഒരിക്കലും കണ്ടിരുന്നുമില്ല. പാൽക്കാരൻ അപ്പുണ്ണി മാത്രമാണ് അവിടുത്തെ ഒരേ ഒരു നിത്യസന്ദർശകൻ. അപ്പുണ്ണിയിൽനിന്നാണ് വിവരങ്ങൾ അറിഞ്ഞത്. അയൽപക്കങ്ങൾ അകലെയായിരുന്നെങ്കിലും മനസ്സുകളൊന്നായിരുന്ന ഗതകാലത്തെക്കുറിച്ച് അറിയാതെ ഓർത്തുപോയി.

നഗരത്തിലെ പ്രസിദ്ധമായ ഒരു സ്വകാര്യാശുപത്രിയിലെ പേരുകേട്ട ഡോക്ടറും ഭാര്യയും മകനും ഡോക്ടറുടെ വൃദ്ധയും രോഗിയുമായ

അമ്മയുമടങ്ങുന്നതാണ് ആ കുടുംബം. മകൻ സംസ്ഥാനത്തിനു പുറത്ത് ഉയർന്ന ഉദ്യോഗസ്ഥൻ. ഡോക്ടറുടെ അമ്മയ്ക്കു എന്തോ തീരാവ്യാധി യായി കിടപ്പിലായിട്ട് ഒരു വർഷത്തിലേറെയായത്രേ. വീടിന്റെ പിന്നിൽ പ്രത്യേകം നിർമ്മിച്ച കെട്ടിടത്തിലാണ് അമ്മയെ പാർപ്പിച്ചിരുന്നത്. മുറി യിൽ നിറഞ്ഞുനിന്ന വാർദ്ധക്യത്തിന്റെ ഗന്ധം അവർക്കിഷ്ടമായിരുന്നി ല്ല. കിടന്ന് ആ വൃദ്ധമാതാവിന്റെ ശരീരമാസകലം വ്രണങ്ങളായിരുന്ന തായി അപ്പുണ്ണി പറയുന്നു. അവരെ നോക്കാൻ ഒരു വയസ്സിത്തള്ളയെ വച്ചിട്ടുണ്ട്. അവരാകട്ടെ ഒരു "താടക" സ്ത്രീയും. ഭക്ഷണം കോരിക്കൊ ടുക്കുമ്പോൾ കഴിക്കാൻ മടികാണിച്ചാൽ "താടക" ആ അമ്മയെ തല്ലു മായിരുന്നുവെന്നു പറഞ്ഞപ്പോൾ അപ്പുണ്ണി ഗദ്ഗദകണ്ഠനായി. കവിൾ പിടിച്ചുഞെക്കി ആഹാരം ഉള്ളിലേക്കു തള്ളുന്ന പൈശാചികമായ കാഴ്ച അപ്പുണ്ണിയെ അസ്വസ്ഥനാക്കിയിരുന്നു.

ഒരിക്കൽ ഇക്കാര്യം കൊച്ചമ്മയുടെ ശ്രദ്ധയിൽപ്പെടുത്തിയപ്പോൾ അപ്പുണ്ണിക്കും കിട്ടി ശകാരം. "പാലുകൊണ്ടുവരുന്നവൻ ആ പണി ചെയ്താൽ മതി. വീടു ഭരിക്കണ്ട. വല്ല വിധേനയും കാലു പിടിച്ചാണ് ഒരു ജോലിക്കാരിയെ കിട്ടിയത്. അവരെ പറഞ്ഞുവിട്ടാൽ പിന്നെ കിള വിയെ നോക്കാൻ ആരാ ഉള്ളത്. എന്നെക്കൊണ്ട് ആ വൃത്തികെട്ട തള്ളയെ നോക്കാൻ വയ്യ" അവർ പൊട്ടിത്തെറിച്ചു.

എനിക്ക് ആ വൃദ്ധമാതാവിനെ സഹായിക്കണമെന്നുണ്ടായിരുന്നു. അവർക്കു വേണ്ട സാന്ത്വന പരിചരണം തരപ്പെടുത്തുവാനും ഞാൻ സന്നദ്ധനായിരുന്നു. റെസിഡൻസ് അസോസിയേഷന്റെ ചുമതലക്കാർ മുഖേന ഒരു ശ്രമവും നടത്തിയതാണ്. പക്ഷേ, ഡോക്ടറും കുടുംബവും അതിനു സന്നദ്ധരായില്ലെന്നു മാത്രമല്ല, തന്റെ വീട്ടുകാര്യത്തിൽ മറ്റുള്ള വർ ഇടപെടുന്നതിൽ അസഹിഷ്ണുത കാട്ടുകയും ചെയ്തപ്പോൾ ഞാൻ ശ്രമം ഉപേക്ഷിക്കുകയായിരുന്നു.

ഒടുവിൽ ഇപ്പോൾ എല്ലാം അവസാനിച്ചിരിക്കുന്നു. അത്യുന്നതങ്ങ ളായ ഗിരിശൃംഗങ്ങൾ പൊട്ടിച്ചിതറി താഴേക്കു പതിച്ചതിനുശേഷമുള്ള അസ്വസ്ഥമായ നിശ്ശബ്ദത. ദൈവമേ മനുഷ്യനിത്രയും ക്രൂരനാകുവാൻ കഴിയുന്നതെങ്ങനെ? ജീവിതത്തിന്റെ അന്ത്യകാലത്ത് പെറ്റമ്മയുടെ രക്ഷ കനാകേണ്ട മകൻ ഒരുപക്ഷേ, ആ ശവംപോലും കഴുകന്മാർക്ക് നല്കി യിട്ടുണ്ടാകുമോ? അതോ അനാഥപ്രേതമായി വഴിയോരത്തുപേക്ഷിച്ചു കാണുമോ?

രോഷാഗ്നിയിൽ ഞാൻ കത്തിജ്ജ്വലിക്കുകയായിരുന്നു. ഒപ്പം വിട്ടു മാറാത്ത ഒരു കുറ്റബോധവും – ആ അമ്മയ്ക്ക് വേദനയില്ലാത്ത, സുഖ കരമായ ഒരു മരണം നല്കാൻ എനിക്ക് ഒന്നും ചെയ്യാനായില്ലല്ലോ.

* * * * * * *

മരണം നടന്ന് ഏഴാം ദിവസം ചില മന്ത്രോച്ചാരണങ്ങൾ കേട്ടുകൊ ണ്ടാണ് ഉണർന്നത്. മരണവീട്ടിൽനിന്നാണ്. മകൻ ബലിതർപ്പണം നട ത്തുകയാണ്, പാപശാന്തിക്കായി. പക്ഷേ, ബലിക്കാക്കകളെത്തിയില്ല. ഇത് ഈ മഹാനഗരത്തിന്റെ വഴിയോരക്കാഴ്ചകളിലൊന്നുമാത്രമാണ്. മനസ്സേ മാപ്പ്.

കരീലാഞ്ചിക്കിളികൾ

കരീലാഞ്ചിക്കിളികളെ എനിക്കെന്നും ഇഷ്ടമായിരുന്നു.

നഗരത്തിന്റെ തിരക്കിൽനിന്നും മോചനം നേടി നാട്ടിലെത്തുമ്പോഴാണ് ഞാനിപ്പോൾ അവയെ കാണാറ്. തൊടിനിറയെ കരീലാഞ്ചിക്കിളികൾ. നഗരജീവിതത്തിൽ കരീലാഞ്ചിക്കിളികൾ പലപ്പോഴും അന്യമാവുകയാണ് പതിവ്.

നാട്ടിൽ പരിചയക്കാർ കുറവായിരുന്നുവെങ്കിലും കരീലാഞ്ചിക്കിളികൾ എന്റെ കൂട്ടുകാരായിരുന്നു.

അച്ഛന് സുഖമില്ലെന്നറിഞ്ഞാണ് ഇത്തവണ ഓടിക്കിതച്ചു നാട്ടിലെത്തിയത്.

പണ്ടെങ്ങും ഇങ്ങനെയൊരടുപ്പം വീടിനോടുതോന്നിയിരുന്നില്ല എന്നത് ഒരുൾക്കിടിലത്തോടെ ഞാനറിയുന്നു.

അച്ഛന് വയസ്സ് 90. കേൾവി തീരെ കുറഞ്ഞിരിക്കുന്നു; ഓർമ്മയും. മരണത്തിനുമുമ്പുള്ള ജീവിതം അച്ഛൻ ജീവിച്ചുതീർക്കുന്നു, പിന്നിട്ട ജീവിതത്തിലെ ഏതോ ചില ഏടുകൾ മാത്രം ഓർമ്മയിൽ ശേഷിക്കുന്നു.

ഈ ശേഷിപ്പുകളാവണം ഒരുപക്ഷേ, അച്ഛന്റെ ജീവിതസായാഹ്നങ്ങളിൽ ആശ്വാസമേകുന്നത്.

സ്നേഹം ഉള്ളിലൊളിപ്പിച്ച അർത്ഥഗർഭമായ അച്ഛന്റെ മൗനം ഞാൻ തിരിച്ചറിഞ്ഞത് എത്രയോ വൈകിയാണ്.

പെട്ടെന്ന് മൊബൈൽ ഒച്ചയുണ്ടാക്കി. അങ്ങേത്തലയ്ക്കൽനിന്നും രാജഗോപാൽസാറിന്റെ സാന്ത്വനസ്വരം “അച്ഛനെങ്ങെനെ?”

“അവശതയേറിയിട്ടുണ്ട്. കുഴപ്പമില്ല. ഒരു കൈയിൽ അവിടവിടെയായി ചില ചുവന്ന പാടുകൾ കാണുന്നു” ഞാൻ പറഞ്ഞു.

തെല്ലിട നിർത്തി രാജഗോപാൽസാർ പറഞ്ഞു.

"എപ്പോൾ വേണമെങ്കിലും മോശമാകാനാണു സാദ്ധ്യത. ആലോചിച്ചൊരു തീരുമാനമെടുത്തിട്ട് എന്നെ വിളിക്കൂ ആവശ്യമെങ്കിൽ സാന്ത്വന പരിചരണവും നല്കാം."

ഒരുൾക്കിടിലത്തോടെ മനസ്സൊന്നുലഞ്ഞു. പിന്നെ നിശ്ചലമായി;

സൂക്ഷ്മത്തിലേക്ക്.

ബിന്ദുവിലേക്ക്.

അപരിചിതമായ വഴികളിലൂടെ എത്രദൂരം പോയെന്നറിഞ്ഞില്ല. മയക്കം ഒരു കോരിത്തരിപ്പായി ദേഹമാസകലം പടർന്നതെപ്പോഴെന്ന് ഓർമ്മയില്ല. ഉണർന്നപ്പോൾ ഒരു മെസേജ് മൊബൈലിൽ തെളിഞ്ഞു കിടക്കുന്നു.

Anilkumar Passed away at 3pm today Dr.Sithara. 17-5-2012.

തിരുവനന്തപുരത്തുനിന്നും ഡോ. സിതാരയുടെ മെസേജാണ്. അനിൽകുമാർ മരിച്ചു.

പാലിയേറ്റീവ് കെയറിന്റെ എസ് യു ടി റോയൽ വാർഡിലെ രോഗിയായിരുന്നു അനിൽകുമാർ; 39 വയസ്സ്. കരൾ ക്യാൻസറായിരുന്നു.

"വയറ്റിൽ നീരുവന്നുവീർക്കുമ്പോൾ സാന്ത്വനപരിചരണ വിഭാഗത്തിൽ അഡ്മിറ്റാകും. നീരു കുറെ കുറഞ്ഞശേഷം മോർഫിന്റെ ബലത്തിൽ വേദനശമിപ്പിച്ചു തിരിച്ചുപോകും. അതാണു പതിവ്.'' ഡോ. സിതാര പറഞ്ഞതോർക്കുന്നു. പ്രതീക്ഷയ്ക്ക് വകയില്ലെന്നറിയാമായിരുന്നെങ്കിലും മായമ്മ (അനിലിന്റെ ഭാര്യ) പിന്നെയും സിതാര മാഡത്തോടു ചോദിച്ചുകൊണ്ടേയിരുന്നു "ഏട്ടന്റെ രോഗം ഭേദമാകും അല്ലേ ഡോക്ടർ?" ഡോ. സിതാരയ്ക്ക് പലപ്പോഴും ഉത്തരമുണ്ടാവാറില്ല; അല്ലെങ്കിൽത്തന്നെ എന്തുപറയാൻ.

പാലിയം ഇന്ത്യയിൽ വന്നശേഷം എത്രയോ രോഗികളുടെ നിസ്സഹായാവസ്ഥയ്ക്കും മരണത്തിനും അവർ സാക്ഷിയായിരിക്കുന്നു.

പീഡിയാട്രിക്സിൽ ബിരുദാനന്തര ബിരുദം നേടിയ ഡോ. സിതാരയുടെ പാലിയം ഇന്ത്യയിലെ സാന്നിദ്ധ്യം തന്നെ വ്യത്യസ്താനുഭവമാണ്. നാലാംക്ലാസുകാരിയായ മകൾ അമേയയും ഭർത്താവ് ഡോ. അജിത്തും (പി എച്ച് എൽ) ആദ്യമൊക്കെ പരിഭവിച്ചുവെങ്കിലും ക്രമേണ ഡോ. സിതാരയുടെ വഴി ശരിവയ്ക്കുകയായിരുന്നു.

ടീം മീറ്റിങ്ങിനു പോകുമ്പോൾ യാദൃച്ഛികമായാണ് വാർഡിൽക്കിടന്ന അനിൽകുമാറിനെ ഞാൻ ശ്രദ്ധിക്കുവാനിടയായത്. സിതാര ഡോക്ടറിൽ നിന്നു കൂടുതൽ വിവരങ്ങൾ ചോദിച്ചറിഞ്ഞു.

ടാപ്പിങ് തൊഴിലാളിയായിരുന്ന അനിലിന്റെ കുടുംബം സ്നേഹസമ്പന്നമായിരുന്നു; സന്തുഷ്ടമായിരുന്നു. അനിലിന്റെ അച്ഛനും അമ്മയും ഭാര്യ മായയും മക്കളായ അഭിരാമി (ഒന്നാം ക്ലാസ്), അതുല്യ (എൽ കെ ജി) എന്നിവരടങ്ങുന്ന കുടുംബത്തിന് അനിലിന്റെ തുച്ഛമായ വരുമാനമായിരുന്നു ഏക ആശ്രയം.

പെട്ടെന്നൊരു വയറുവേദനയിലാണു തുടക്കം. വട്ടപ്പാറ മെഡി

ക്കൽകോളേജിലെ വിശദമായ പരിശോധനകൾക്കൊടുവിലാണ് രോഗം കരളിലെ അർബുദമാണെന്നു കണ്ടെത്തിയത്. പല ചികിത്സകളും ചെയ്തു. പാലിയം ഇന്ത്യയുടെ ക്ലിനിക്കിലെത്തുമ്പോൾ വേദന അതിന്റെ പാരമ്യതയിലായിരുന്നു (10).

മരണത്തോടടുത്തപ്പോൾ ഒന്നും സംസാരിക്കാതെയായി. കണ്ണുകളിൽനിന്നും വാർന്നിറങ്ങിയ കണ്ണുനീർ ചാലുകൾ കവിളുകളിൽ കറുത്ത പാടുകൾ തീർത്തിരുന്നു.

എങ്കിലും ഭാര്യയുടെയും ബന്ധുക്കളുടെയും സാന്നിദ്ധ്യത്തിൽ വേദനയില്ലാത്ത ഒരു മരണമാണ് അനിലിനുണ്ടായതെന്നറിഞ്ഞപ്പോൾ ഞാൻ ആശ്വസിച്ചു.

നമ്മുടെ നാട്ടിലെ എത്രയോ ഹതഭാഗ്യരായ അർബുദ രോഗികൾ പാലിയേറ്റീവ് പരിചരണം നിഷേധിക്കപ്പെട്ട് വേദനതിന്നു മരിക്കുന്നു. “പ്രിയപ്പെട്ട അനിൽ നീ ഭാഗ്യവാനാണ്.”

പാലിയേറ്റീവ് കെയർ പ്രായമായവർക്കുമാത്രമുള്ളതാണെന്നും മരണമടുക്കുമ്പോൾ നല്കാനുള്ളതാണെന്നുമുള്ള മിഥ്യാധാരണയാണ് ഇന്നും പലർക്കും.

രോഗനിർണ്ണയം മുതൽ രോഗിക്കും കുടുംബത്തിനും സാന്ത്വനപരിചരണമെന്നത് ഒരവകാശമാണെന്ന് എത്ര പേർക്കറിയാം?

അനിലിന്റെ മരണത്തിന്റെ അടുത്തദിവസം അച്ഛന് അല്പം ആശ്വാസം കണ്ടപ്പോൾ ഞാൻ നാട്ടിൽനിന്നു തിരുവനന്തപുരത്ത് മടങ്ങിയെത്തി:

പാലിയം ഇന്ത്യയുടെ ഓഫീസിലെത്തിയപ്പോൾ ലക്ഷ്മിയുടെ മേശപ്പുറത്ത് വിദ്യാഭ്യാസ സഹായത്തിനുള്ള രണ്ട് അപേക്ഷകൾ കിടക്കുന്നുണ്ടായിരുന്നു. മരണത്തിനു പത്തുദിവസം മുമ്പുള്ള അനിലിന്റെ അപേക്ഷകൾ. അതിൽ അഭിരാമിയുടെയും അതുല്യയുടെയും ഓമനത്തമുള്ള രണ്ടു ചിത്രങ്ങൾ.

ആ കുരുന്നുകളുടെ നീലക്കണ്ണുകളിലെ നക്ഷത്രത്തിളക്കം ഞാൻ ശ്രദ്ധിച്ചു.

വീണ്ടും വീണ്ടും ഞാൻ ആ കണ്ണുകളിലേക്കുതന്നെ നോക്കിക്കൊണ്ടേയിരുന്നു.

പെട്ടെന്ന് കാർമേഘം ഉരുണ്ടുകൂടുന്നതും ഭയാനകമായി കാറ്റുവീശുന്നതും ഞാനറിഞ്ഞു. കാറ്റിന്റെ ആപൽക്കരമായ അനിശ്ചിതത്വം ഒട്ടൊന്നു ശമിച്ചപ്പോൾ ആ കുരുന്നുകളുടെ ഫോട്ടോകൾ അപ്രത്യക്ഷമായിരുന്നു.

മേശമേൽ രണ്ടു കരീലാഞ്ചിക്കിളികൾ മാത്രം ബാക്കിയായി.

മിന്നാമിനുങ്ങിക്കൂട്ടങ്ങൾ

"അപ്പച്ചനെന്താ അസുഖമെന്നറിയാമോ?"

അനീജയുടെ സ്നേഹസാന്ത്വനസ്വരത്തിലുള്ള ചോദ്യം കേട്ട് കൊച്ചാപ്പി ഒന്നു നിശ്ശബ്ദനായി. പിന്നെ പറഞ്ഞു: "എനിക്ക് മുഴയുടെ അസുഖമാണ്."

തിങ്കൾ, ബുധൻ, വെള്ളി ദിവസങ്ങളിൽ ഉച്ചയ്ക്ക് 1 മുതൽ 4 വരെ പാലിയം ഇന്ത്യയും തിരുവനന്തപുരം മെഡിക്കൽ കോളേജ് കമ്യൂണിറ്റി മെഡിസിൻ വിഭാഗവും സംയുക്തമായി നടത്തുന്ന പെയിൻ ക്ലിനിക്കിന്റെ കാര്യം കേട്ടറിഞ്ഞു വർക്കലയിൽനിന്നും വന്നതാണ് കൊച്ചാപ്പി.

സത്യത്തിൽ തനിക്ക് മൂത്രാശയ സഞ്ചിയിലെ ക്യാൻസറാണെന്ന് കൊച്ചാപ്പി അറിയേണ്ടതല്ലേ? തീർച്ചയായും. രോഗിക്ക് തന്റെ രോഗമെന്താണെന്നറിയുവാനുള്ള അവകാശമുണ്ട്.

ഞാൻ കടന്നുചെല്ലുമ്പോൾ കൊച്ചാപ്പിക്ക് പാലിയംഇന്ത്യയിലെ ചീഫ് മെഡിക്കൽ സോഷ്യൽ വർക്കർ അനീജ കൊച്ചാപ്പിയുടെ കുടുംബപശ്ചാത്തലമുൾപ്പെടെയുള്ള കാര്യങ്ങൾ ആരായുകയായിരുന്നു.

ഒ പിയിൽ സാമാന്യം നല്ല തിരക്കായിരുന്നു. ഡോ. ബിജു, ഡോ. സിതാര, ഡോ. നിർമ്മല, ഡോ. വിമല എന്നിവരോടൊപ്പം സിസ്റ്റർ ഷീബ, ജയകുമാരി, സന്ധ്യാറാണി എന്നിവരടങ്ങുന്ന മെഡിക്കൽ സംഘം കർമ്മനിരതരായിക്കഴിഞ്ഞിരുന്നു.

എബനീസർ പാലിയേറ്റീവ് കെയറിലെ ഏലിയാമ്മ ജോസഫും സുജയും രോഗിയുടെ മേൽവിലാസവും വിവരങ്ങളും ഫോറത്തിൽ രേഖപ്പെടുത്തി രോഗികൾ ഓരോരുത്തരെയായി ഡോക്ടറുടെ അടുത്തെത്തിക്കുന്നതിനു സഹായിക്കുന്നു.

പാലിയംഇന്ത്യയുടെ ഒ പിയിലെത്തുന്നവരിൽ അധികവും വിശ

പ്പിന്റെ വിലയറിയുന്നവരായിരുന്നു. രോഗം വരുത്തിയ മുറിപ്പാടുകൾ നൊമ്പരമായി അവരുടെ മനസ്സിനെ വേദനിപ്പിച്ചുകൊണ്ടിരിക്കുന്നു. പലർക്കും അന്തിയുറങ്ങാനിടമില്ല. വീടുപോലും പണയത്തിലാണ്. അവരുടെ വീടുകളിൽ വല്ലപ്പോഴും മാത്രം പുകയുന്ന അടുപ്പുകൾ. രോഗപീഡയാൽ അന്യവല്ക്കരിക്കപ്പെടുകയോ പാർശ്വവല്ക്കരിക്കപ്പെടുകയോ ചെയ്യപ്പെട്ടവർ. അവരുടെ മനസ്സുകളിൽ സാന്ത്വനസ്പർശമായി പെയ്തിറങ്ങുവാനാണ് പാലിയം ഇന്ത്യയുടെ ശ്രമം.

കുളത്തുപ്പുഴയിൽനിന്നും നാക്കിന് അർബുദം ബാധിച്ച സരസമ്മ, അന്നനാള ക്യാൻസറുമായി വേദനിക്കുന്ന രാമചന്ദ്രൻനായർ (നെയ്യാറ്റിൻകര), നാവിൽ അർബുദം ബാധിച്ച പാതിരപ്പള്ളിക്കാരി വനജാക്ഷി, എല്ലിന് അർബുദമുള്ള കരകുളംകാരൻ കൊച്ചുകുഞ്ഞ്, മൂത്രസഞ്ചിക്ക് അർബുദം ബാധിച്ച ആര്യനാട് നിന്നുള്ള ഉഷ, കൊച്ചാപ്പി അങ്ങനെ നീളുന്നു വേദനിക്കുന്ന രോഗികളുടെ പട്ടിക.

വളരെ സമചിത്തതയോടെ ഓരോ രോഗികളെയും വേണ്ടത്ര സമയമെടുത്ത് പരിശോധിച്ച് വേദനയുടെ അളവുതിട്ടപ്പെടുത്തി വേദന കുറയ്ക്കുന്നതിനുള്ള മോർഫിന്റെ മാത്ര നിർണ്ണയിക്കുന്ന ഡോക്ടർമാർ എനിക്കൊരു വിസ്മയക്കാഴ്ചയായി. കഴിയുന്നത്ര മരുന്നുകൾ സൗജന്യമായാണ് ഈ ക്ലിനിക്കുകളിൽ നല്കുന്നത്. വേദനിക്കുന്നവരുടെ മനസ്സുകളിൽ ആശ്വാസവും ആത്മവിശ്വാസവുമേകുന്ന പൂമരങ്ങളാകുവാൻ ഈ സാന്ത്വന പ്രവർത്തകർക്കു കഴിയുന്നുണ്ടെന്നതു തീർച്ച. തികഞ്ഞ ആത്മസമർപ്പണമാണ് ഓരോ സംഘാംഗവും പുലർത്തുന്നതെന്ന തിരിച്ചറിവ് എന്നിൽ സ്വകാര്യഅഹങ്കാരമുളവാക്കി.

മെഡിക്കൽ കോളേജിൽ പെയിൻക്ലിനിക് ആരംഭിക്കുമ്പോൾ രോഗികളുടെ എണ്ണം 3–5 ആയിരുന്നുവെങ്കിൽ ഇപ്പോഴത് 20 വരെ എത്തിനില്ക്കുന്നുവെന്നത് ഭാവിയിലെ ആവശ്യങ്ങളെയാണ് ചൂണ്ടിക്കാണിക്കുന്നത്.

ക്യാൻസർ രോഗികൾക്കുണ്ടാവുന്ന വിഷാദം, കോപം, നിഷേധാത്മകത, സാമ്പത്തിക പരാധീനത, അന്യവല്ക്കരണം ഇവയെയൊക്കെ തരണം ചെയ്യുവാനുള്ള ത്രാണിയും സാന്ത്വനപരിചരണത്തോടൊപ്പം രോഗിക്കു പ്രാപ്യമാക്കുന്നത് തികച്ചും അനിവാര്യമാണെന്നു ഞാനിപ്പോൾ പഠിച്ചിരിക്കുന്നു.

"ഡോക്ടർ, ഐ പിയിലെ ഒരു രോഗിയുടെ റഫറൻസുണ്ട്."

സിസ്റ്റർ ഷീബ അറിയിച്ചയുടനെ ഡോ. ബിജു എണീറ്റു. മെഡിക്കൽ കോളേജ് സൂപ്പർ സ്പെഷ്യാലിറ്റി ബ്ലോക്കിലാണ് രോഗി. അല്പം നടക്കേണ്ടതുണ്ട്.

സിസ്റ്റർ സന്ധ്യാറാണിയോടൊപ്പം ഡോ. ബിജു രോഗിയെ തേടിയിറങ്ങി. ഞാനും ഒപ്പം കൂടി. ശരവേഗതയിലുള്ള ഡോ. ബിജുവിന്റെ നടത്തയ്ക്കൊപ്പമെത്താൻ എന്റെ പ്രായം പലപ്പോഴും അനുവദിക്കുന്നുണ്ടായിരുന്നില്ല.

ആമാശയ ക്യാൻസർ ബാധിച്ച് ആമാശയത്തിലെ ചില ഭാഗങ്ങൾ ശസ്ത്രക്രിയയിലൂടെ നീക്കം ചെയ്തയാളായിരുന്നു രോഗി—ചന്ദ്രൻ പുഞ്ചക്കരി. 46 വയസ്സുമാത്രം പ്രായം.

വേദനകൊണ്ടു തികച്ചും അവശനായിരുന്നു രോഗി. ഒന്നും കഴിക്കാനാവുന്നില്ല. മഞ്ഞപ്പിത്തവും ബാധിച്ചിരുന്നു.

എന്തുതരം വേദനയാണെന്നും അത് പത്തിൽ ഏഴാണെന്നും മറ്റും ഡോ. ബിജു തികഞ്ഞ ശാന്തതയോടെ രോഗിയിൽനിന്നും മനസ്സിലാക്കുന്നതും രോഗത്തെപ്പറ്റി രോഗി ബോധവാനാണോ എന്നാരായുന്നതുമെല്ലാം ഞാൻ കൗതുകത്തോടെ നോക്കിക്കാണുകയായിരുന്നു. അരമണിക്കൂർ നീണ്ട പരിശോധനയ്ക്കും സാന്ത്വനത്തിനും ശേഷം ഡ്യൂട്ടി സിസ്റ്ററിനും രോഗിക്കും വേണ്ട നിർദ്ദേശം നല്കി മടങ്ങി—അതേ ശരവേഗത്തിൽ.

ശസ്ത്രക്രിയകൊണ്ടും മരുന്നുകൊണ്ടുമുള്ള ചികിത്സയോടൊപ്പം വേദനയും മറ്റു രോഗലക്ഷണങ്ങളും ക്രിയാത്മകമായി ചികിത്സിക്കുന്ന സാന്ത്വന പരിചരണം അവസാനകാല പരിചരണമായി ധരിക്കുന്നുവെങ്കിൽ നിങ്ങൾക്കു തെറ്റി. രോഗിയുടെയും കുടുംബത്തിന്റെയും ജീവിത നിലവാരം മെച്ചപ്പെടുത്തുകയാണ് ഇതിന്റെ ആത്യന്തികലക്ഷ്യം. ഒരു പക്ഷേ, രോഗി മരണമടഞ്ഞാലും സാന്ത്വന പരിചരണം അവസാനിക്കുന്നില്ല.

തിരികെ ഞങ്ങൾ ഒ പി (102–ാം നമ്പർ മുറി)യിലെത്തുമ്പോൾ തിരക്കൊഴിഞ്ഞിരുന്നു. അവിടെ ഡോക്ടർമാരടങ്ങുന്ന സാന്ത്വന പരിചരണക്കാർ മാത്രം ശേഷിച്ചു.

ഞാനപ്പോൾ മിന്നാമിനുങ്ങുകളെ സ്വപ്നം കണ്ടു. പൊടുന്നനെ, അവരൊക്കെ മിന്നാമിനുങ്ങുകളായി രൂപാന്തരം പ്രാപിക്കുന്നത് ഞാനറിഞ്ഞു. പ്രകാശബിന്ദുക്കളായി വായുവിലൂടെ ഓടിക്കളിക്കുന്ന മിന്നാമിനുങ്ങിക്കൂട്ടങ്ങൾ എനിക്കെന്നും ഹരമായിരുന്നു.

പണ്ടൊക്കെ ഞാനവയെ പ്ലാസ്റ്റിക് കവറിലാക്കി ഒളിച്ചുവയ്ക്കുമായിരുന്നു, രാത്രി ഉറങ്ങാൻ വിളക്കണയ്ക്കുമ്പോൾ പ്രകാശം കാണാൻ. പക്ഷേ, കവറിലടയ്ക്കപ്പെടുന്ന മിന്നാമിനുങ്ങുകൾ പലതും ശ്വാസം കിട്ടാതെ മരണപ്പെടുമായിരുന്നുവെന്നത് ഒരുൾക്കിടിലത്തോടെ ഞാനോർക്കുന്നു. മാപ്പ്, മിന്നാമിനുങ്ങിക്കൂട്ടങ്ങളെ നിങ്ങൾ മാനംമുട്ടെ പറന്നുയരൂ. നിങ്ങളുടെ നുറുങ്ങുവെട്ടം കൂരിരുട്ടിൽ സ്വർണ്ണ പ്രഭ പരത്തട്ടെ.

മരണവണ്ടി

പണ്ട് എന്റെ ഗ്രാമത്തിലൂടെ ഒരു പൊലീസ് വാൻ കടന്നു പോയാൽ അച്ഛൻ പറയുമായിരുന്നു "അതാണ് മോനേ ഇടിവണ്ടി."

"പൊലീസുകാർ അതിനകത്തിട്ടാണ് പ്രതികളെ ഇടിക്കുന്നത്."

തെല്ലൊരമ്പരപ്പുമായി ഉൾഭയത്തോടെ ആ ഇടിവണ്ടി കണ്ണെത്താ ദൂരത്തു മറയും വരെ ഞാൻ നോക്കി നില്ക്കുമായിരുന്നു.

* * * * * * * * * *

"അച്ഛൻ മുഖമടിച്ചൊന്നു വീണു. മൂക്കിലൂടെ ചോരവന്നുകൊണ്ടിരിക്കുന്നു. ഞങ്ങൾ കാഷ്വാലിറ്റിയിലാണുള്ളത്. പെട്ടെന്നെത്തണം." ഫോണിന്റെ തലയ്ക്കൽനിന്നും അനിയന്റെ വിറയാർന്ന സ്വരം. പെട്ടെന്നൊന്നു പകച്ചെങ്കിലും ആത്മസംയമനം വീണ്ടെടുത്തു.

ഭാര്യയുമൊത്ത് കഴിയുന്നത്ര വേഗത്തിൽ അനിയൻ പറഞ്ഞ പത്തനംതിട്ടയിലെ സ്വകാര്യആശുപത്രിയിലെത്തി.

കാഷ്വാലിറ്റിയുടെ ഒരു മൂലയ്ക്കായി ആളുകൾ കൂടിനിന്നിരുന്ന ഭാഗത്ത് അച്ഛൻ കിടക്കുന്നു. മുഖത്തിന്റെ ഇടതുവശം കരുവാളിച്ചു വീങ്ങിയിരുന്നു. നീരുവന്നു കവിൾ കനം വച്ചതിനാൽ ഇടതു കണ്ണു കാണ്മാനാവില്ലായിരുന്നു. മൂക്കിൽ പ്ലഗു ചെയ്ത പ്ലാസ്റ്ററിനെ തള്ളി മാറ്റി ചോര ഒഴുകുന്നു.

"എത്രയും പെട്ടെന്ന് കോഴഞ്ചേരിയിലെത്തിച്ചാൽ ഞാൻ അവിടെ അഡ്മിറ്റ് ചെയ്യാം, ഇവിടെ ENT-യിൽ സൗകര്യമില്ല." ഡോ. മാത്യുതര്യൻ വളരെ സൗമ്യനായി അറിയിച്ചു.

"മാക്സിലറിബോൺ ഫ്രാക്ചറായിട്ടുണ്ട്. അവിടെ ഞാൻ 24 മണിക്കൂറുമുണ്ടാകും" – ഡോ. തര്യൻ എനിക്ക് ആത്മവിശ്വാസം പകർന്നു.

പെട്ടെന്നുതന്നെ അച്ഛനെ ആശുപത്രിവക ആംബുലൻസിലേക്ക് മാറ്റി.

ഞാനും അനിയനും ആംബുലൻസിന്റെ സൈഡുസീറ്റിൽ ഇരുന്നു. ഒരു ആംബുലൻസ് അസിസ്റ്റന്റും ഒപ്പമുണ്ടായിരുന്നു.

പൊടുന്നനെ നീല വെളിച്ചം മിന്നിച്ചുകൊണ്ട് ആംബുലൻസ് അലറിപ്പാഞ്ഞു. ആംബുലൻസിന്റെ അപകടഅലാറം എന്നെ കുറച്ചൊന്നുമല്ല അലോസരപ്പെടുത്തിയത്. "അപ്പച്ചന്റെ കാര്യം സീരിയസാണ്. ഡോക്ടർ എല്ലാം പറഞ്ഞുകാണുമല്ലോ." ആംബുലൻസ് സഹായി നാഡിസ്പന്ദനം നോക്കി എന്നെ ഓർമ്മപ്പെടുത്തിക്കൊണ്ടിരുന്നു. അസഹ്യമായപ്പോൾ അവന്റെ കരണക്കുറ്റി നോക്കി ഒന്നു പൊട്ടിക്കാനാണ് തോന്നിയത്; "വന്നിരിക്കുന്നു ഒരു ഡോക്ടർ" മനസ്സ് മന്ത്രിച്ചു.

മരണവണ്ടി അലറിപ്പായുകയാണ്. ഇടയ്ക്കിടെ ഡ്രൈവറുടെ കാലുകൾ ബ്രേക്കിൽ അമരുന്നുണ്ട്.

ഓരോ "ചവിട്ടിലും" രോഗിയുടെ ശരീരവും കവിളുകളും ആഞ്ഞുലഞ്ഞുകൊണ്ടിരുന്നു. മൂക്കിലൂടെ ചോര വാർന്നൊഴുകുകയാണ്. നീരുവച്ച കവിൾത്തടം ഉതിർന്നു വീഴുമോ എന്നു ഞാൻ സംശയിച്ചു. എന്തോ മഹാപുണ്യം ചെയ്യുന്ന മട്ടിലുള്ള ഡ്രൈവിങ്ങും ആംബുലൻസിന്റെ മരണവേഗതയും എന്നെ അപകടകരമായ അനിശ്ചിതത്വത്തിലെത്തിച്ചു. ഒടുവിൽ കോഴഞ്ചേരിയിലെ സ്വകാര്യാശുപത്രിയിലെ കാഷ്വാലിറ്റിയുടെ മുന്നിൽ ഒരു ശീൽക്കാരശബ്ദത്തോടെ വണ്ടി നിന്നു. അച്ഛൻ നിമിഷ നേരത്തിനുള്ളിൽ ന്യൂറോ സർജറി ഐ സി യുവിലെത്തപ്പെട്ടത് ഞാൻ പോലുമറിഞ്ഞില്ലെന്നതാണ് സത്യം.

പിറ്റേന്ന് ജനൽക്കണ്ണാടിയിൽക്കൂടി വളരെ സ്വകാര്യമായി അച്ഛനെ ഞാൻ കണ്ടു. (കാണാൻ അനുവദിച്ചു എന്നു പറയുന്നതാവും ശരി.)

ഉയർന്നു പൊങ്ങുന്ന ശരീരതാളത്തിലൂടെ ജീവന്റെ ശേഷിപ്പ് ഞാനറിഞ്ഞു. എന്റെ ആഗ്രഹപ്രകാരം അടുത്തദിവസം തന്നെ അച്ഛനെ വാർഡിലേക്ക് മാറ്റി. ഐ സി യുവിലെത്തപ്പെടുന്ന രോഗികൾക്കുണ്ടാകുന്ന "മതിഭ്രമം" അച്ഛനെയും തെല്ലുബാധിച്ചതു കണ്ടപ്പോൾ ഒന്നു പകച്ചു.

ആഴ്ചകൾക്കുശേഷം അച്ഛൻ സുഖം പ്രാപിച്ചു മടങ്ങുമ്പോഴും മരണവണ്ടി (ആംബുലൻസ്) യിലെ കന്നിയാത്രയുടെ ഓർമ്മകൾ ദുർഭൂതങ്ങളായി പിന്തുടരുന്നു. ഇപ്പോൾ നഗരഹൃദയത്തിലൂടെ "108" ആംബുലൻസുകൾ മരണമണിമുഴക്കി ചീറിപ്പായുമ്പോൾ നെഞ്ചിൽ ഇടിത്തീയാണ്.

ഇന്നു ഞാൻ ഏറെ ഭയക്കുന്നതും ഈ മരണവണ്ടികളെയാണ്; ഇടിവണ്ടികളെയല്ല.

ജന്മശാപങ്ങൾ

എബനീസർ പാലിയേറ്റീവ് കെയറിലെ ബേബിക്കുട്ടിസാറിന്റെ കാറിലാണ് ഞാൻ എസ് എ ടി ആശുപത്രിയിലെ പെയിൻ&പാലിയേറ്റീവ് കെയർ ക്ലിനിക്കിലേക്കുപോയത്. കൂടെ പാലിയം ഇന്ത്യയിലെ സീനിയർ മെഡിക്കൽ സോഷ്യൽ വർക്കർ അനീജയും.

വണ്ടി മെഡിക്കൽ കോളേജ് ഗേറ്റുകടന്നതോടെ മരുന്നുകളുടെയും ആശുപത്രി മാലിന്യങ്ങളുടെയും രൂക്ഷമായ ഗന്ധം മൂക്കുതുളച്ചുകയറി. മരണവണ്ടികൾ (ആംബുലൻസുകൾ) അപായ വെളിച്ചവും അലർച്ചയുമായി ചീറിപ്പായുന്നു. മരണത്തിന് പക്ഷികളുടെ തൂവലിന്റെ മണമാണെന്നു പറഞ്ഞ മാധവിക്കുട്ടിയെ (പ്രിയപ്പെട്ട ആമി) ഓർമ്മ വന്നു. ശരിയാണ് അതേ മണം.

മരണവണ്ടികൾക്കു ചങ്കിടിപ്പോടെ വഴിമാറുന്ന രോഗികൾ; കൂട്ടിരിപ്പുകാർ.

ജയിൽവണ്ടികളിലെത്തിയ ചൂടുചപ്പാത്തിയും കോഴിക്കറിയും വില്പനയ്ക്കെത്തിയിരിക്കുന്നു. സാമാന്യം നല്ല തിരക്കുണ്ട്.

ജയിലിലുണ്ടാക്കുന്ന അഞ്ച് ചപ്പാത്തിക്കും കോഴിയിറച്ചിക്കും കൂടി 30 രൂപയേയുള്ളുവെന്ന് എന്റെ കാർ ഡ്രൈവർ വാസു പറഞ്ഞതോർത്തു.

വാസു അറിയാത്ത ഒരു വർത്തമാനവും നാട്ടിൽ കാണില്ലെന്നതു തീർച്ച. വസ്തുക്കച്ചവടവും വാഴക്കുലക്കച്ചവടവും മരണങ്ങളും വാഹനക്കച്ചവടം തുടങ്ങി എല്ലാം വാസുവറിയാതെ നടക്കില്ല.

പിച്ചവച്ചനാൾമുതൽ വാസുവിന്റെ ദിനരാത്രങ്ങൾ കൊഴിഞ്ഞുവീണത് ഈ മെഡിക്കൽ കോളേജിലും പരിസരങ്ങളിലുമാണ്. കുറച്ചുകാലം ഇവിടെ ടാക്സി ഓടിച്ചുനടന്നിരുന്നു. പഴയതലമുറയിലെ ഡോക്ടർമാർ എല്ലാം പരിചയക്കാർ.

"അമ്മയും കുഞ്ഞും" പ്രതിമയും കടന്ന് കാർ ഇടത്തോട്ടു തിരിഞ്ഞതും ഒരപ്പച്ചൻ കാറിനു കുറുകെ. ഒന്നുമറിയാത്ത മട്ടിൽ പാവം റോഡു മുറിച്ചു കടക്കുകയാണ്.

ബേബിക്കുട്ടി സാർ കാർ ബ്രേക്കു ചെയ്തില്ലായിരുന്നെങ്കിലെ കഥ പറയേണ്ടല്ലോ.

എന്റെ അച്ഛനെപ്പോലെ ഈ അപ്പച്ചനും മേധാക്ഷയമായിരിക്കുമോ?

വാർദ്ധക്യം ഒരു ശാപം തന്നെ:

അറിയാതെ മനസ്സ് പിറുപിറത്തു.

എന്താ സ്വപ്നം കാണുകയാണോ? സ്ഥലമെത്തി. ബേബിക്കുട്ടിസാറിന്റെ ശബ്ദം കേട്ടു ഞെട്ടിയുണർന്നു, എത്രയോ നാളുകളായി ഒരു നല്ല സ്വപ്നമെങ്കിലും കണ്ടിട്ട്; നഷ്ടസ്വപ്നങ്ങളുടെ പേക്കിനാവുകൾ മാത്രം വിരുന്നുവരാറുള്ള ദിനരാത്രങ്ങൾ.

ഞങ്ങൾ ഒ പിയിലെത്തുമ്പോൾ പീഡിയാട്രിക്സ് ന്യൂറോ സർജറിയിലെ ഡോ. ഹരിപ്രസാദും, ഡോ. കല്പനയും, പാലിയം ഇന്ത്യയിലെ ഡോ. സിതാരയും കുട്ടികളെ പരിശോധിക്കുന്നു.

രണ്ടരവയസ്സുകാരി വയ്ഗയുടെ ജന്മനാവൈകല്യമുള്ള കാലുകളിൽ പിച്ചവച്ചു നടത്താൻ ശ്രമിക്കുകയാണ് ഫിസിയോതെറാപ്പിസ്റ്റായ സുനാജ്.

കോട്ടയ്ക്കലുകാരി ശൃംഗയ്ക്ക് ഹൃദയത്തിലെ ധമനിയിലെ അസുഖമാണ്. അറമാഡയിൽ നിന്നെത്തിയ സാന്ദ്രയ്ക്കാകട്ടെ സ്പാസ്റ്റിക് ക്വാഡ്രിപ്ലേജിയ. ബാല്യത്തിൽത്തന്നെ കിഡ്നി തകരാറിലായ ഉച്ചക്കടയിലെ സുബിൻ, ആര്യനാട്ടെ അശ്വതി, കൗമാരത്തിലേ തന്നെ പ്രമേഹവും തൈറോയ്ഡുരോഗവും കീഴ്പ്പെടുത്തിയ കന്യാകുമാരിയിലെ ശാലിനി... ഈ പട്ടിക നീളുകയാണ്.

പോദീ.....പത്തീ.... തിരിഞ്ഞുനോക്കുമ്പോൾ 6 വയസ്സുകാരൻ സതീഷ് അനീജയെ നോക്കി ചിരിക്കുകയാണ്. ആദ്യമൊക്കെ സംസാരശേഷിയേ ഇല്ലായിരുന്നു. ഡൗൺസിൻഡ്രോമും ഹൈപ്പോതൈറോയിഡിസവും ബാല്യത്തിൽത്തന്നെ കീഴടക്കിയ ഈ ബാലൻ ക്ലിനിക്കിലെ സ്ഥിരസന്ദർശകനാണത്രേ.

ക്ലിനിക്കിലെ സ്നേഹവായ്പുകളും സാന്ത്വനപരിചരണവും ഇവനെ മോഹിതനാക്കിയിരിക്കുന്നു.

മനസ്സേ മാപ്പ്

പിറന്നുവീഴുമ്പോൾ മുതൽ ഒന്നു കരയാൻ പോലും കഴിയാത്ത കിളിമാനൂരിലെ കരുൺ (7) ആണ് പാലിയം ഇന്ത്യയുടെ എസ് എ ടി ആശുപത്രിയിലെ ആദ്യരോഗി. സ്പാസ്റ്റിക്പാരാപ്ലേജിയ അവനെ തളർത്തിയിരിക്കുന്നു.

തികച്ചും അവിചാരിതമായാണ് ഒരു മൂലയിൽ ഒരു കുഞ്ഞിനെയും കൊണ്ട് ഒതുങ്ങിനിന്ന ഒരു സ്ത്രീയെ ശ്രദ്ധിച്ചത്. കുട്ടിയുടെ രൂപം കണ്ട് ഞാൻ ഒന്നു പകച്ചു.

വലിയ തല, മെലിഞ്ഞുണങ്ങി അനുബന്ധമായി ഉടൽ. വളർച്ച

മുരടിച്ച ശോഷിച്ച കൈകാലുകൾ. (ഹൈഡ്രോസെഫാലസ്)

സൊമാലിയയിലെ മെലിഞ്ഞുണങ്ങിയ ഒരായിരം കുട്ടികളുടെ രൂപങ്ങൾ എന്നെ വലയം ചെയ്തു.

അന്യസംസ്ഥാനതൊഴിലാളികളായ ആസാംകാരന്റെ പ്രേമസംഭാവനയായിരുന്നു ആ കുട്ടി. ജന്മവൈകല്യത്തോടെ പിറന്ന കുട്ടിയെ ഉപേക്ഷിച്ച് അയാൾ നാടുവിട്ടത്രേ.

മനസ്സു കത്തിയമരുന്ന നിമിഷങ്ങൾ അഗ്നിജ്വാലകളായി എന്നെ പൊതിഞ്ഞു.

പൊടുന്നനെ എന്റെ ശരീരം മെഴുകുതിരിപോലെ ഉരുകിയൊലിക്കുന്നത് ഒരുൾക്കിടിലത്തോടെ ഞാനറിഞ്ഞു.

നിമിഷങ്ങൾകൊണ്ട് ഞാൻ ഉരുകിയൊലിച്ച് ഒരു മാംസപിണ്ഡമായി രൂപാന്തരം പ്രാപിച്ചു. വലിയതല, ചെവിയുടെയും വായുടെയും സ്ഥാനത്ത് ഓരോ ദ്വാരങ്ങൾ. കൺപോളകളില്ലാത്ത പുരികങ്ങളില്ലാത്ത ചെറു സുഷിരങ്ങൾക്കുള്ളിൽ ഭയാനകതയോടെ തെന്നിമാറുന്ന കൃഷ്ണമണികൾ.

ഉടൽ തേഞ്ഞുകൂർത്ത് ഒരു പല്ലിയുടെ വാലുപോലെ അവസാനിച്ചിരിക്കുന്നു. കൈകാലുകൾ നഷ്ടമായിരിക്കുന്നു.

വർഷങ്ങളായി സംഭരിച്ചുവച്ച സകലശക്തിയുമെടുത്ത് ഞാനലറി.

ശബ്ദം പുറത്തുവരുന്നില്ല.

രൂപം നഷ്ടപ്പെട്ട എന്നെ ആരും തിരിച്ചറിയുന്നില്ലെന്നും കാണുന്നില്ലെന്നും മനസ്സിലായപ്പോൾ ഞാൻ ഞെട്ടി.

പിന്നെ പതുക്കെ പുറത്തേക്ക് ഇഴഞ്ഞുനീങ്ങി; കനംവച്ചു തുടങ്ങിയ ഇരുട്ടിന്റെ പാളികളിൽ ഞാൻ ഇല്ലാതായി.

അനന്തൻമാഷ്

ഭർത്താവിന്റെ മരണം ആകസ്മികമായിരുന്നില്ലെങ്കിലും അത് അലമേലുടീച്ചറെ അക്ഷരാർത്ഥത്തിൽ പിടിച്ചുലച്ചുകളഞ്ഞു. സ്വയം നിയന്ത്രിക്കാൻ ആവുന്നത്ര ശ്രമിച്ചിട്ടും ഒരുതവണ തേങ്ങിപ്പോയി, ഭർത്താവിന്റെ ജഡം സംസ്കരിക്കുന്നതിനെടുക്കുന്നതിനു തൊട്ടുമുമ്പ് അന്ത്യചുംബനവേളയിൽ.

രാത്രി ഒട്ടും ഉറങ്ങാൻ കഴിഞ്ഞില്ല. കണ്ണടച്ചാലുടൻ പേടിപ്പെടുത്തുന്ന സ്വപ്നങ്ങൾ. ഞെട്ടിയുണരുമ്പോഴൊക്കെ ഭർത്താവ് തൊട്ടരികെ നിന്നു മാടി വിളിക്കുന്നപോലെ.

"ദൈവമേ എന്നെക്കൂടി പെട്ടെന്നങ്ങ് എടുത്തിരുന്നെങ്കിൽ."

കവിളുകളിലൂടെ ഊർന്നിറങ്ങിയ കണ്ണീരിന്റെ ഉപ്പുരസം അവരെ അറിയാത്തൊരു അൾത്താരയിലെത്തിച്ചു. അലമേലുവിന്റെ ദാമ്പത്യത്തിന് അൻപതുവർഷത്തിലേറെ പഴക്കമുണ്ട്.

പരസ്പരം ഊന്നുവടികളായിമാറിയ ദാമ്പത്യബന്ധം. എന്നും അവർ ഭർത്താവിന്റെ നിഴലായി കഴിഞ്ഞ സ്നേഹസമ്പന്നയായ ഭാര്യയായിരുന്നു. ഭർത്താവ് അനന്തൻമാഷ് കഴിഞ്ഞേ അവർക്കെന്തുമുള്ളൂ. സ്വന്തം മക്കൾപോലും.

ഒരേ സ്കൂളിലെ അദ്ധ്യാപകരായിരുന്നു അടുത്തൂൺ പറ്റിയ ആ ദമ്പതികൾ.

നാട്ടുകാർക്കും നല്ലതുമാത്രമേ അവരെക്കുറിച്ചു പറയാനുണ്ടായിരുന്നുള്ളൂ.

അറിയപ്പെടുന്ന ഒരു പൊതുപ്രവർത്തകൻ കൂടിയായിരുന്നു അനന്തൻ മാഷ്.

പലപ്പോഴും അനന്തൻ മാഷിന്റെ വാക്കുകൾ അവസാന വാക്കുത

ന്നെയായിരുന്നു നാട്ടുകാർക്ക്. കൃത്യനിഷ്ഠയുള്ള അദ്ധ്യാപകനെന്ന തിലുപരി അനുപമമായ വ്യക്തിത്വത്തിനുടമ കൂടിയായിരുന്നു മാഷ്.

വീട്ടിൽ പക്ഷേ, ഗൗരവക്കാരനും; ക്ഷിപ്രകോപിയും. വീട്ടിലും മാഷിനു തന്നെയായിരുന്നു മുൻതൂക്കം.

മാഷു പറയുന്നതിനപ്പുറം പ്രവർത്തിക്കാൻ അലമേലുവിനോ മക്കൾക്കോ കഴിയുമായിരുന്നില്ല. അലമേലുടീച്ചർക്കു രണ്ട് ആൺമക്കൾ –സേതുവും ഗോപനും.

മൂത്തമകൻ സേതുവിന് ദൂരെ പട്ടണത്തിൽ സർക്കാരുദ്യോഗമാണ്. ഗോപന് ബിസിനസും.

മനസ്സിന്റെ അകത്തളങ്ങളിലൊളിപ്പിച്ചുവയ്ക്കുന്ന അച്ഛന്റെ സ്നേഹം സേതുവിനെ പലപ്പോഴും ചൊടിപ്പിച്ചിരുന്നുവെന്നത് അലമേലു ഓർത്തു. ജോലിസ്ഥലത്തുനിന്നും ഒരിക്കൽ സേതു എഴുതി "അച്ഛനെന്നും മകന്റെ ഉടമസ്ഥനാകാനേ കഴിയൂ. അച്ഛനാകാൻ കഴിയില്ല, സ്നേഹം അച്ഛന് എന്നേ അന്യമായിരിക്കുന്നു." കത്തുവായിച്ച അനന്തൻമാഷ് ആദ്യമായി കണ്ണിൽ ഈറനണിഞ്ഞത് അലമേലു ഓർക്കുന്നു. സ്നേഹത്തിന്റെ ഉറവ വറ്റിയിട്ടില്ലെന്ന് അവർക്കു നിശ്ചയമുണ്ടായിരുന്നു.

പട്ടണത്തിലെ കോളേജിൽ പഠിക്കാനയച്ച മൂത്തമകൻ സേതു ചെഗുവേരയെ സ്വപ്നം കണ്ടു തുടങ്ങിയെന്നറിഞ്ഞപ്പോൾ മുതൽ ഏറെ നൊമ്പരപ്പെട്ടത് അലമേലുവിനേക്കാൾ മാഷായിരുന്നു. തങ്ങൾ ജീവിതം ജീവിച്ചുതീർത്തത് മക്കൾക്കുവേണ്ടിയായിട്ടും എല്ലാ വ്യർത്ഥമാവുകയായിരുന്നോ? സ്നേഹം ഉള്ളിലൊളിപ്പിച്ച അർത്ഥഗർഭമായ മൗനം മക്കൾ അറിയുന്നില്ലെന്നുണ്ടോ?

അന്ത്യനാളുകളിൽ ഗോപനായിരുന്നു ഒപ്പം. അഞ്ചുമാസത്തോളം മാഷ് കിടപ്പിലായിരുന്നു.

ആഴ്ചയിൽ ഒന്നോ രണ്ടോ ദിവസം ദൂരെ പട്ടണത്തിൽനിന്നും സേതുവും എത്തുമായിരുന്നു.അവന്റെ കണ്ണുകളിൽ പശ്ചാത്താപത്തിന്റെ ആർദ്രതയായിരുന്നുവോ? കനവുകൾ കെട്ടടങ്ങിയ നെരിപ്പോടിൽ തീക്ഷ്ണമായ നിസ്സംഗത ഘനീഭവിച്ചു നിന്നിരുന്നുവോ?

മരണത്തെക്കുറിച്ചു മുൻകൂട്ടി അനന്തൻമാഷ് കണ്ടിരുന്നുവെന്നു വേണം കരുതാൻ. മൂത്തമകൻ സേതുവിന്റെ പേരിൽ ഒരു മരണക്കുറിപ്പ് തയ്യാറാക്കി ഏല്പിച്ചിരുന്നുവെന്ന് മരണശേഷം മാത്രമാണ് അലമേലു പോലുമറിയുന്നത്.

അതുപ്രകാരം മരണാനന്തരച്ചടങ്ങുകളുണ്ടായില്ല. മാഷിന്റെ മൃതശരീരം പെട്ടിയിലാക്കി മറവുചെയ്തു. ശവമടക്കുകഴിഞ്ഞ് ഓരോരുത്തരായി കൊഴിഞ്ഞുപൊയ്ക്കൊണ്ടിരുന്നു.

"തിരുവനന്തപുരം പാലിയം ഇന്ത്യയിൽനിന്നും ആൾക്കാർ കാണാനെത്തിയിട്ടുണ്ട്." ഗോപൻ അലമേലുവിനെ അറിയിച്ചു. അരമണിക്കൂറോളം അലമേലുവുമായി ചെലവഴിച്ചശേഷമാണ് അവർ പോയത്. പോയിക്കഴിഞ്ഞപ്പോൾ അലമേലുവിന്റെ കണ്ണുകളിൽ അവാച്യമായ ഒരു

ദിവ്യപ്രഭ. അഞ്ചാംനാൾ മാഷിന്റെ കുഴിമാടത്തിനുമുകളിൽ കുറെ അരളിപ്പൂക്കൾ വിതറി, കുറെ നവധാന്യങ്ങളും. ഒറ്റപ്പെടലിന്റെ നൊമ്പരത്തിലും അലമേലുവിന് ആത്മസംതൃപ്തി.

"ഏറെ നരകിപ്പിക്കാതെ മാഷിനെ ദൈവം അങ്ങുവിളിച്ചല്ലോ?"

"മരണം അനിവാര്യമാണെന്നറിയാം. അത് സുഖകരമായിരുന്നെങ്കിൽ; വേദനയില്ലാതിരുന്നെങ്കിൽ........"

ഒരു സാധാരണമനുഷ്യന്റെ ആഗ്രഹമേ അലമേലുവിനുമുണ്ടായിരുന്നുള്ളൂ.

"നെത്തോലി ഒരു ചെറിയ മീനല്ല"

"**ഹാ**ജിരുമ്മയുടെ കഥ കേട്ടപ്പോൾ അടുത്ത കാലത്തിറങ്ങിയ ഒരു സിനിമയുടെ പേരാണോർമ്മ വന്നത്.

ഞങ്ങളുടെ ഗൃഹസന്ദർശനസംഘം ചെല്ലുമ്പോൾ ഹാജിരുമ്മ ഭർത്താവ് ഫസിലുദ്ദീന് കഞ്ഞിവറ്റുവാരിക്കൊടുക്കയായിരുന്നു. സർക്കാരിന്റെ ഒരുരൂപാ അരിയുടെ വറ്റുകൾ. ഉച്ചഭക്ഷണമാണ് നാലുമണിക്കു വാരിക്കൊടുക്കുവാൻ ശ്രമിക്കുന്നത്.

ഞങ്ങളെ കണ്ടപാടെ ഉമ്മ കരയാൻതുടങ്ങി.

പിന്നെ എന്തൊക്കെയോ പിറുപിറുത്തുകൊണ്ടിരുന്നു.

"കുത്തിയിരിക്കിൻ. എന്തേ ഇത്ര നേരം വൈകി." പാലിയം ഇന്ത്യയുടെ ഗൃഹസന്ദർശനം അവർക്കെന്നുമൊരു സാന്ത്വനമായിരുന്നു.

ഓല മേഞ്ഞ ചെറ്റക്കുടിലാണ് ഹാജിരുമ്മയുടേത്. കിടപ്പിലായ ഫസിലുദ്ദീനും കുഞ്ഞമ്മ ഐഷാബീവിയുമുൾപ്പെടെ മൂന്നുപേരാണ് ആ ചെറ്റക്കുടിലിൽ അന്തിയുറങ്ങുന്നതെന്നറിഞ്ഞപ്പോൾ ഞാൻ ഒന്നമ്പരന്നു. നഗരപ്രാന്തങ്ങളിൽ പാർശ്വവല്ക്കരിക്കപ്പെടുന്ന ഇത്തരം എത്രയോ മനുഷ്യജീവിതങ്ങളുണ്ടാകണം.

കുടിലിനുള്ളിൽ കടന്നപ്പോൾ മലമൂത്രവിസർജ്ജ്യത്തിന്റെ രൂക്ഷമായ ചൂര് മൂക്കിൽ തുളച്ചുകയറി.

ചെറ്റക്കുടിലിനുള്ളിലെ ഇരുളിന്റെ വലയം ഭേദിച്ചിരുന്ന മെഴുകുതിരി വെട്ടത്തിൽ കുടിലിനകം അവ്യക്തമായിരുന്നു. ദുഃഖസ്വപ്നങ്ങൾ മാത്രം വിരുന്നുവന്നിരുന്ന അവരുടെ ഇരുളടഞ്ഞ ദിനരാത്രങ്ങൾക്കു കാവലാളായി എന്നും പടച്ചവൻ മാത്രമെന്നു ഹാജിരുമ്മ പറയുന്നു.

ഫസിലുദ്ദീൻ ഒരുപാടു രോഗങ്ങളുടെ ഇരയാണ്. ഗ്ലോക്കോമ വന്ന് കണ്ണിന്റെ കാഴ്ച നഷ്ടമായി. മസ്തിഷ്കാഘാതത്താൽ ഒരുവശം തളർന്നു. കോടിയ ചുണ്ടുകൾക്കിടയിലൂടെ പുറത്തുവരുന്ന വാക്കുകൾക്കു

വ്യക്തതയില്ല. 65 വയസ്സേ ഉള്ളൂവെങ്കിലും 80 വയസ്സുകാരന്റെ അകാലവാർദ്ധക്യത്തിന്റെ ചുളിവുകളും വ്യാകുലതയുമാണ് മുഖത്ത്.

ഞങ്ങളുടെ വരവ് അയാളെ അല്പം ആശ്വസിപ്പിച്ചുവെന്നു തോന്നുന്നു.

കോടിയ ചുണ്ടുകൾക്കിടയിൽ വേദനപുരണ്ട ഒരു ചെറുപുഞ്ചിരി വിടർന്നുവോ?

ഒരു നൊമ്പരത്തിന്റെ തിരിച്ചറിവ് അയാളുടെ മുഖത്തു തെളിഞ്ഞുനിന്നു.

അരയിലെ നഗ്നത മറച്ചിരുന്ന തോർത്ത് മൂത്രത്തിൽ കുതിർന്നിരുന്നു. പകരം ചുറ്റാൻ മറുതുണിയുണ്ടായിരുന്നില്ല എന്നത് ഞങ്ങളെ വിഷമിപ്പിച്ചു.

പരിശോധനയ്ക്കുശേഷം ഡോ. ഷമീനും സിസ്റ്റർ ഷെറിനും മോനിഷയും കുടിലിനു പുറത്തിറങ്ങി.

“പടച്ചതമ്പുരാനേ, കൂടോത്രം ചെയ്തു ഞങ്ങളെ ഇങ്ങനെയാക്കിയവനെ അങ്ങു കാണുന്നില്ലേ?” ഹാജിരുമ്മ പിറുപിറുത്തുകൊണ്ടിരുന്നു.

തന്റെ കെട്ടിയോന്റെ അസുഖം ബ്ലഡ്ക്യാൻസറല്ലെന്നും ആരോ ചെയ്ത കൂടോത്രത്തിന്റെ ഫലമാണിതെന്നും ഹാജിരുമ്മ ഉറച്ചുവിശ്വസിക്കുന്നു.

മക്കയിൽ പോയാലേ അസുഖം ഭേദമാവുകയുള്ളൂവെന്ന് പറഞ്ഞ് ഭർത്താവിനെക്കൊണ്ട് നോമ്പെടുപ്പിച്ചും മന്ത്രങ്ങൾ ഉരുവിട്ടും ഹാജിരുമ്മ കാത്തിരുന്നു.

ഞങ്ങൾ നല്കിയ മരുന്നുകളൊന്നും യഥാവിധി അവർ രോഗിക്കു നല്കില്ലെന്ന് ഞങ്ങൾക്കു ബോദ്ധ്യമുണ്ടായിരുന്നു. രോഗാവസ്ഥയുടെ ഗൗരവം ബോദ്ധ്യപ്പെടുത്താൻ ശ്രമിച്ചപ്പോഴൊക്കെ അവർ നീരസം പ്രകടിപ്പിക്കുകയും ചെയ്തിരുന്നു.

വെള്ളമോതിക്കൊടുത്തും മറുമന്ത്രം കൊണ്ടും രോഗിയെ രക്ഷപ്പെടുത്താമെന്ന വിശ്വാസം അവരിൽ രൂഢമൂലമായിക്കഴിഞ്ഞിരിക്കുന്നു.

അടുത്ത ഹോം വിസിറ്റിനുവരുമ്പോൾ ഒന്നുരണ്ടു ലുങ്കികളും ബെഡ്ഷീറ്റും തോർത്തും കരുതണമെന്ന കാര്യം ചീഫ് മെഡിക്കൽ സോഷ്യൽ വർക്കർ അനീജ ഓർമ്മയിൽ കുറിച്ചിട്ടു. പാലിയം ഇന്ത്യയുടെ ഫുഡ്കിറ്റ് വിതരണപ്പട്ടികയിൽപെടുത്താനും ഞങ്ങൾ തീരുമാനിച്ചുറച്ചാണ് പടിയിറങ്ങിയത്.

റോഡിൽ ഞങ്ങളുടെ വാഹനത്തിനടുത്തെത്തിയപ്പോൾ ഒന്നുരണ്ടാളുകൾ സംശയത്തോടെ ഞങ്ങളെ തുറിച്ചു നോക്കുന്നതു കണ്ടു.

അവരിൽ തട്ടമിട്ട ഒരു സ്ത്രീ വിളിച്ചുപറഞ്ഞു:

“സാറന്മാരെ, ആ വീട്ടിലെ ഉമ്മയ്ക്ക് പിരാന്താ. നിങ്ങൾ പോയിക്കഴിഞ്ഞാൽ ചുറ്റുവട്ടത്തുള്ളവരെയൊക്കെ ചീത്തവിളിക്കുകയാ. എന്റെ റബ്ബേ വഴിനടക്കാനും കഴിയൂലല്ലോ.”

ഫ്രാൻസിസ് സാറിന്റെ മുഖത്ത് നിസ്സംഗത നിഴലിക്കുന്നത് കണ്ടു.

വർത്തമാനകാല വ്യഥയുടെ മറ്റൊരു ദുഃസ്വപ്നം കൂടി. മൗനം പര

സ്പരം പങ്കുവയ്ക്കുവാൻ ഞങ്ങൾ പഠിച്ചു കഴിഞ്ഞിരിക്കുന്നു.

അതെ, "നെത്തോലി ഒരു ചെറിയ മീനല്ല."

മനസ്സുമന്ത്രിച്ചു.

അബുവിന്റെ സുഹൃത്ത് ജോസിന്റെ വാക്കുകൾ കടമെടുത്താൽ "നെത്തോലി ഒരു മീനേയല്ല..."

വാൽക്കഷണം: ഏതാനും ദിവസങ്ങൾക്കുശേഷം ഫസിലുദ്ദീൻ മരിച്ചു. ഹാജിരുമ്മ ഇപ്പോഴും കാത്തിരിക്കുന്നു, മക്കയിലേക്ക് കണ്ണും നട്ട്.

അഭിരാമിയുടെ ആകുലതകൾ

ഇത് അഭിരാമി. വയസ്സ് 62.

റിട്ട. ബാങ്കുമാനേജർ.

ഭർത്താവ് നന്ദൻ. റിട്ട.കോളേജ് പ്രിൻസിപ്പാൾ. മൂന്നുവർഷം മുമ്പു മരിച്ചു.

പാൻക്രിയാസ് ക്യാൻസറായിരുന്നു.

രോഗം സ്ഥിരീകരിക്കുമ്പോഴേക്കും എല്ലാം കൈവിട്ടുപോയിരുന്നു.

അമൃത ആശുപത്രിയിലെയും തിരുവനന്തപുരത്തെ റീജിനണൽ ക്യാൻസർ സെന്ററിലെയും ഡോക്ടർമാർ ചെയ്യാവുന്നതൊക്കെ ചെയ്തു.

സർജറി, കീമോ (പരിമിതികളുണ്ടെന്നറിഞ്ഞിട്ടും), ഒടുവിൽ പാലിയേറ്റീവ് കെയറിൽ വേദനസംഹാരികളുടെ സഹായത്തോടെ കുറച്ചു ദിവസങ്ങൾ. പിന്നീട് ശാന്തമായ നിതാന്തനിദ്ര.

നന്ദന്റെ മരണം, ആകസ്മികമല്ലാതിരുന്നിട്ടും അഭിരാമിക്കു താങ്ങാവുന്നതിനപ്പുറമായിരുന്നു.

ഒറ്റപ്പെട്ട ഏതോ ഒരു തുരുത്തിൽ അകപ്പെട്ടതുപോലെ.

ചെന്നൈയിലുള്ള മകനും കുടുംബവും അമ്മയെ അവരോടൊപ്പം കൊണ്ടുപോകാൻ കിണഞ്ഞു ശ്രമിച്ചെങ്കിലും അഭിരാമി വഴങ്ങിയില്ല. ഭർത്താവിന്റെ ഗന്ധം ഘനീഭവിച്ചുനിന്ന മുറിവിട്ട് അവർ പുറത്തിറങ്ങിയില്ല.

നാല്പത്തിയൊന്നു കഴിഞ്ഞ് മകനും കുടുംബവും യാത്രയായപ്പോഴും അഭിരാമി നിസ്സംഗയായിരുന്നു.

പിന്നെയും കാലം കൊഴിഞ്ഞുകൊണ്ടിരുന്നു.

ഋതുഭേദങ്ങളുടെ കുഴമറിച്ചിൽ അഭിരാമിയെ ഒരു തരം സ്വത്വനിശ്ചയമില്ലായ്മയിലേക്കാണു നയിച്ചത്.

മകന്റെ നിർബ്ബന്ധത്തിനു വഴങ്ങി കഴിഞ്ഞ മൂന്നു വർഷത്തിനിടയിൽ ആദ്യമായി ചെന്നൈയിൽ അവനോടൊപ്പം തങ്ങി.

പേരക്കുട്ടിയുടെ സ്കൂൾ ഒഴിവുകാലം കണക്കാക്കിയാണ് പോയത്.

ആദ്യത്തെ ഒന്നുരണ്ടു ദിവസങ്ങൾ കുഴപ്പമില്ലാതെ കഴിഞ്ഞു.

പിന്നീട് അഭിരാമിക്കു മനസ്സിലായി തന്റെ വരവ് അവരുടെ ടൈംടേബിൾ തകിടംമറിക്കുന്നുവെന്ന്.

രാവിലെ മകനും മരുമോളും ജോലിക്കു പോയിക്കഴിഞ്ഞാൽ അഭിരാമിയും സെർവന്റും പേരക്കുട്ടിയും മാത്രം.

പേരക്കുട്ടി-ജിത്തുമോന്- പണ്ടെപ്പോലെ മുത്തശ്ശിക്കഥകൾ കേൾക്കാൻ താല്പര്യമില്ലാണ്ടായിരിക്കുന്നു.

ആ ആറുവയസ്സുകാരന് കമ്പ്യൂട്ടർ ഗെയിമിനോടാണു കൂടുതൽ താല്പര്യം.

പിന്നെ ടി വിയിൽ അവനിഷ്ടമുള്ള ചാനലുകൾ മാറ്റി മാറ്റി കണ്ടുകൊണ്ടിരിക്കും.

ഇതിനിടെ ഓടിവന്നു പറയും "അമ്മൂമ്മെ ഞാൻ സ്വിമ്മിങ് പൂളിൽ പോകുവാ."

"മോനെ സൂക്ഷിക്കണേ" എന്നു പറഞ്ഞപ്പോൾ അവന്റെ ചുണ്ടിൽ ഒരു പരിഹാസം പടരുന്നത് അഭിരാമി കണ്ടു.

അവരുടെ അഭിരുചികളോടും വീട്ടിലെ ചിട്ടവട്ടങ്ങളോടും പൊരുത്തപ്പെടാൻ അഭിരാമിക്കു ബുദ്ധിമുട്ടു തോന്നി.

ഒരു മണിക്കൂറിനു ശേഷം ജിത്തു സ്വിമ്മിങ് കഴിഞ്ഞെത്തി.

"മോനിങ്ങുവാ. ഞാൻ തല തോർത്തിത്തരാം" അഭിരാമി പറഞ്ഞു.

"അമ്മൂമ്മ എന്നെ തൊടേണ്ട. അമ്മൂമ്മയ്ക്ക് ഒരു നാറ്റമുണ്ട്."

വളരെ നാളുകൾക്കു ശേഷം അഭിരാമി ഒന്നു ഞെട്ടി.

പിന്നെ തന്നെ സ്വയം മണപ്പിച്ചു നോക്കി.

ശരിയാണ് വാർദ്ധക്യത്തിന്റെ കനച്ച മണമാണ് ശരീരത്തിന്.

ജിത്തുമോനതു മനസ്സിലാക്കിയിരിക്കുന്നു.

ഒരുപക്ഷേ, വാർദ്ധക്യത്തിന് അഴുകിയ ശവത്തിന്റെ മണമാവണം.

അതുകൊണ്ടാവണം ബാല്യ-കൗമാര-യൗവനങ്ങളുടെ ഓക്കാനമായി വാർദ്ധക്യം മാറിയതും.

വൈകിട്ടു ജോലികഴിഞ്ഞെത്തിയ മകനും മരുമകളും അടുത്തദിവസം തങ്ങൾ അവധിയെടുത്തിട്ടുണ്ടെന്ന വിവരം അഭിരാമിയെ ധരിപ്പിച്ചു.

തന്നെ സന്തോഷിപ്പിക്കാനാവണം. അഭിരാമി അനുമാനിച്ചു.

"വേണ്ട മക്കളെ എനിക്കു മടങ്ങിപ്പോകണം."

"എന്നാ നാളെ ഒരു ദിവസം കൂടി കഴിഞ്ഞു പോകാം. ഞാൻ ഫ്ളൈറ്റു ടിക്കറ്റു നോക്കട്ടെ"- മകൻ മുകളിലെ റൂമിലേക്കു കയറിപ്പോയി.

അമ്മ മടങ്ങുന്നതിൽ അവനും ആശ്വസിക്കുന്നുണ്ടാകാം.

ഭാര്യയെ സന്തോഷിപ്പിക്കാൻ ഭർത്താവിനു ചെയ്യാവുന്ന വലിയ കാര്യവും അച്ഛനമ്മമാരെ വൃദ്ധസദനത്തിലാക്കുകയാണല്ലോ.

നിശ്ചയിച്ച ദിവസം തന്നെ അഭിരാമി മടങ്ങി.

അന്നു രാത്രി അഭിരാമിക്ക് ഉറക്കം വന്നില്ല. ഭർത്താവിന്റെ ഗന്ധം നിറഞ്ഞുനിന്ന മുറിയിൽ അവർ ഉലാത്തിക്കൊണ്ടിരുന്നു.

എന്തോ നിശ്ചയിച്ചുറച്ചപോലെ അഭിരാമി അടുക്കളയിലെത്തി. പഴയ അലമാരയിൽ സൂക്ഷിച്ചിരുന്ന ഒരു ഗ്ലാസ് തപ്പിയെടുത്തു.

മകന് ഇങ്കു കുറുക്കിക്കൊടുത്തിരുന്ന കുപ്പിഗ്ലാസ്.

അത് ഒരു തോർത്തിൽ തിരുകി അമ്മിക്കല്ലുകൊണ്ട് ഇടിച്ചു പൊട്ടിച്ചു കഷണങ്ങളാക്കി.

കുപ്പിച്ചീളുകൾ ഒരു ചെറിയ മഗ്ഗിലിട്ട് തണുത്ത വെള്ളവും ചേർത്ത് അഭിരാമി ആവേശത്തോടെ കുടിച്ചിറക്കി.

പിന്നെ പതുക്കെ കിടക്കയിലേക്കു ചരിഞ്ഞു.

അഭിരാമി നിദ്രയിലാണ്ടു.

* * * * * * * * * * * *

വായനക്കാർ കരുതുന്നുണ്ടാവും അഭിരാമി ആത്മഹത്യ ചെയ്തുവെന്ന്.

നിങ്ങൾക്കു തെറ്റി. ഒരിക്കലുമില്ല.

അവർ ഓർമ്മകളോടു വിടചൊല്ലുകയായിരുന്നു. അവർക്കൊരിക്കലും ആത്മഹത്യ ചെയ്യാനാവില്ല.

അഭിരാമിക്ക് അവളോട് ഇഷ്ടം തോന്നിത്തുടങ്ങിയിരിക്കുന്നു; അവളോടു മാത്രം.

മകന്റെ ടൈംടേബിൾ അവൻ എങ്ങനെ അഡ്ജസ്റ്റ് ചെയ്യുമെന്ന ആകുലതമാത്രം അവളിൽ ബാക്കിനിന്നു.

ദൂരെ...... നീറുന്നൊരോർമ്മയായ്...

തികച്ചും യാദൃച്ഛികമായാണ് ഞാൻ മനുവിനെ കണ്ടുമുട്ടിയത്.

ലോകസാന്ത്വനപരിചരണ ദിനത്തോടനുബന്ധിച്ച് പാലിയം ഇന്ത്യ സംഘടിപ്പിച്ച, രോഗികളുടെ കുടുംബസംഗമത്തിനായി തുമ്പ ബീച്ചിലെത്തിയതായിരുന്നു അയാൾ.

ഒക്കത്ത് ഒരു കൈക്കുഞ്ഞുമായി കടലിന്റെ അഗാധതയിലേക്ക് കണ്ണും നട്ട് വിഷാദമൂകനായി നില്ക്കുകയായിരുന്നു മനു. തൊട്ടടുത്ത് തലമുടി പറ്റെവെട്ടിയ ഒരു സ്ത്രീയുമുണ്ടായിരുന്നു.

ആർത്തലച്ചുകൊണ്ട് തീരത്തേക്ക് അലറിയടുക്കുന്ന തിരമാലകളെയും നോക്കി മറവിയുടെ വാതായനങ്ങൾക്കപ്പുറത്തെ മാറാലകെട്ടിയ ഓർമ്മകളെ ചങ്ങലയ്ക്കിടുവാൻ ആവുന്നത്ര ശ്രമിക്കുന്നുണ്ടെന്ന് അയാളുടെ മുഖഭാവങ്ങളുടെ നിറഭേദങ്ങൾ വ്യക്തമാക്കുന്നുണ്ടായിരുന്നു. ആൾക്കൂട്ടത്തിൽനിന്നു മാറി ഒരു വലിയകുടക്കീഴിൽനിന്ന മനു എനിക്കൊരു കൗതുകമായി.

വിസ്മയം ആകസ്മികത്തിനു വഴിമാറിയത് പൊടുന്നനെയായിരുന്നു.

എന്റെ സാമീപ്യം അയാളെ തെല്ലും അലോസരപ്പെടുത്തിയില്ല.

കുറഞ്ഞ സമയത്തിനുള്ളിൽ അയാളുമായി ഒരു ആത്മബന്ധം സ്ഥാപിക്കുവാനെനിക്കായി.

അയാൾ കൂടുതൽ വാചാലനായിക്കൊണ്ടിരുന്നു.

പൊടുന്നനെ അയാൾ ഗദ്ഗദകണ്ഠനാകുന്നതും കവിളുകളിലൂടെ കണ്ണീർച്ചാലുകൾ ഒഴുകുന്നതും കണ്ടപ്പോൾ അമ്പരപ്പ് തോന്നി.

തികച്ചും അവിചാരിതമായിട്ടാണ് അയാൾ മൈമുനയെ ജീവിതസഖിയായി സ്വീകരിച്ചത്.

നഗരപ്രാന്തത്തിലുള്ള ഒരു ഓർഫനേജിലേക്ക് ഓട്ടോറിക്ഷയിൽ

അവശ്യസാധനങ്ങളെത്തിക്കുകയായിരുന്നു മനുവിന്റെ ജോലി.

ഓർഫനേജിലെ സന്ദർശനങ്ങൾ പതിവായിമാറിയ ദിനരാത്രങ്ങളിലൊന്നിൽ എപ്പൊഴോ ആണ് മൈമുനയെ കാണുന്നത്.

ചെറുപ്രായത്തിൽത്തന്നെ അനാഥത്വം പേറേണ്ടിവന്ന പെൺകുട്ടി. അച്ഛനമ്മമാർ ഏതോ അജ്ഞാതരോഗത്താൽ മരണപ്പെട്ടുവെന്നുമാത്രം അവൾക്കറിയാം. കഴിഞ്ഞ 19 വർഷമായി ആ അനാഥമന്ദിരത്തിലെ അന്തേവാസിയാണവൾ.

മനുവിനു അവളോടുതോന്നിയ കൗതുകവും അനുകമ്പയും അഭിനിവേശമായി മാറിയപ്പോൾ അനാഥമന്ദിരത്തിലെ അധികൃതരുടെ അനുവാദത്തോടെ മൈമുനയെ രജിസ്റ്റർ വിവാഹം കഴിക്കുകയായിരുന്നു.

ഓട്ടോ ഓടിച്ചു കിട്ടുന്ന തുച്ഛമായ വരുമാനം കൊണ്ട് അവർ ഒരുമിച്ചു ജീവിക്കുവാനാരംഭിച്ചു. ഒരു വാടകമുറിയിൽ.

ഈ വിവാഹത്തിന് മനുവിന്റെ വീട്ടുകാർ എതിരായിരുന്നതിനാൽ വീട്ടുകാർ അയാളെ പുറത്താക്കുകയും ചെയ്തു.

മാസങ്ങൾ കൊഴിഞ്ഞുകൊണ്ടിരുന്നു. മൈമുന ഒരു പെൺകുഞ്ഞിനു ജന്മം നല്കി. കുഞ്ഞിനു മൂന്നു മാസം പ്രായമായപ്പോൾ മുതൽ മൈമുനയ്ക്ക് കലശലായ ക്ഷീണം അനുഭവപ്പെട്ടു തുടങ്ങി.

ദേഹത്ത് അവിടവിടെയായി തടിപ്പുകൾ. ചൊറിഞ്ഞാൽ രക്തം പൊടിയുന്നു. ശരീരമാകെ വേദന.

ഡോക്ടർമാർ അവരിലെ അപകടകരമായ അവസ്ഥ തിരിച്ചറിഞ്ഞു. റീജിയണൽ ക്യാൻസർ സെന്ററിലെ പരിശോധനകളുടെ ഫലം മനുവിനെ അക്ഷരാർത്ഥത്തിൽ ഞെട്ടിച്ചു.

5000 ൽ ഒരാൾക്ക് ജനിതകമായി പകരാറുന്ന ഒരു രോഗം മൈമുനയ്ക്ക് ജന്മനാ പകർന്നിരിക്കുന്നു. (രക്തക്കുഴലുകളുടെ വൈജാത്യവ്യാപനത്തിലൂടെ രക്തസ്രാവമുണ്ടാക്കുന്ന ഈ രോഗം "Osler Weber Rendu Syndrome അഥവാ Herriditory Haemorrhagic Telangiectagia (HHT) എന്നറിയപ്പെടുന്നു. സാധാരണമല്ലാതെ രൂപപ്പെടുന്ന രക്തക്കുഴലുകൾ തൊലിയിലും മ്യൂക്കസ് മെമ്പ്രയിനിലും രക്തസ്രാവമുണ്ടാക്കാം– തലച്ചോർ, ശ്വാസകോശം, കരൾ, കുടൽ, മൂക്ക് തുടങ്ങിയ അവയവങ്ങളിൽ. രക്തസ്രാവം അനീമിയയിലേക്കുനയിക്കുന്നു. രക്തത്തിലെ ഓക്സിജന്റെ അളവ് കുറയുന്നു. ഹൃദയാഘാതം, കരൾവീക്കം, ഇരുമ്പിന്റെ അഭാവത്താലുള്ള അനീമിയ ഇവയൊക്കെ സംഭവിക്കാം. രോഗിക്കു പിറക്കുന്ന കുട്ടികളിലേക്കും രോഗമുണ്ടാക്കുന്ന ജീൻ പകരാം. ചികിത്സ ഫലപ്രദമല്ല. രക്തം മാറ്റലും ഹോർമോൺ തെറാപ്പിയും പരീക്ഷിക്കാറുണ്ട്)

മെഡിക്കൽകോളേജിലെ പാലിയം ഇന്ത്യയുടെ പാലിയേറ്റീവ് ക്ലിനിക്കിലെത്തുമ്പോൾ മൈമുന ഏറെ അസ്വസ്ഥയായിരുന്നു.

വിഷാദവും ഒപ്പം ആത്മഹത്യാ പ്രവണതയും. കുഞ്ഞിനെപ്പോലും കൊന്നു കളയുവാനുള്ള വ്യഗ്രതയായിരുന്നു.

താനും കുഞ്ഞുംമൂലം മനുവിന്റെ ജീവിതം നഷ്ടമായതിന്റെ ആവ

ലാതിയായിരുന്നു മനസ്സു നിറയെ.

പക്ഷേ, സാന്ത്വന പരിചരണത്തിലൂടെയും കൗൺസലിങ്ങിലൂടെയും അവരുടെ മനോനില മെച്ചപ്പെട്ടുകൊണ്ടിരുന്നു.

ഞങ്ങൾക്ക് മൈമുനയും കുടുംബവും വേർപിരിയാനാകാത്ത കണ്ണികളായി. ലോകസാന്ത്വനപരിചരണ ദിനത്തിൽ പങ്കെടുക്കാനായത് ഒരു പുതിയ അനുഭവമായി അവർ കരുതുന്നു. അന്നു നടന്ന മത്സരങ്ങളിലെല്ലാം മൈമുന സജീവ സാന്നിദ്ധ്യമറിയിച്ചത് ഞങ്ങൾ ധന്യതയോടെ ഓർക്കുന്നു.

അവരുടെ കദനകഥയറിഞ്ഞ ഒട്ടേറെ അഭ്യുദയകാംഷികൾ സഹായവുമായെത്തി. മെഡിക്കൽകോളേജിൽനിന്നും അമൃതാ ഇൻസ്റ്റിറ്റ്യൂട്ടിലേക്കും അവിടെനിന്നും അപ്പോളോ ആശുപത്രിയിലേക്കും മാറ്റപ്പെട്ടു. രക്തമാറ്റത്തിലൂടെ വളരെ ആശ്വാസം തോന്നുന്നതായി മൈമുന വിളിച്ചറിയിക്കുകയും ചെയ്തു. പാലിയം ഇന്ത്യയുടെ സ്നേഹവായ്പുകൾക്ക് നന്ദി പറയാനും മറന്നില്ല.

ആശങ്കകൾ ബാക്കി നില്ക്കുമ്പോഴും മനുവിന്റെയും മൈമുനയുടെയും 8 മാസം മാത്രം പ്രായമുള്ള കുഞ്ഞിന്റെയും മുഖങ്ങൾ കൺമുമ്പിൽ ഉടക്കി നില്ക്കുന്നു.

അവർ ഞങ്ങളുടെ ആരൊക്കെയോ ആയി മാറിയിരിക്കുന്നു.

ജനിമൃതികളുടെ അകലം തിട്ടപ്പെടുത്താൻ നമുക്കാവില്ലല്ലോ.

അതുകൊണ്ടുതന്നെ അകലെ നീറുന്ന ഒരോർമ്മയായി അവർ ഘനീഭവിച്ചിരിക്കുന്നു.

"മഞ്ഞുപോലൊരു പെൺകുട്ടി"

ഞാൻ ആ പെൺകുട്ടിയെ ആദ്യമായി കണ്ടത് ആശുപത്രി വരാന്തയിലെ ഇരുളടഞ്ഞ കോണുകളിലെവിടെയോവച്ചാണ്.

തട്ടമിട്ട മൊഞ്ചുള്ള ഒരു പെൺകുട്ടി. ഇരുപതിനടുത്തു പ്രായം വരും. എനിക്കവളെ അലീന എന്നു വിളിക്കാനാണിഷ്ടം.

ദുഃഖം ഘനീഭവിച്ച അവളുടെ കണ്ണുകളിലെ അഭൗമമായ നക്ഷത്രത്തിളക്കം എന്നിൽ അറിയാതെ ഒരു കൗതുകമുണ്ടാക്കി.

രണ്ടു മൂന്നു ദിവസങ്ങൾക്കുശേഷം ഒരിക്കൽക്കൂടി ഞാനവളെ കണ്ടു. അന്ന് അവൾ കൂടുതൽ പ്രസന്നവതിയായി കാണപ്പെട്ടു.

ഡോ. രാജ് പറഞ്ഞാണറിഞ്ഞത് അവൾ ആ ആശുപത്രിയിൽ പുതുതായി ചേർന്ന നഴ്സാണെന്ന്.

"അവളുടെ തലയിലെ തട്ടം ഒരു മറയാണ്. ചെറുപ്രായത്തിലേ അർബുദം ബാധിച്ച കുട്ടിയാണ്." ഡോ. രാജിന്റെ വാക്കുകൾ എന്നെ സ്തബ്ധനാക്കി. ഞങ്ങൾക്കിടയിൽ നേർത്ത ഒരു നിശ്ശബ്ദത പടർന്നു.

പിന്നെയൊന്നും ചോദിക്കാൻ നില്ക്കാതെ ഞാൻ തിരിച്ചു നടന്നു.

അവളെപ്പറ്റി കൂടുതൽ അറിയണമെന്നുണ്ടായിരുന്നു. "പിന്നീടൊരിക്കലാകട്ടെ"- മനസ്സ് മന്ത്രിച്ചു.

ഒരു ഞായറാഴ്ച കുർബാനയ്ക്ക് പള്ളിയിൽ വച്ച് അപ്രതീക്ഷിതമായി ഞാൻ അലീനയെ കണ്ടുമുട്ടി. അവൾ താത്തക്കുട്ടിയല്ലെന്ന് തിരിച്ചറിഞ്ഞതങ്ങനെയാണ്.

മുമ്പു രണ്ടുതവണ കണ്ടുപരിചയമുള്ളതിനാലാവണം അവൾ എന്നെ നോക്കി പുഞ്ചിരിച്ചു. എനിക്ക് അതൊരാശ്വാസമായിരുന്നു.

പള്ളി പിരിഞ്ഞിറങ്ങുമ്പോൾ മനസ്സാന്നിദ്ധ്യം വിടാതെ തന്നെ അവളെ സമീപിച്ചു.

അവളുടെ വീടിനെക്കുറിച്ചും മാതാപിതാക്കളെക്കുറിച്ചുമെല്ലാം ഞാൻ ചോദിച്ചറിഞ്ഞു. ഡോ. രാജിലൂടെ അവളുടെ അസുഖം ഞാനറി

ഞ്ഞുവെന്നു അവളുടെ മുഖഭാവം പറയുന്നുണ്ടായിരുന്നു. മുഖവുര കൂടാതെ, അവളുടെ അസുഖവിവരം ചോദിക്കാൻ അതു സഹായകമായി.

തികഞ്ഞ ആത്മവിശ്വാസത്തോടെയും ദൃഢചിത്തതയോടും കൂടിയുള്ള അവളുടെ വാക്കുകൾ എന്നിൽ അത്ഭുതമാണുണ്ടാക്കിയത്.

നഴ്സിങ്ങിന്റെ മൂന്നാം വർഷം പഠിക്കുമ്പോഴാണ് അവൾക്ക് അർബുദബാധയുണ്ടെന്ന് കണ്ടുപിടിക്കപ്പെട്ടത്.

സ്തനാർബുദമായിരുന്നു.

ഇടതുമാറിൽ അസാധാരണമായി പ്രത്യക്ഷപ്പെട്ട മുഴ അർബുദ മാണെന്ന് പരിശോധനാ റിസൽറ്റ് വന്നപ്പോൾ അവളേക്കാൾ വേവലാതി പ്പെട്ടത് മാതാപിതാക്കളായിരുന്നു; അവളുടെ കൂട്ടുകാരികളായിരുന്നു.

അവൾ താമസിച്ച ഹോസ്റ്റലിലേക്ക് തെരുതെരെ വന്ന ഫോൺകോ ളുകൾ അവളെ വേവലാതിപ്പെടുത്തി.

കൂട്ടുകാരികളുടെ മടിയിൽ തലചായ്ച്ച് അവൾ മയങ്ങി. അവരുടെ പാട്ടുകൾ അവൾക്കു താരാട്ടായി.

വീട്ടിലെത്തിയപ്പോഴാണ് രോഗത്തിന്റെ തീവ്രത അവൾ മനസ്സിലാ ക്കുന്നത്.

കട്ടിലിൽ കമഴ്ന്നു വീണു കുറെ കരഞ്ഞു. കരച്ചിൽ ഏങ്ങലടിയായി മന്ദീഭവിച്ചപ്പോൾ അറിയാതെ ഒരു ആത്മധൈര്യം അവൾക്കു പകർന്നു കിട്ടി.

താമസിയാതെ സർജറി നടന്നു. തുടർന്ന്, കീമോ.... റേഡിയേഷൻ....

ഇടതൂർന്നു വളർന്നു നീണ്ട മുടിയാകെ കൊഴിഞ്ഞുപോയത് അലീനയ്ക്ക് സഹിക്കാവുന്നതിനുമപ്പുറമായിരുന്നു.

മൂന്നു മാസം പിന്നിട്ടപ്പോൾ അർബുദത്തെ അതിജീവിച്ച അത്ഭുതമായി അവൾ മാറുകയായിരുന്നു.

അവസാനവർഷ പരീക്ഷയുടെ സമയമായപ്പോൾ മാതാപിതാക്കളും കൂട്ടുകാരുമൊക്കെ വിലക്കിയിട്ടും അവൾ കോളേജിലേക്കു പോയി.

മുടികൊഴിഞ്ഞ തലയിൽ തട്ടവുമിട്ടെത്തിയ അലീനയെ കൂട്ടുകാർ ഏറെ സ്നേഹത്തോടെ ആശ്വസിപ്പിച്ചു.

ആ ഊഷ്മളതയിൽ അവൾ രോഗത്തെ മറന്നു. തികഞ്ഞ സമചിത്ത തയോടയും വാശിയോടെയും അവൾ പരീക്ഷയെഴുതി.

റിസൽറ്റു വന്നപ്പോൾ എല്ലാവരെയും അമ്പരപ്പിച്ചുകൊണ്ട് ഡിസ്റ്റിങ് ഷനോടെ അവൾ പാസായിരിക്കുന്നു.

തന്നെക്കാൾ കൂടുതൽ സന്തോഷം കൂട്ടുകാരികൾക്കായിരുന്നുവെന്ന് അലീന ഓർക്കുന്നു. ഹോസ്റ്റലിലെ കൂട്ടുകാരുടെ സാന്ത്വന സാമീപ്യം അന്യമായതിൽ ഇപ്പോൾ അവൾക്കു ദുഃഖമുണ്ട്.

പക്ഷേ, ഇവിടെ ഈ ആശുപത്രിയിൽ ക്യാൻസർ രോഗികളുടെയിട യിൽ ജോലിചെയ്യുമ്പോൾ അലീന എല്ലാംമറക്കുന്നു.

ചുരുങ്ങിയ ദിവസങ്ങൾക്കിടയിൽത്തന്നെ ഏവരുടെയും പ്രീതിയാർ ജ്ജിക്കുവാൻ അവൾക്കായിരിക്കുന്നു.

മനസ്സാന്നിദ്ധ്യവും ഉൾക്കരുത്തും പകർന്നു നല്കിയ ആത്മവിശ്വാസ വുമായി അർബുദത്തെ തോല്പിച്ച അലീന എന്റെ കൺമുമ്പിലുണ്ട്:

മഞ്ഞുപോലൊരു പെൺകുട്ടിയായി– അത്ഭുതങ്ങൾ മാത്രം ബാക്കി വച്ചുകൊണ്ട്.

ജ്വാലയായ് അശ്വതിനായർ

അശ്വതിനായരുടെ വഞ്ചിയൂരിലെ വാടകവീട്ടിൽ ഞങ്ങളെത്തുമ്പോൾ (ഞാനും ബിനോദും അനീജയും) ഒക്കത്ത് കൈക്കുഞ്ഞുങ്ങളേയുമേന്തി രണ്ടു സ്ത്രീകൾ നിന്നു കരയുന്നുണ്ടായിരുന്നു.

അശരണരുടെ അത്താണിയായി മാറി അശ്വതിയുടെ വീട്ടിൽ അത് അപ്രതീക്ഷിതമാവില്ല എന്നറിയാവുന്നതിനാൽ ഞങ്ങൾ മുറ്റത്തു മാറി നിന്നു.

മുൻകൂട്ടി അറിയിച്ചിരുന്നതിനാൽ അശ്വതി അവരെ സാന്ത്വനപ്പെടുത്തിവിട്ട ശേഷം ഞങ്ങൾക്കായി കാതോർത്തു.

പാലിയം ഇന്ത്യയെപ്പറ്റിയും *സഹയാത്ര* മാസികയെപ്പറ്റിയുമൊക്കെ അശ്വതിക്ക് മുൻധാരണകളുണ്ടായിരുന്നതിനാൽ പ്രത്യേകമായ മുഖവുര വേണ്ടി വന്നില്ല.

"ആ ഇറങ്ങിപ്പോയ സ്ത്രീകൾ പൂജപ്പുര സെൻട്രൽ ജയിൽ കവാടത്തിൽ വച്ചു സുഹൃത്തുക്കളായവരാണ്. രണ്ടുപേരുടെയും ഭർത്താക്കന്മാർ ജയിൽപ്പുള്ളികളാണ്. കൊലപാതകക്കുറ്റം. ജയിലിൽ അവരെ കാണാനെത്തിയപ്പോൾ തമ്മിൽ പരിചയപ്പെട്ടു. കഴിഞ്ഞ 15 ദിവസമായി മെഡിക്കൽ കോളേജിനടുത്തുള്ള ഒരു ലോഡ്ജിൽ ചികിത്സാർത്ഥമെന്ന പേരിൽ മുറിയെടുത്തു കഴിയുകയായിരുന്നു. ലോഡ്ജിൽ വാടക കൊടുക്കാതായപ്പോൾ ഇറക്കിവിടുമെന്ന സ്ഥിതിയാണ്. വീട്ടുകാരുപേക്ഷിച്ച ഈ രണ്ടുപേർക്കും പോകാനിടമില്ല. ഓരോരുത്തർക്കും 3 പിഞ്ചുകുട്ടികളുമുണ്ട്."

അശ്വതി ഞങ്ങൾക്കു മുന്നിലൂടെ കരഞ്ഞുകലങ്ങിയ കണ്ണുകളുമായി നീങ്ങിയ സ്ത്രീകളുടെ കഥ പറഞ്ഞു.

"ഇത് ഒറ്റപ്പെട്ട സംഭവമല്ല. ഈ നഗരത്തിൽ ഇങ്ങനെ എത്രയോപേർ. ഒരു നേരത്തെ ആഹാരത്തിനായി നിസ്സഹായരായി വിലപിക്കുന്നവർ. എല്ലാവർക്കും ഭക്ഷണം നല്കാനായില്ലെങ്കിലും കുറച്ചു പേർക്കെങ്കിലും

അതു നല്കാനായെങ്കിൽ....." അശ്വതി നിശ്വസിച്ചു.

ബാല്യകൗമാരങ്ങൾ പകർന്നു നല്കിയ കയ്പേറിയ അനുഭവങ്ങളുടെ ചൂളയിലാണ് അശ്വതി അവളുടെ മനസ്സിനെ പരുവപ്പെടുത്തിയെടുത്തത്. പലയിടങ്ങളിലായി പണിയെടുത്ത് അന്തിക്ക് വീട്ടിലെത്തുന്ന അമ്മ അശ്വതിക്കും രണ്ടു സഹോദരങ്ങൾക്കുമായി ഒരു പാൽക്കവറിൽ കരുതുന്ന ഒരു പിടിച്ചോറിന്റെ വില അവൾ മനസ്സിലാക്കിയിരുന്നു, മനസ്സിന്റെ കോണുകളിലെവിടെയോ വിശപ്പിന്റെ വില തീപ്പൊരിയായി വീണു നീറി.

ഇരുപതിലെത്തിനില്ക്കുന്ന അശ്വതിക്ക് ഇന്ന് കൃത്യമായ ലക്ഷ്യബോധമുണ്ട്. ആത്മാവിൽ വിശപ്പിന്റെ അഗ്നി ചുരത്തിയ ജ്വാല യുമായി എല്ലാ ദിവസവും ഉച്ചയ്ക്ക് അമ്മയോടൊപ്പം 35 പേർക്കെങ്കിലുമുള്ള ചോറുപൊതികളുമായി സ്കൂട്ടറിൽ നഗരമദ്ധ്യത്തിലിറങ്ങുന്നു. സ്വന്തം വീട്ടിൽത്തന്നെയാണ് ഭക്ഷണപ്പൊതികൾ തയ്യാറാക്കുന്നത്. അമ്മയും അമ്മൂമ്മയും അശ്വതിക്ക് സഹായികളാണ്. അഗതികളും ആലംബഹീനരും വൃദ്ധരുമടങ്ങുന്ന കുറച്ചു തെരുവിന്റെ മക്കൾക്ക് ഒരു നേരത്തെ ആഹാരം. 15 കിലോമീറ്റർ ചുറ്റളവിലൊതുങ്ങാനെ ഇപ്പോൾ കഴിയുന്നുള്ളൂ. പരിമിതികളേറെയാണ്. വഞ്ചിയൂരിൽനിന്നു തുടങ്ങി ജനറൽ ആശുപത്രി, കൈതമുക്ക്, ശ്രീകണ്ഠേശ്വരം, പഴവങ്ങാടി, പടിഞ്ഞാറെക്കോട്ട, സ്വാതി നഗർ എന്നിവിടങ്ങളിലൂടെയുള്ള യാത്രയ്ക്കിടയിൽ ഒരു പിടിച്ചോറിനായി യാചിക്കുന്ന എത്രയോ മുഖങ്ങൾ അശ്വതി കണ്ടിരിക്കുന്നു. ചോറുപൊതി തട്ടിയെടുക്കാനുള്ള ശണ്ഠകൾ സ്ഥിരം കാഴ്ചകളാണ്. എല്ലാവരുടെയും വിശപ്പടക്കാനാകുന്നില്ലെങ്കിലും ചെയ്യുന്ന കാര്യങ്ങളിൽ തികഞ്ഞ ആത്മാർത്ഥതയും കൃത്യതയും ഉറപ്പാക്കാൻ അശ്വതിക്കാവുന്നുണ്ട്.

ആദ്യമൊക്കെ ഭക്ഷണപ്പൊതി ഒരുക്കാൻ ഏറെ ബുദ്ധിമുട്ടിയിരുന്നു. ഉദാരമനസ്കരായ ചിലരുടെ സഹായം ലഭിച്ചിരുന്നു. ഉച്ച ഭക്ഷണം വിപുല മാക്കുന്നതിനെക്കുറിച്ചും അനാഥരായവരുടെ പുനരധിവാസത്തെ ക്കുറിച്ചുമുള്ള ചിന്തയിൽ നിന്നാണ് "ജ്വാല", എന്ന സന്നദ്ധസംഘടന പിറവിയെടുക്കുന്നത്.

മനസ്സിൽ നന്മയും സാമൂഹികപ്രതിബദ്ധതയും നിശ്ചയദാർഢ്യവും കാത്തുസൂക്ഷിക്കുന്ന അശ്വതിക്ക് തന്റെ നേതൃത്വത്തിലുള്ള ജീവകാരുണ്യ സംഘടനയ്ക്ക് "ജ്വാല" എന്നു പേരു നല്കിയതിൽ ഒട്ടും ഔചിത്യക്കേടു തോന്നിയിട്ടില്ല. പുതിയ തലമുറ ഏറ്റെടുക്കേണ്ട വേറിട്ടൊരു ദൗത്യത്തിന്റെ കാഹളമാണ് "ജ്വാല", പകരുന്നത്.

പലരും കടന്നുവരാൻ അറച്ചുനില്ക്കുന്ന ഈ പന്ഥാവിൽ വൈതര ണികൾ ഏറെയാണ്. നിയമത്തിന്റെ പിൻബലത്തോടെ അവയൊക്കെ മറികടക്കാനുള്ള ശ്രമത്തിലാണ് നിയമ ബിരുദധാരി കൂടിയായ അശ്വതി നായർ. അശരണയ്ക്ക് സൗജന്യ നിയമസഹായവും മനസ്സിലുണ്ട്.

ചെറിയ കാലയളവിനുള്ളിൽത്തന്നെ സോഷ്യൽ മീഡിയയിലും മറ്റും അശ്വതിയുടെ "ജ്വാല" ചർച്ച ചെയ്യപ്പെട്ടു കഴിഞ്ഞു. ധാരാളം പേർ ഈ സംരംഭത്തിനു സഹായവുമായി മുന്നോട്ടു വരുന്നുണ്ട്. യുവത്വത്തിന്റെ വേറിട്ടൊരനുഭവമായി മാറിയ അശ്വതിക്ക് പാലിയം ഇന്ത്യയുടെ ആശംസ കൾ.

അച്ഛനെയാണെനിക്കിഷ്ടം

ഇന്ന് 2012 ഡിസംബർ 15.

അച്ഛൻ മരിച്ചു. അച്ഛന്റെ മരണം എന്നെ തെല്ലു വേദനിപ്പിച്ചുവെങ്കിലും ഞെട്ടിച്ചില്ല. ഒരു വർഷമായി അച്ഛൻ അൾഷിമേഴ്സിന്റെ പിടിയിലായിരുന്നു. വാർദ്ധക്യം അതിന്റെ പാരമ്യതയിലായിരുന്നുവെങ്കിലും പരസഹായമില്ലാതെ നടക്കുന്നതിനും മറ്റും ബുദ്ധിമുട്ടുണ്ടായിരുന്നില്ല. എങ്കിലും "അനായാസേന മരണ"മൊന്നുമായിരുന്നില്ല.

മാറാലകെട്ടിയ ഓർമ്മകളിൽ മനസ്സു കുരുങ്ങിക്കിടന്നു.

അച്ഛൻ എന്നും എന്റെ ഉടമസ്ഥൻ മാത്രമായിരുന്നുവെന്ന സത്യം എന്നെ നൊമ്പരപ്പെടുത്തുന്നു. എന്റെ ബാല്യകൗമാരങ്ങളിലെല്ലാം അച്ഛൻ എനിക്കൊരു പേടിസ്വപ്നമായിരുന്നു. ഗൗരവക്കാരൻ. ആവശ്യത്തിനു മാത്രം സംസാരം. ഇതു മകനോടുമാത്രമായിരുന്നുവെന്നതാണ് എന്നെ വേദനിപ്പിച്ചത്. സ്കൂൾ മാഷായിരുന്ന അച്ഛൻ നാട്ടിൽ പൊതുസമ്മതനായിരുന്നു. പൊതുകാര്യ പ്രസക്തൻ- സ്കൂൾ ലൈബ്രറിയുടെയും സൊസൈറ്റിയുടെയും സെക്രട്ടറി. നാട്ടിൽ ആകെയുണ്ടായിരുന്ന വായനശാലയുടെയും അമരക്കാരൻ അച്ഛനായിരുന്നു. വായനശാലയിൽനിന്നും അച്ഛൻ ധാരാളം പുസ്തകങ്ങൾ കൊണ്ടുതന്നിരുന്നു എനിക്ക്. അധികവും എസ് കെ പൊറ്റെക്കാടിന്റെ യാത്രാവിവരണങ്ങളായിരുന്നു. പുറം ചട്ടയിലും അകത്തുമൊക്കെ മാറുമറയ്ക്കാത്ത പെണ്ണുങ്ങളുടെ പടവുമുണ്ടാകും. പലപ്പോഴും കൂട്ടുകാർ കളിയാക്കും. "മകനു വായിക്കാൻ അച്ഛൻ കൊടുക്കുന്ന പുസ്തകങ്ങൾ കൊള്ളാം." അന്നൊക്കെ അച്ഛനോട് അകാരണമായ വെറുപ്പുതോന്നിയിരുന്നുവെങ്കിലും പില്ക്കാലത്ത് ആ പുസ്തകങ്ങളുടെ മഹത്ത്വം വായനയിലൂടെ ഞാൻ തിരിച്ചറിഞ്ഞു. പക്ഷേ, അച്ഛനോടുള്ള ഭയം ഏറിവന്നു. ചെറിയ തെറ്റിനുപോലും വലിയ ശകാര

ങ്ങൾ ഏറ്റുവാങ്ങി.

വീട്ടിൽ അവാർഡുസിനിമയിലെ കഥാപാത്രങ്ങളെപ്പോലെ ഞാനും അനിയനും അമ്മയും ഒതുങ്ങിക്കൂടി. അച്ഛന്റേതായിരുന്നു എന്നും അവസാനവാക്ക്. എനിക്കാണെങ്കിൽ കൂട്ടുകാരുമധികമില്ല. സാറിന്റെ മകനായിരുന്നതിനാൽ പലരും കൂട്ടുപിടിക്കാൻ മടിച്ചുനിന്നു.

ഗ്രാമത്തിലെ ഏക മലയാളം ഹൈസ്കൂളിൽനിന്നും പത്താംതരം ഒന്നാം ക്ലാസോടെ പാസായ എന്നെ അച്ഛൻ പ്രീഡിഗ്രിക്കു ചേർത്തത് തലസ്ഥാന നഗരിയിലെ ഒരു സർക്കാർ കോളേജിലായിരുന്നു. താമസം ഹോസ്റ്റലിലുമാക്കി. സത്യത്തിൽ എന്റെ നെഞ്ചിലെ നെരിപ്പോട് ഇറക്കി വച്ച പ്രതീതിയായിരുന്നു മനസ്സുനിറയെ.

70 കളിലെ തീവ്രവാദ വസന്തത്തിന്റെ ഇടിമുഴക്കം സ്വാഭാവികമായും എന്നിലും സന്നിവേശിച്ചു. വീടിനോടുള്ള അകൽച്ച വർദ്ധിച്ചുവന്നു. നാട്ടിൽ നടമാടിയിരുന്ന കപട സദാചാരമൂല്യങ്ങളുടെ മുഖംമൂടി പിച്ചിച്ചീന്തുവാനുള്ള അദമ്യമായ മോഹമായിരുന്നു മനസ്സുനിറയെ. പിന്നീടങ്ങോട്ടുള്ള യാത്രകളിലൊന്നും ഞാൻ അച്ഛനെ കണ്ടില്ല. അമ്മയെ കണ്ടില്ല. ബന്ധുജനങ്ങളൊക്കെ അന്യരായി അകന്നുമാറുന്നതു ഞാനറിഞ്ഞു.

പ്രൊഫഷണൽ കോളേജുവിദ്യാഭ്യാസ കാലത്താണ് വലിയച്ഛൻ– അച്ഛന്റെ അച്ഛൻ മരിക്കുന്നത്. പോയില്ല. അതിന്റെ പേരിൽ പിന്നെയും ഒറ്റപ്പെടുത്തലുകൾ. ആരോടോ ഒക്കെയുള്ള പകയായിരുന്നു മനസ്സുനിറയെ. പ്രൊഫഷണൽ വിദ്യാഭ്യാസ കാലത്ത് ഞാൻ വീടുമായി ഏറെ അകന്നു. വെക്കേഷൻ കാലത്ത് ഹോസ്റ്റലിൽത്തന്നെ ഒതുങ്ങിക്കൂടി.

അടിയുറച്ചു നിന്ന വിശ്വാസപ്രമാണങ്ങൾക്ക് ഇന്നു ഭംഗം വന്നിരിക്കുന്നു. മാറത്തടുക്കിപ്പിടിച്ചിരുന്നതൊക്കെ വിഷപുഷ്പങ്ങളായിരുന്നു എന്ന തിരിച്ചറിവ് എന്നിൽ അനിശ്ചിതമായ ഒരുതരം അസ്വസ്ഥതയുമുളവാക്കുന്നു.

ഇപ്പോൾ മരണത്തിന്റെ രൂക്ഷമായ ഗന്ധം മൂക്കിലേക്കു തുളച്ചുകയറുകയാണ്.

* * * * * * * *

അച്ഛന്റെ ചേതനയറ്റ ശരീരത്തിന്റെ നാറ്റമാണ് – അതോ സുഗന്ധമോ? അതേ, ഞാനിപ്പോൾ മരണത്തിന്റെ (സു)ഗന്ധം ആസ്വദിക്കുകയാണ്. മരണത്തിനു യഥാർത്ഥത്തിൽ നിറമുണ്ടോ? മരണത്തിന്റെ നിറം കറുപ്പാണെന്നതു നാട്ടുപ്രമാണം. "ദൈവം ചൂതുകളിക്കാറില്ല" (എം ടി) എന്ന സത്യം ഞാൻ മനസ്സിലാക്കുന്നു. കറുത്ത മരണത്തിന്റെ ചൂത് എന്നെ അസ്വസ്ഥനാക്കുന്നുണ്ടായിരുന്നു. അന്തസ്സോടെയുള്ള മരണം ആഘോഷിക്കുവാനുള്ളതാണ്.

"....ജഡം മറവു ചെയ്യാനുള്ള സമയമായി." ആരോ അറിയിച്ചപ്പോഴാണ് ഞെട്ടിയുണർന്നത്. മകന്റെ അഭിപ്രായമറിയിക്കുവാനുള്ള അവകാശം മൂത്തമകനായ തനിക്കാണല്ലോ. മനസ്സിന്റെ കോണുകളിലെവിടെയോ ഒരു വെള്ളിടിമുഴക്കം. പണ്ടെന്നോ അച്ഛൻ ഏല്പിച്ച ഒരു

കത്തിന്റെ കാര്യം ഓർമ്മയിലെത്തി. ഓടി അകത്തെ മുറിയിലെ അലമാരയുടെ അടുത്തെത്തി. ഭദ്രമായി അടച്ച ഒരു തകരപ്പെട്ടി. പതുക്കെ തുറന്നു. കത്ത് ഭദ്രമായിരിക്കുന്നു.

കവർ തുറന്നു വായിച്ചുതീർന്നപ്പോൾ ഞാൻ കണ്ണുനീരിന്റെ ഉപ്പുരസമറിയാൻ തുടങ്ങിയിരുന്നു. "അത്യുന്നതങ്ങളായ ഗിരിശൃംഗങ്ങൾ പൊട്ടിച്ചിതറി ഇടിമുഴക്കത്തോടെ താഴേക്കുപതിക്കുമ്പോഴുണ്ടാകുന്ന പ്രകമ്പനംപോലെ" (അഴീക്കോടുമാഷിനോടു കടപ്പാട്.) മനസ്സ് ഒന്നുലഞ്ഞു.

14-05-1999

പ്രിയപ്പെട്ട മകന്-

ഞാൻ ഏതു സ്ഥലത്തുവച്ചു മരിച്ചാലും എന്റെ ഭൗതികാവശിഷ്ടം വീട്ടിൽ കൊണ്ടുവന്ന് എരുത്തിലിന്റെ കിഴക്കുഭാഗത്തു വെളിവായിക്കിടക്കുന്ന സ്ഥലത്ത് അടക്കം ചെയ്യണം. ഒരു നല്ല പെട്ടി വാങ്ങിക്കൊണ്ടുവന്ന് അതിൽ അടക്കം ചെയ്തു താഴ്ത്തി കുഴിച്ചിടുന്നതായിരിക്കും എനിക്കു കൂടുതൽ ഇഷ്ടം. കാരണം ആ സ്ഥലം കുടുംബസ്വത്തൊന്നുമല്ല. ഞങ്ങൾ സ്വന്തമായി പണിപ്പെട്ടുവാങ്ങിയ സ്ഥലമാണ്. ആ മണ്ണിൽ ഞങ്ങളുടെ അവശിഷ്ടങ്ങൾ ലയിച്ചുചേരട്ടെ. ആർക്കും ബുദ്ധിമുട്ടില്ലാത്ത ലളിതമായ ഒരു ചടങ്ങാണു ഞാൻ പറഞ്ഞത്. അതല്ല ദഹിപ്പിക്കലാണ് ഇഷ്ടമെങ്കിൽ അതിനും ഞാൻ എതിരല്ല. മുകളിലത്തെ കമ്പി അഴിച്ചു മാറ്റി കെട്ടണമെന്നേയുള്ളൂ. കൂടുതൽ അനാചാരങ്ങൾ ഒന്നും പാടില്ല. ബന്ധുക്കളും സുഹൃത്തുക്കളും ചേർന്നു പുഷ്പാർച്ചന നടത്തി പ്രാർത്ഥിക്കുക എന്ന ചടങ്ങുമാത്രം മതി. പിന്നീട് ഒരു കാര്യം പറയാനുള്ളത് കഴിയുന്നത്ര സുഹൃത്തുക്കളെയും മറ്റും വിവരം അറിയിച്ചിരിക്കണമെന്നുള്ളതാണ്. പത്രങ്ങളിൽ ന്യൂസും ഫോട്ടോയും ഇടുവിക്കണം.

സംസ്കാരം കഴിഞ്ഞതിനുശേഷം ആ സ്ഥാനത്ത് കല്ലു കെട്ടുകയോ മറ്റ് എന്തെങ്കിലും സ്മാരകമായി പണിയുകയോ ചെയ്യരുത്. വേണമെങ്കിൽ ചുടുകട്ടകൊണ്ടു കെട്ടിത്തിരിച്ചേക്കുക. മക്കളോ കൊച്ചുമക്കളോ എന്നെങ്കിലും ഒക്കുമെങ്കിൽ അല്പം പുഷ്പം വിതറിയേക്കട്ടെ. അടുത്തുതന്നെ നിങ്ങളുടെ അമ്മയ്ക്കായി ആറടി സ്ഥലം നീക്കിയിട്ടിരിക്കണം.

ആ നാട്ടിലുള്ള സകല പേരും ജാതിമതഭേദമെന്യേ മറ്റു കാര്യങ്ങൾക്കും എന്നെ സംബന്ധിപ്പിച്ചിട്ടുള്ളതാകുന്നു.

പലരുടെയും മരണശേഷം അവരുടെ മക്കളോമറ്റോ സ്കൂളിലും മറ്റും എൻഡോവ്മെന്റുകൾ ഏർപ്പെടുത്തുന്ന പതിവുണ്ടായിട്ടുണ്ട്. എന്നെ സംബന്ധിച്ചിടത്തോളം ഞാൻ അത് ഇഷ്ടപ്പെടുന്നില്ല. കാരണം ഭാവിയിൽ പലർക്കും അതൊരുശല്യമായിത്തീരാനിടയുണ്ട്. അവസാനമായി അറിയിക്കാനുള്ളതു നിങ്ങളുടെ അമ്മയുടെ കാര്യം. നമുക്കെല്ലാംവേണ്ടി വളരെയധികം കഷ്ടപ്പെട്ടിട്ടുണ്ട്. അതിന്റെ ഫലമാണ് അവളുടെ ഇന്നത്തെ ശോച്യാവസ്ഥ. അവസാനകാലം കഷ്ടപ്പെടാതെ സുഖമായി ജീവിച്ചുമരിക്കാൻ ഇടയാക്കിയാൽ അതാണു നിങ്ങൾക്കു ചെയ്യാവുന്ന പുണ്യം.

അവൾ കൂടി അദ്ധ്വാനിച്ചുണ്ടാക്കിയ സ്ഥലത്തുനിന്നും മറ്റെങ്ങും പോകുകയില്ലെന്നും അവസാനം വരെ അവിടെ സ്വതന്ത്രമായിട്ട് മരിക്കണമെന്നുമാണ് അവളുടെ ആഗ്രഹം. ആ ആഗ്രഹം പൂർത്തീകരിക്കാൻ ജഗദീശ്വരൻ നിങ്ങളെ അനുഗ്രഹിക്കട്ടെ.

എന്ന്
സ്നേഹപൂർവ്വം അച്ഛൻ.

(ഡെത്ത് വില്ലിനെക്കുറിച്ച് ആലോചനകൾ നടക്കുന്ന വർത്തമാന കാലത്തിനും എത്രയോ മുമ്പ് എന്റെ അച്ഛൻ അതു നടപ്പിലാക്കി. പ്രണാമം.)

* * * * * * * * * *

ശവമടക്ക് കഴിഞ്ഞു. ഓരോരുത്തരായി കൊഴിഞ്ഞുപോയി. മയക്കം അറിയാതെ ഓടിയെത്തി. രാത്രിയുടെ അന്ത്യയാമത്തിലെപ്പൊഴോ ഞാൻ ഞെട്ടിയുണർന്നു. പുറത്ത് നിന്ന് അച്ഛൻ വിളിക്കുന്നതുപോലെ.

ഉറക്കച്ചടവോടെ ശബ്ദമുണ്ടാക്കാതെ ഞാൻ പുറത്തിറങ്ങി. അച്ഛന്റെ കുഴിമാടത്തിനരികെ ഒരു രൂപം. ഏതോ ഒരു അജ്ഞാതശക്തി എന്നെ അച്ഛന്റെ കുഴിമാടത്തിനരികിലേക്കു ക്ഷണിക്കുന്നു. ഞാൻ യാന്ത്രികമായി കുഴിമാടത്തിനരികെ എത്തി. ആരുമില്ല, പിന്നെയും അച്ഛന്റെ ശബ്ദം.... മണ്ണിനടിയിൽനിന്നാണ്. ഞെട്ടിപ്പോയി പിന്നെയൊന്നും ആലോചിച്ചില്ല. വർഷങ്ങളായി സംഭരിച്ചു വച്ചിരുന്ന സർവ്വശക്തിയുമെടുത്ത് ഞാൻ കുഴിമാടത്തിലെ മണ്ണുമാന്തി മാറ്റി. കുഴിയിലിറങ്ങി. ശരീരമാസകലം വിയർപ്പുചാലുകളാണ്. ശവപ്പെട്ടിയുടെ മൂടി വലിച്ചുപൊളിച്ചു. അച്ഛന്റെ മുഖം അരണ്ടവെളിച്ചത്തിൽ ഒരിക്കൽക്കൂടി തെളിഞ്ഞു. അച്ഛൻ ചിരിക്കുന്നു. ചിരിയിൽ പരിഹാസമോ ദൈന്യതയോ?

പൊടുന്നനെയാണതു സംഭവിച്ചത്. അച്ഛന്റെ കൈവിരലുകൾ അനങ്ങുന്നു. അവയ്ക്കു നീളം കൂടിവരുന്നു. ഒടുവിൽ കരിനാഗങ്ങളായി വളർന്ന് അവ എന്നെ വരിഞ്ഞുമുറുക്കുന്നു. ശ്വാസം കിട്ടുന്നില്ല. കണ്ണുകൾ തുറിച്ചുതള്ളി. രക്ഷപ്പെടാനുള്ള വെപ്രാളത്തിനിടയിൽ ഞാനും പെട്ടിയിലേക്കു വഴുതി വീണു. അച്ഛൻ എന്നെ മാറോടടുപ്പിക്കയാണ്. ക്രമേണ പ്രജ്ഞയറ്റു പോകുന്ന സത്യം ഞാൻ ഉൾക്കിടിലത്തോടെയറിഞ്ഞു. കുഴിമാടത്തിനിരുവശത്തുനിന്നും മൺകട്ടകൾ വഴുതി വീണുകൊണ്ടിരുന്നു. ക്രമേണ കുഴി മൂടപ്പെട്ടു. അവിടെ രണ്ടു കരിമ്പാറകൾ ഉയർന്നുപൊങ്ങി. പിന്നീടെപ്പൊഴോ കരിമ്പാറക്കൂട്ടങ്ങൾക്കരികെ കുറെ ശവംനാറി പൂക്കളും വിരിഞ്ഞുവത്രേ.

അപ്പോഴും അകലെ നിന്നും അലകളായി ആ ഗാനം ഒഴുകിയെത്തുന്നുണ്ടായിരുന്നു: "സൂര്യനായ് തഴുകിയുറക്കമുണർത്തും അച്ഛനെയാണെനിക്കിഷ്ടം!"

ആറാം ഇന്ദ്രിയം

"**M**y Anthappan is no more. He had a peaceful natural death at night- Dr. Mohammedali."

മൊബൈലിൽ അപ്രതീക്ഷിതമായെത്തിയ മെസേജ് എന്നിൽ ഞെട്ടലും അവിശ്വസനീയതയും ഉളവാക്കി.

അസുഖകരമായ ഒരു തരിപ്പ് ശരീരത്തിലാകെ അരിച്ചരിച്ചു പടർന്നു. രക്തം കട്ടിയായതുപോലെ.

അന്തപ്പൻ- ഡോ. മുഃഹമ്മദാലിയുടെ വളർത്തുനായ. ജാതിയിൽ കുറഞ്ഞവനാണെങ്കിലും വിശ്വസ്തൻ.

അവന് സ്വത്വരാഷ്ട്രീയമോ വർഗ്ഗരാഷ്ട്രീയമോ സമന്വയരാഷ്ട്രീയമോ ഇല്ലായിരുന്നു.

അവന് മതമോ, ജാതിയോ വർണ്ണഭേദമോ ഒന്നുമുണ്ടായിരുന്നില്ല. വിശ്വസ്തനായ കാവല്ക്കാരൻ മാത്രം.

തന്റെ യജമാനൻ വർഗ്ഗരാഷ്ട്രീയത്തിന്റെ വക്താവാണെന്നറിഞ്ഞിട്ടും അന്തപ്പന് പലപ്പോഴും നിസ്സംഗതയായിരുന്നു.

അല്ലെങ്കിൽത്തന്നെ നായകൾക്കെന്തു രാഷ്ട്രീയം? കണ്ണുകൾ നേരാംവണ്ണം വിരിയുംമുമ്പ് യജമാനനോടൊത്തു കൂടിയതാണ്. കണ്ണുകൾ വിരിഞ്ഞതും വിടർന്നതും ഋതുഭേദങ്ങൾ കടന്നുപോയതുമൊക്കെ ഇവിടെ വച്ചാണ്. യൗവനം വന്നുദിച്ചപ്പോൾ ഒരുനാൾ മുറ്റമടിക്കാൻ വന്ന ജാനുവിന്റെ നിതംബത്തിൽ മുൻകാലുകൾ ഉയർത്തി നിന്ന് അരുതാത്ത കുസൃതി കാട്ടിയത് യജമാനൻ കണ്ടുപിടിച്ചപ്പോൾ ആദ്യമായി അന്തപ്പന് ജാള്യത തോന്നി.

അതിന്റെ പരിണതഫലവും പെട്ടെന്നായിരുന്നു. അടുത്തദിവസം ഒരു താടിക്കാരൻ കൈയിലൊരു ബാഗുമായി വീട്ടിൽ വരുന്നതുകണ്ടു.

യജമാനനുമായി മുറിക്കുള്ളിൽ എന്തൊക്കെയോ സംസാരിക്കുന്നു. വന്നയാളിനെ മുമ്പൊരിക്കൽ കണ്ടിട്ടുണ്ട്.

ഓർമ്മകൾക്കപ്പുറത്തേക്ക് അന്തപ്പന്റെ ചിന്തകൾ മിന്നിമറഞ്ഞു. ഒരുൾക്കിടിലത്തോടെ അന്തപ്പൻ യജമാനന്റെ സുഹൃത്തിനെ തിരച്ചറിഞ്ഞു–ഡോ.അജയൻ.

മൃദുഭാഷിയെങ്കിലും ഭീകരത നിഴലിക്കുന്ന ആ മുഖം ഒരു വെറ്ററിനറി ഡോക്ടറുടേതാണെന്ന സത്യം അന്തപ്പനിൽ അകാരണമായ "സന്ത്രാസം" ഉളവാക്കി.

അധികം വൈകിയില്ല. യജമാനനും ഡോക്ടറും പുറത്തിറങ്ങി.

കാർപോർച്ചിലേക്ക് ഞാൻ ആനയിക്കപ്പെട്ടു.

ഒരു കുറ്റവാളിയെപ്പോലെ ഞാനൊതുങ്ങിനിന്നു.

താടിക്കാരൻ ഡോക്ടർ എന്തോ ഒരു മരുന്ന് കുത്തിവച്ചതും താനൊന്ന് ഓക്കാനിച്ചതും മാത്രം അറിയാം. ബോധം തെളിയുമ്പോൾ അരക്കെട്ടിൽ ഒരുതരം നീറ്റൽ. താൻ വന്ധ്യംകരിക്കപ്പെട്ട കാര്യം ഉൾക്കിടിലത്തോടെ അന്തപ്പൻ തിരിച്ചറിഞ്ഞു.

പിന്നെ ഒരുതരം പകയായിരുന്നു.

യജമാനനോട്.

താടിക്കാരൻ മൃഗഡോക്ടറോട്.

അടിച്ചുതളിക്കാരി ജാനുവിനോട്.

അടുത്തവീട്ടിലെ പൊങ്ങച്ചക്കാരി ലില്ലിപ്പട്ടിയോട്.

ഒരാഴ്ചയ്ക്കുള്ളിൽ അന്തപ്പന്റെ മുറിവുകരിഞ്ഞു.

പൂർണ്ണ ആരോഗ്യവാനായി. കാലം ഒഴുകി മാറിക്കൊണ്ടിരുന്നു.

കന്നിമാസത്തിലെ സന്ധ്യയ്ക്കാണതു സംഭവിച്ചത്. ഗേറ്റിനടുത്ത് ഒരു മൂളലും ഞരങ്ങലും. ശ്രദ്ധിച്ചപ്പോൾ അടുത്ത വീട്ടിലെ ലില്ലി എന്ന ജാതിയിൽ കൂടിയ പെൺപട്ടി ശൃംഗാരത്തോടെ നില്ക്കുന്നു.

"ക്ഷണിക്കുന്ന കണ്ണുകൾ" (Inviting Eyes) അന്തപ്പൻ വിസ്മയത്തോടെ ഒരു കാര്യം തിരിച്ചറിഞ്ഞു. തന്നിലിപ്പോഴും കാമം ജ്വലിക്കുന്നുണ്ടെന്ന്.

ഒറ്റക്കുതിപ്പിന് അന്തപ്പൻ ഗേറ്റിനടുത്തെത്തി. ഭാഗ്യം ഗേറ്റ് പകുതി തുറന്നുകിടന്നിരുന്നു.

പിന്നെയൊന്നും ആലോചിച്ചില്ല. പുറത്തേക്കു കടന്ന അന്തപ്പൻ ഇണയേയും കൂട്ടി ഇരുളിൽ മറഞ്ഞു.

ഡോ. മുഹമ്മദാലിയുടെ ഫോൺ എനിക്ക്. അന്തപ്പനെ കാണാനില്ല.

ഞാൻ സമാധാനിപ്പിച്ചു. അന്തപ്പൻ തിരികെ വരും.

നായകളുടെ സവിശേഷ സ്വഭാവത്തിൽ എനിക്ക് പൂർണ്ണവിശ്വാസമായിരുന്നു.

ഏഴാം നാൾ അന്തപ്പൻ തിരിച്ചെത്തി.

മനഃശാസ്ത്രജ്ഞൻ കൂടിയായിരുന്ന ഡോക്ടർക്ക് അവനോട് പകയോ വിദ്വേഷമോ തോന്നിയില്ല. യജമാനന്റെ അർത്ഥഗർഭമായ

മൗനവും വാത്സല്യഭാവവും അന്തപ്പന്റെയുള്ളിൽ പശ്ചാത്താപത്തിന്റെ നൊമ്പരങ്ങൾ പോറലുകളേല്പിച്ചു.

പിന്നീടൊരിക്കലും അന്തപ്പൻ ആ വീടുവിട്ടു പുറത്തിറങ്ങിയിട്ടില്ല.

ഇന്നിപ്പോൾ വാർദ്ധക്യം പാരമ്യതയിലെത്തിയിരിക്കുന്നു. കണ്ണുകൾക്ക് കാഴ്ച കുറഞ്ഞിരിക്കുന്നു. നടക്കുവാനും നന്നേ ബുദ്ധിമുട്ട്.

തികച്ചും യാദൃച്ഛികമായാണ് യജമാനന്റെ ഫോൺ വിളി അന്തപ്പൻ ശ്രദ്ധിച്ചത്.

ഡോ. അജയനല്ലേ, മുഹമ്മദാലിയാ. നമ്മുടെ അന്തപ്പൻ വലിയ അവശതയിലാ.

ഇനി അധികകാലമുണ്ടാകില്ല. പാർപ്പിക്കുവാൻ നായകൾക്കു വൃദ്ധസദനങ്ങളുമില്ലല്ലോ.

അവനൊരു നല്ല മരണം – A peaceful Death

അതാണെന്റെ ആഗ്രഹം.

ശരി. എന്നാൽ പറഞ്ഞപോലെ. നാളെ എത്തുമല്ലോ?

ഫോൺകാൾ അവസാനിച്ചപ്പോൾ അന്തപ്പന് കാര്യം മനസ്സിലായി.

തന്നെ ദയാവധം നടത്താൻ യജമാനൻ തീരുമാനിച്ചിരിക്കുന്നു.

അന്തപ്പന് ഭാവഭേദമൊന്നുമുണ്ടായില്ല. മരണത്തെ പ്രണയിക്കുവാൻ അവൻ പഠിച്ചിരിക്കുന്നു.

തങ്ങൾക്കുള്ള ആറാമിന്ദ്രിയത്തെപ്പറ്റി അവനു ആദ്യമായി മതിപ്പു തോന്നി.

യജമാനൻ കൊണ്ടുവച്ച അത്താഴം അവൻ ആർത്തിയോടെ കഴിച്ചു.

നന്ദിയോടെ യജമാനനെ നോക്കി ഒന്നു മുരണ്ടു. വാലാട്ടി. തിമിരം ബാധിച്ച കണ്ണുകൾ അറിയാതെ നിറഞ്ഞൊഴുകി. തടിച്ചുവീർത്ത കൺപോളകൾക്കിടയിലൂടെ പിന്നെയും അവൻ സ്വപ്നങ്ങൾ കണ്ടുകൊണ്ടിരുന്നു.

രാത്രിയുടെ അന്ത്യയാമത്തിലെപ്പോഴോ അന്തപ്പൻ നിദ്രയിലാണ്ടു;
പിന്നീടൊരിക്കലും അവനുണർന്നില്ല.

അയാളും ഞാനും തമ്മിൽ
(ഒരു സിനിമയുടെ പേരാണെങ്കിലും ഇതിന് സിനിമയുമായി ബന്ധമില്ല)

അഞ്ചു വർഷം മുമ്പാണ് ഞാനയാളെ ആദ്യമായി കാണുന്നത്.

രാത്രി ഏഴരയ്ക്കുള്ള ആക്കുളം–ചാവടിമുക്ക് ബസിൽ ഉള്ളൂരിൽ നിന്നുള്ള സ്ഥിരയാത്രക്കാരായിരുന്നു അയാളും ഞാനും.

അമിതമായി മദ്യപിച്ചിട്ടാവും അയാളുടെ വരവ്.

പുറകിലെ വാതിലിലൂടെ വേച്ചുവേച്ചു കയറി ബസിന്റെ മുൻഭാഗത്തേക്കു നീങ്ങുന്നതോടെ അയാളുടെ സാന്നിദ്ധ്യം യാത്രക്കാർ അറിയും.

പിന്നീട് മുൻഭാഗത്തെ വാതിൽപ്പടിയിൽ ചുരുണ്ടുകൂടും. ഒഴിഞ്ഞ സീറ്റുണ്ടെങ്കിലും അവിടിരിക്കില്ല. ചെറുവയ്ക്കൽ സ്റ്റോപ്പുവരെ പാട്ടും കൂത്തുമായിരിക്കും. എന്നിരിക്കിലും കൃത്യമായി ടിക്കറ്റെടുക്കുവാൻ അയാൾ ശ്രദ്ധിച്ചിരുന്നു.

അയാളുടെ ഉച്ചത്തിലുള്ള പാട്ടും ബഹളവും ആദ്യമൊക്കെ എനിക്കസഹ്യമായി തോന്നിയിരുന്നു.

മദ്യത്തിന്റെ കനച്ച ഗന്ധം കലർന്ന പുഴുത്ത തെറികൾ പതുക്കെ പതുക്കെ എനിക്ക് ഹൃദ്യമായിത്തുടങ്ങി. നരച്ചുനീണ്ട താടി തടവിക്കൊണ്ടുള്ള ആ രൂപം മനസ്സിൽ ആഴത്തിൽ പതിഞ്ഞു.

ദിവസങ്ങൾ കഴിയുന്തോറും ഞാനയാളെ കൂടുതൽ ശ്രദ്ധിക്കാൻ തുടങ്ങി.

പ്രായം അറുപത്തിയഞ്ചിനോടടുത്ത്.

മുഷിഞ്ഞുനാറുന്ന ലുങ്കിയും ഷർട്ടും തലയിൽ ഒരു കെട്ടും. പുകയിലക്കറ പിടിച്ച പല്ലുകൾ പുറത്തുകാട്ടി ചിരിക്കുമ്പോൾ വമിക്കുന്ന ദുർഗ്ഗന്ധം എന്നെ പലപ്പോഴും മത്തുപിടിപ്പിച്ചുവെന്നതാണ് സത്യം.

“സാറെ ഒരു നല്ല കുടുംബത്തിലെ അംഗമായിരുന്നു. സ്വന്തം പേരിലുണ്ടായിരുന്ന വസ്തുവകകൾ മുഴുവൻ വിറ്റു തുലച്ചു. ഇപ്പോൾ കട

ത്തിണ്ണയിലാണ് ഉറക്കം. മദ്യത്തിന്റെ കെട്ടു വിടുന്നതുവരെ ചീത്ത വിളി തുടരും. അധികം അടുക്കാതിരിക്കുന്നതാ നല്ലത്." സൗമ്യസ്റ്റോറുടമ മോഹനേട്ടൻ വെറുപ്പോടെയാണ് അയാളുടെ ചരിത്രം വിളമ്പിയത്.

അയാളുടെ പേരും ഞാൻ മനസ്സിലാക്കി: രാമു.

എന്തുകൊണ്ടോ രാമുവിനോടുള്ള അടുപ്പം കൂടുകയായിരുന്നു.

വെളുപ്പിനു നടക്കാൻ പോകുമ്പോഴൊക്കെ രാമു സ്വന്തമാക്കിയ കടത്തിണ്ണയും രാമുവിനെയും ഞാൻ അലക്ഷ്യമെന്നു തോന്നും വിധം സൂക്ഷ്മമായി നിരീക്ഷിക്കുവാൻ ശ്രദ്ധിച്ചുപോന്നു.

തലേന്നു കാട്ടിക്കൂട്ടിയ വിക്രിയകൾ മറന്നുള്ള അയാളുടെ ഉറക്കം എനിക്കിഷ്ടമായിരുന്നു. സൂര്യൻ ഉദിച്ചുയർന്ന് ആസനത്തിൽ പതിക്കുമ്പോഴാണ് രാമു ഉണരുക. ഉണർന്നാലുടൻ മദ്യം കൊണ്ടു പല്ലുതേക്കുമെന്നു പറഞ്ഞാൽ അതിശയോക്തിയല്ല.

വർഷങ്ങൾ കൊഴിഞ്ഞുകൊണ്ടിരുന്നു.

ഇന്ന് രാമു ഏറെ അവശനായിക്കഴിഞ്ഞിരിക്കുന്നു. വാർദ്ധക്യത്തിന്റെ ചുളിവുകൾ ദേഹമാസകലം പടർന്നിരിക്കുന്നു, കൺപോളകൾ വീർത്തു തൂങ്ങിത്തുടങ്ങി. കാൽമുട്ടുകളിൽ നീർക്കെട്ടുണ്ട്.

ഞാൻ ഇടയ്ക്കിടെ അയാളുടെ കൈവെള്ളയിൽ തിരുകിയ നോട്ടുകളിൽ സൗഹൃദം സുദൃഢമായത് സ്വാഭാവികം മാത്രം. ഒരു തെറിവിളി എന്നും ഞാൻ പ്രതീക്ഷിച്ചിരുന്നു. പക്ഷേ, ഒരിക്കലും അതുണ്ടായിട്ടില്ല.

ഈയിടെയായി കടത്തിണ്ണയിൽത്തന്നെയാണ് പകലന്തിയോളം. മദ്യപാനത്തിനു മാത്രം മുടക്കം വരുത്തിയില്ല. ആരും അയാളെ തിരിഞ്ഞു നോക്കിയതുമില്ല. പക്ഷേ, മദ്യപസുഹൃത്തുക്കൾ പൂർണ്ണമായും രാമുവിനെ കൈവിട്ടിരുന്നില്ല.

ഒരു ദിവസം ഞാൻ വിചിത്രമായ ഒരു കാഴ്ചകണ്ടു. രാമു ഛർദ്ദിക്കുന്നു, കൈയിൽ മദ്യം നിറച്ച ഒരു ഗ്ലാസുണ്ട്. ഒരു പ്രാവശ്യം വാളുവയ്ക്കുമ്പോൾ രണ്ടുകവിൾ വീണ്ടും അകത്താക്കും. പിന്നീട് ചുണ്ടുകൾ വക്രിച്ചുകൊണ്ടു ചിരിക്കും. ഒരുപക്ഷേ, ഇയാളുടെ ബോഡി സർവീസിങ് ഇങ്ങനെയായിരിക്കും എന്നു ഞാൻ സമാധാനിച്ചു.

തൊട്ടടുത്ത ദിവസം രാവിലെ നടക്കാനിറങ്ങി കടത്തിണ്ണയുടെ മുമ്പിലെത്തിയപ്പോൾ രാമുവുണ്ടായിരുന്നില്ല, മനസ്സിലൊരു കൊള്ളിയാൻ മിന്നി.

തിരിച്ചു നടന്നു. സൗമ്യസ്റ്റോഴ്സിലെ മോഹനേട്ടനോട് അല്പം ജാള്യതയോടെ രാമുവിന്റെ കാര്യം അന്വേഷിച്ചു. തലേന്ന് രാത്രി ഒരു ബൈക്കിടിച്ച് രാമുവിന്റെ കാലൊടിഞ്ഞെന്നും "108" ആംബുലൻസിൽ മെഡിക്കൽ കോളേജിലെത്തിച്ചുവെന്നും ഉറ്റവരാരുമില്ലാത്തതിനാൽ ജനറൽ ആശുപത്രിയിലെ 9-ാം വാർഡിലാണെന്നും അറിഞ്ഞപ്പോൾ ദുരൂഹമായ ഒരാശ്വാസം തോന്നി; ഒപ്പം അല്പം ആശങ്കയും. രാമുവിനെ പിന്നെയാരും ആ നാട്ടിൽ കണ്ടിട്ടില്ല. അയാൾ തിരിച്ചുവന്നില്ല, പിന്നീടൊരിക്കലും.

നാണിയമ്മ

നാണിയമ്മ മരിച്ചിട്ട് 26 വർഷമാകുന്നു. അന്ന് അവർക്ക് 50 വയസ്സ്. നാണിയമ്മയുടെ മരണം ഒരു ഗ്രാമത്തിന്റെ തന്നെ നൊമ്പരമായി മാറുകയായിരുന്നു. നാണിയമ്മ പെറ്റിട്ടില്ല. പക്ഷേ, ഒരുപാടു പേറെടുത്തിട്ടുണ്ട്. കളരിക്കൽ തറവാട്ടിലെ പെണ്ണുങ്ങളുടെയൊക്കെ പേറെടുത്തത് നാണിയമ്മയാണത്രെ. കളരിക്കൽ കാരണവർ അരവിന്ദൻ പാറോത്തിയാരുടെ (ഇന്നത്തെ വില്ലേജോഫിസർ) പ്രധാന കാര്യക്കാരിയായിരുന്നു നാണിയമ്മ. ചെറുപ്രായത്തിലേ കളരിക്കൽ തറവാട്ടിൽ നാണിയമ്മയുണ്ട്. ഊരും നാളുമൊന്നുമറിയില്ലെങ്കിലും, ചവിട്ടിമെതിക്കപ്പെട്ട യൗവനമായിരുന്നു നാണിയമ്മയുടേതെന്ന് ഞാനോർക്കുന്നു. ഉയരം കുറഞ്ഞ് കറുത്തു തടിച്ച ശരീരവും ഉടലിനേക്കാൾ വലിയ തലയുമുള്ള നാണിയമ്മയെ വികൃതിപ്പിള്ളേർ "തലശ്ശേരി" എന്ന ഇരട്ടപ്പേരിട്ടാണ് വിളിച്ചിരുന്നത്. അതുകേൾക്കുന്നതേ നാണിയമ്മയ്ക്കു കലിയാണ്.

"പൊകുനിടാ കഴുവേറികളേ" – നാണിയമ്മ പിള്ളേരുടെ പിറകെ പായും. വികൃതിരാമന്മാർ നാണിയമ്മ കാണാതെ ഒളിക്കും. തിരിച്ചു നടക്കുമ്പോൾ വീണ്ടും വിളി:

"തലശ്ശേരീ..."

സർവാംഗം വിറച്ചുകൊണ്ട് നാണിയമ്മ തിരിഞ്ഞുനോക്കുമ്പോൾ പിള്ളേർ മുണ്ടുപൊക്കിക്കാണിക്കും.

അപ്പോൾ നാണിയമ്മ വിളിച്ചു കൂവും:

"ഇപ്പോൾ ആളിനെ മനസ്സിലായെടാ. നീ ആ കച്ചിക്കാരൻ പാക്കരന്റെ മകൻ കോവാലൻകുട്ടി തന്നെ."

നാട്ടിലെ പ്രധാന "പത്ര"വും നാണിയമ്മയായിരുന്നു.

അക്കാലത്ത് അരവിന്ദൻ പാറോത്ത്യാർ കത്തിനിന്ന സമയമാണ്.

പാറോത്ത്യാരുടെ കൺവെട്ടത്തു നില്ക്കാൻതന്നെ ആർക്കും ധൈര്യമില്ലായിരുന്നു. സകല അടിപിടി കുത്തുകേസുകളും നടക്കുന്നത് ഈ മുക്കിലായിരുന്നു. ഒരു പൊലീസും കേസെടുക്കില്ല. പക്ഷേ, ആരുടെ മുന്നിലും കൂസാത്ത പ്രകൃതക്കാരിയായിരുന്നു നാണിയമ്മ. കാരണം, അവർക്കറിയാത്ത രഹസ്യങ്ങളൊന്നുമുണ്ടായിരുന്നില്ല ഈ പ്രപഞ്ചത്തിൽ.

വൃശ്ചികം പിറന്നാൽ നാണിയമ്മയ്ക്കു വല്ലാത്ത ഹരമാണ്. ഓച്ചിറ അമ്പലത്തിൽ തൊഴാൻ പന്ത്രണ്ടു ദിവസവും നാണിയമ്മയെത്തും. കൂട്ടത്തിൽ കളരിക്കൽ തറവാട്ടിലെ പേരക്കുട്ടികളുമുണ്ടാകും. ആരെങ്കിലും പിള്ളാരെ ആവശ്യമില്ലാതെ ഒന്നുനോക്കിപ്പോയാൽ പിന്നെ തെറിയുടെ അഭിഷേകമായിരിക്കും. ഒരു കാലൻകുടയും കക്ഷത്തിലമർത്തി നാണിയമ്മ കുട്ടികളുടെ പിന്നിലായി നിവർന്നൊരു നടത്തമാണ്. നാണിയമ്മയുടെ കാലൻകുട നാട്ടുകാർക്ക് ഒരു പേടിസ്വപ്നമായിരുന്നു. തിരക്കിലൂടെ നടക്കുമ്പോൾ കുടയെങ്ങാനും തട്ടാനിടയായാൽ തട്ടുന്നവന്റെ കഥ കഴിക്കും നാണിയമ്മ. അമ്പലത്തിൽനിന്ന് തിരിച്ചു വീട്ടിലെത്തുമ്പോൾ കാലിൽ വല്ലവന്റെയും പുതിയ ചെരിപ്പുകളുണ്ടാകും. ആണിന്റെയോ പെണ്ണിന്റെയോ എന്നുനോക്കാറില്ല. നാണിയമ്മ ചെരിപ്പിടാറുമില്ല. ആർക്കെങ്കിലുമൊക്കെ കൊടുക്കുകയാണു പതിവ്.

നാണിയമ്മയ്ക്ക് ഒരു ആടുണ്ടായിരുന്നു. നാട്ടിൽ പ്രസിദ്ധമാണ്. ആണും പെണ്ണുംകെട്ട ഒരു നാടൻ "ചാന്തുപൊട്ട്." അവിച്ച മത്തിയും ചോറും കൂട്ടി ഞെവിടി നാണിയമ്മ വാരിക്കൊടുക്കും. ആടിനു ചോറും മീനും കൊടുക്കുന്നത് കാണാൻ തറവാട്ടിലെ കുട്ടികളും ചുറ്റും കൂടും. ആടിനും നാണിയമ്മയ്ക്കും അതു കലിയാണ്. ദേഷ്യം വന്നാൽ പിന്നെ ആട് നാണിയമ്മയെ കുത്താനായി ഓടിഎും. കുട്ടമാക്കിറിയുടെ ഓട്ടം പോലെ നിതംബം കുലുക്കി നാണിയമ്മ ഓടുമ്പോൾ ആർപ്പുവിളി ഉയരും: "തലശ്ശേരി."

നാണിയമ്മയ്ക്കറിയാത്ത വൈദ്യചികിത്സയില്ല. പനിക്കും തലവേദനയ്ക്കും കോച്ചിപ്പിടുത്തത്തിനും എല്ലാം. എന്തിനേറെ, ഗർഭം കലക്കാൻ വരെ മരുന്നറിയാം. ചരട് ഓതിക്കെട്ടാനും വെള്ളമോതിക്കൊടുക്കാനുമൊക്കെ നാണിയമ്മയെയാണ് നാട്ടുകാർ വിളിക്കുക. മാടുചികിത്സയും അല്പമൊക്കെ വശമാണ്. പക്ഷേ, നാണിയമ്മയുടെ ആടിനുമാത്രം വൈദ്യം ഫലിച്ചില്ല. കപ്പ (മരച്ചിനി) വെള്ളം കുടിച്ചു "കട്ടു" വന്നാണ് ആട് ചത്തത്. ആടിനെ കുഴിച്ചിട്ടെന്നും അല്ല ഇറച്ചിയാക്കിയെന്നും രണ്ടുപക്ഷം. സത്യം നാണിയമ്മയ്ക്കേ അറിയൂ.

വാർദ്ധക്യം മരണത്തേക്കാൾ ഭീകരമാണെന്ന് ഇപ്പോൾ ഞാനറിയുന്നു. അൾഷിമേഴ്സ് രോഗമാണെങ്കിലും ഞാനിപ്പോഴും വിദൂരതയിലെവിടെയോ ഉള്ള ആശുപത്രിക്കിടക്കയിൽ കിടന്നുകൊണ്ട് നാണിയമ്മയെയും പഴയ എന്റെ ഗ്രാമത്തെയും ഓർക്കുന്നു. ഇപ്പോൾ ആ മുഖം എനിക്കേറെ വ്യക്തമാകുന്നു. കനച്ച വെള്ളിച്ചെണ്ണയുടെയും വാടിയ ചെമ്പകപ്പൂവിന്റെയും മാദകമായ ഗന്ധം–നാണിയമ്മയുടെ ഗന്ധം–മൂക്കിൽ തുള

ച്ചുകയറുന്നു. കണ്ണുകളിൽ ഇരുട്ടു വ്യാപിക്കുന്നതും ശരീരത്തിനു ഭാരം കുറയുന്നതും ഉൾക്കിടിലത്തോടെ ഞാനറിഞ്ഞു. ഞാൻ പറന്നുപൊങ്ങു കയാണ് ഉയരങ്ങളിലേക്ക്.

അത്യപൂർവ്വമായ ഒരു ദിവ്യപ്രഭ എന്നെ വലയം ചെയ്തു. നാണി യമ്മയുടെ രൂപം എനിക്കിപ്പോൾ കുറേക്കൂടി വ്യക്തമായി കാണാൻ കഴി യുന്നു. നാണിയമ്മ എന്നെ വാരിപ്പുണരുകയാണ്. വാരിയെല്ലുകൾ തക രുന്ന ശബ്ദം. ഉച്ചത്തിൽ നിലവിളിച്ചെങ്കിലും ശബ്ദം തൊണ്ടയിൽ ഘനീഭ വിച്ചുനിന്നു. തൊണ്ട വരിഞ്ഞുനുറുങ്ങുന്നു. ഒടുവിൽ എല്ലാം ഒരു സ്വപ്നം പോലെ നിശ്ചേതനമായി. അപ്പോഴേക്കും ആകാശനീലിമയിൽ ഒരു വെള്ളി നക്ഷത്രം കൂടി ജ്വലിച്ചുയർന്നിരുന്നു.

നിന്നെ കേൾക്കാൻ എനിക്കാവില്ല കുട്ടീ

ഞാൻ മുറിയിലേക്ക് കടന്നു ചെല്ലുമ്പോൾ അവൻ മയക്കത്തിലായിരുന്നു.

കിരൺ, പതിനെട്ട് വയസ്സ്. രക്താർബുദമാണ്.

തൊട്ടടുത്തിരുന്ന ഇരുപതുകാരി, അവന്റെ സഹോദരി, മാത്രമായിരുന്നു അവന് സഹായിയായുണ്ടായിരുന്നത്. അവളുടെ കണ്ണുകളിൽ അപരിചിതത്വത്തിന്റെ നിഴലാട്ടം തെളിഞ്ഞു നിന്നിരുന്നു. മുഖത്ത് അവിശ്വസനീയമായ നിസ്സഹായത.

ഇടുക്കി ജില്ലയിൽനിന്നു തിരുവനന്തപുരത്തെ റീജ്യണൽ ക്യാൻസർ സെന്ററിൽ ചികിത്സ തേടിയെത്തിയതാണ്. താമസത്തിന് സൗകര്യം കണ്ടെത്താൻ ഏറെ പണിപ്പെട്ടു. ഇ കെ നായനാർ ചാരിറ്റബിൾ ട്രസ്റ്റിൽ എന്റെ സഹപ്രവർത്തകനായിരുന്ന കാർത്തികേയൻ സാറിന്റെ ശ്രമഫലമായാണ് ഈ മുറി ലഭിച്ചത്. ഇവിടെ ഭക്ഷണം സൗജന്യമായിരുന്നതിനാൽ അവർ വിശപ്പറിഞ്ഞില്ല.

ആദ്യത്തെ ഒരു മാസം കൃത്യമായി അവർ ചികിത്സയ്ക്കായി പോയിരുന്നുവെന്നും പിന്നീട് സാമ്പത്തിക പരാധീനതമൂലം വാടക അടയ്ക്കുകയോ ചികിത്സ നടത്തുകയോ ചെയ്തില്ലെന്നുമറിഞ്ഞാണ് ഞാൻ അന്വേഷിച്ചെത്തിയത്. ഗസറ്റഡ് എൽഡേഴ്സ് മീറ്റ് എന്ന വാട്സ്ആപ്പ് ഗ്രൂപ്പിന്റെ ചെറിയ സാമ്പത്തികവും കൈയിൽ കരുതിയിരുന്നു.

എന്റെ ഫോൺ സന്ദേശം കേട്ടയുടൻ റിട്ടയേർഡ് ബാങ്ക് ഉദ്യോഗസ്ഥയായ ഏലിയാമ്മ ഡേവിഡ് കുടുംബസമേതമെത്തി അവർക്ക് നല്കിയ സാമ്പത്തിക സഹായം ഏറെ സാന്ത്വനമായതായി പെൺകുട്ടി പറഞ്ഞു.

"അച്ഛനെന്താ വരാത്തത്?" ഞാൻ ചോദിച്ചെങ്കിലും അകാരണമായ

ഭയം അവളെ പൊതിയുന്നതാണ് കണ്ടത്. കനത്ത നിശ്ശബ്ദത എന്നിൽ അറിയാത്തൊരു കുറ്റബോധമുണ്ടാക്കി.

"അച്ഛൻ സ്കൂളിൽ പ്യൂണാണ്. പണം കണ്ടെത്തിയാലുടൻ വരും. അമ്മ കൂലിവേല ചെയ്തു കഴിയുന്നു. ഞങ്ങൾ നാലു മക്കളിൽ ഇവനാണ് ഇളയ സഹോദരൻ."

ഇത്രയും അവൾ എങ്ങനെയോ പറഞ്ഞൊപ്പിച്ചു. ആർ സി സിയിലെ വെൽഫയർ ഓഫീസർ ആഷാ മുഹമ്മദാലിയെ ബന്ധപ്പെട്ടു. കാരുണ്യ ബെനവലന്റ് ഫണ്ട് ലഭ്യമാക്കാനുള്ള ശ്രമം വിജയം കണ്ടു.

അച്ഛൻ വരുമ്പോൾ വിളിക്കണം. കൂടുതലൊന്നും പറയാതെ ഫോൺ നമ്പറും വാങ്ങി ഞാൻ പോന്നു. പോരുമ്പോൾ മുറി വാടക കുടിശ്ശിക ഒടുക്കാനൊരു തുക അവളെ ഏല്പിക്കാനും മറന്നില്ല.

രക്താർബുദം പലപ്പോഴും അപകടകാരിയാണെന്ന തിരിച്ചറിവ് എന്നെ അസ്വസ്ഥനാക്കി. അസ്ഥികളിലൂടെ അരിച്ചരിച്ചു കയറുന്ന വേദനയെപ്പറ്റി കേട്ടറിവേ ഉള്ളൂവെങ്കിലും അതസഹ്യമാവുമെന്ന് അറിയാം.

മൂന്നാം പക്കം അവളുടെ അച്ഛൻ വന്നിട്ടുണ്ടെന്നറിഞ്ഞ് ഞാൻ അവിടെയെത്തി. മുൻവശത്തെ വിസിറ്റേഴ്സ് റൂമിലിരുന്നു. ആളിനെ വിട്ട് അവളെയും അച്ഛനെയും വിളിപ്പിച്ചു.

ഏറെ നേരം കഴിഞ്ഞാണ് അവരെത്തിയത്. കൃശഗാത്രനായ ഒരു 48 കാരനായിരുന്നു അയാൾ. എന്റെ അടുത്തിരുന്നപ്പോൾ മദ്യത്തിന്റെ രൂക്ഷഗന്ധം അവിടെയാകെ പരന്നു. എന്റെ പ്രതീക്ഷകൾ തകിടം മറിയുകയായിരുന്നു. കുഴഞ്ഞ ശബ്ദത്തിൽ അയാൾ എന്തൊക്കെയോ അവ്യക്തമായി പറയുന്നുണ്ടായിരുന്നു.

പെൺകുട്ടി ജാള്യതയോടെ ദൂരെ മാറി നിന്നു. ഇതിനിടയിൽ "ഇവളാണെന്റെ എല്ലാം" എന്നു പറഞ്ഞുകൊണ്ട് അവളുടെ കൈയിൽ കടന്നുപിടിച്ച് തന്നിലേക്കടുപ്പിക്കാൻ ശ്രമിച്ചപ്പോൾ പെൺകുട്ടി കുതറി മാറി. എനിക്കാ മനുഷ്യനെ സഹിക്കാവുന്നതിലപ്പുറമായിരുന്നു.

"നിങ്ങളുടെ മകന് ഇത്രയും മാരകമായ അസുഖം വന്ന് അസ്ഥി വേദനയാൽ പുളയുമ്പോൾ നിങ്ങൾക്കെങ്ങനെ ഇങ്ങനെയാകാൻ കഴിയുന്നു?"

"ക്ഷമിക്കണം സാർ!" എന്റെ കാലിൽ വീണയാൾ തേങ്ങി. "ഞാൻ ഇന്നല്പം മദ്യപിച്ചു പോയി. എന്റെ കാശു കൊണ്ടല്ല. ഒരു കൂട്ടുകാരൻ വാങ്ങിത്തന്നതാണ്."

എല്ലാ മദ്യപാനികളും ചെയ്യുന്ന കുമ്പസാരം എന്റെ പകയെ ശമിപ്പിച്ചില്ല.

ഞാൻ പുറത്തേക്കിറങ്ങി. ആൾക്കൂട്ടത്തിൽ മറഞ്ഞു.

വീട്ടിലെത്തി ടി വി ഓൺ ചെയ്ത് "ടോപ്പ് സിങ്ങറി"ലെ കുരുന്നുകളുടെ ഗാനമാധുരിയിൽ ലയിച്ചിരുന്നു.

മനസ്സ് അല്പമൊന്ന് ശാന്തമായപ്പോൾ മൊബൈലിൽ വന്ന ഒരു മെസ്സേജ് ശ്രദ്ധിച്ചു.

"അച്ഛൻ എന്നും ഇങ്ങനെയാണ് സാർ. എനിക്ക് സാറിനോട് സംസാരിക്കണം. ഇവിടെ ഈ നഗരത്തിലെ ഈ മുറിയിൽ ഞാൻ സുരക്ഷിതയാണ്. അച്ഛൻ ഇവിടെ ഇല്ലാത്തതാണ് എനിക്ക് ആശ്വാസം."

ഞാൻ കാർത്തികേയൻ സാറിനെ ഫോണിൽ വിളിച്ച് മദ്യപിച്ചുകൊണ്ട് അവിടെ നില്ക്കാൻ അയാൾക്കവസരം കൊടുക്കരുതെന്ന് പറഞ്ഞു. ആ പെൺകുട്ടിയോടുള്ള അച്ഛന്റെ പെരുമാറ്റത്തിൽ അവരും ആശങ്കാകുലരായിരുന്നുവത്രെ. അടുത്ത ദിവസം തന്നെ അച്ഛൻ മടങ്ങിപ്പോയതായി അറിഞ്ഞു. ആ പെൺകുട്ടിയെ കാണാൻ ഞാൻ പോയില്ല. കാരണം അവൾ പറയാൻ പോകുന്നതെന്തെന്ന് എനിക്കറിയാമായിരുന്നു.

പിന്നീടവൾ വിളിച്ചിട്ടുമില്ല.

രണ്ടാഴ്ച കൂടി കഴിഞ്ഞാണത്രെ കിരണിനെ വീണ്ടും ആശുപത്രിയിൽ അഡ്മിറ്റാക്കിയത്. അപ്പോഴേക്കും അവൻ ഞണ്ടുകളുടെ നാട്ടിലേക്ക് അതിവേഗം പ്രയാണമാരംഭിച്ചിരുന്നു. അനുജന്റെ മരണത്തിനു കാവല്ക്കാരിയായി ഒരു ശിലപോലെ അവളിരുന്നു.

വറ്റിയ കണ്ണുകളിൽനിന്ന് അടർന്നു വീഴാൻ ഒരിറ്റു കണ്ണീർ ബാക്കിയുണ്ടായിരുന്നില്ല.

എന്റെ കുട്ടീ നിന്നെ കേൾക്കാൻ എനിക്കാവില്ല. എന്നോടു ക്ഷമിക്കൂ.

പറയുവാൻ ബാക്കി വച്ചത്.....

നേരം പുലരുന്നതേയുള്ളൂ. ഗേറ്റിൽ ആരോ ശക്തമായി തട്ടുന്നതു കേട്ടു ഞാൻ ഞെട്ടിയുണർന്നു. ജനാലപ്പാളികൾക്കിടയിലൂടെ നോക്കുമ്പോൾ അടുത്ത വീട്ടിലെ വിൻസന്റ്. കതകു തുറന്ന് പുറത്തിറങ്ങി ഗേറ്റിനടുത്തേക്കു ചെന്നു.

"സാർ... വാസു തൂങ്ങി."

ശരീരമാസകലം ഒരുതരം മരവിപ്പ് അരിച്ചരിച്ചിറങ്ങി.

"ശരി... ഞാൻ വരാം." വിൻസന്റിനെ യാത്രയാക്കി ഞാൻ വീടിനുള്ളിൽ കടന്നു. ഇതിനിടെ ഭാര്യയും ഉണർന്നിരുന്നു.

"നമ്മുടെ വാസു പോയി." സംഭവമറിഞ്ഞപ്പോൾ അവൾക്കും നൊമ്പരം. കാരണം വാസു ഞങ്ങൾക്കൊരു ഡ്രൈവർ മാത്രമായിരുന്നില്ല. കുടുംബത്തിലെ ഒരംഗം തന്നെയായിരുന്നു.

ഞാൻ നേരെ സംഭവസ്ഥലത്തെത്തുമ്പോൾ വീടിനു മുന്നിൽ ആളുകൾ കൂട്ടം കൂടി നില്ക്കുന്നുണ്ടായിരുന്നു. ആരും അകത്തു കടക്കുവാൻ ധൈര്യപ്പെട്ടില്ല. തൂങ്ങിമരണത്തെപ്പറ്റിയുള്ള അവരുടെ സങ്കല്പങ്ങൾ ഭീതിദമായിരുന്നിരിക്കണം.

കൂടിനിന്നവരെ മറികടന്ന് വീടിനുള്ളിലേക്കു കയറുമ്പോൾ നാലഞ്ചു സ്ത്രീകൾ അലമുറയിട്ടു കരയുന്നുണ്ടായിരുന്നു. പെട്ടെന്നു കരച്ചിലിന്റെ ശബ്ദം ഉച്ചസ്ഥായിയിലെത്തി. ഒരു ചെറുപ്പക്കാരൻ അടുക്കളയുടെ കതകു പാളിയുടെ കർട്ടൻ മാറ്റിയപ്പോൾ ഞാൻ കണ്ടു അവനെ.

ഒരു നൈലോൺ കയറിൽ വാസു തൂങ്ങി നില്ക്കുന്നു, അക്ഷോഭ്യനായി. കണ്ണുകൾ തുറിച്ചു തള്ളിയിരുന്നില്ല; നാവു പുറത്തേക്കു ചാടിയിരുന്നില്ല. നിതാന്തമായ ഉറക്കത്തിലെന്ന പോലെ ആ മുഖം ശാന്തമായിരുന്നു. ആ ശാന്തതയ്ക്ക് കണ്ണീരിന്റെ ഉപ്പുരസമാകണം.

വാസു എന്റെ വകുപ്പിലെ കഴിവുറ്റ ഡ്രൈവറായിരുന്നു; കൂടുതലും വകുപ്പുമേധാവികളോടൊപ്പമായിരുന്നു സേവനം. മറ്റുള്ളവർക്കു ലഭിക്കാവുന്നതിലധികം പരിഗണന അവരൊക്കെ വാസുവിനു നല്കിയിരുന്നു. എന്നാൽ ഒരിക്കൽ പോലും അവരുടെ 'ചെവി തിന്ന്' ഏഷണി കൂട്ടിയിരുന്നില്ല.

പെൻഷനായി പിരിഞ്ഞതിനു ശേഷം മൂന്നു വർഷം എന്റെ ഡ്രൈവറായിരുന്നു. വാസുവിന്റെ ആത്മനൊമ്പരങ്ങൾ അടുത്തറിഞ്ഞ ദിനങ്ങളായിരുന്നു അത്.

ഗോകുലം മെഡിക്കൽ കോളേജിലെ ഒരു റേഡിയോളജിസ്റ്റിന്റെ ഡ്രൈവറായി പിരിഞ്ഞതിനു ശേഷവും ആ ബന്ധം തുടർന്നു. കഴിഞ്ഞ ആറേഴു മാസമായി പരസ്പരം കണ്ടിരുന്നില്ല; അല്ലെങ്കിൽ കാണാൻ ശ്രമിച്ചില്ല എന്നു വേണം പറയാൻ. അതിഗുരുതരമായ കുടുംബപ്രശ്നങ്ങൾ അവനെ അലട്ടിയിരുന്നുവെന്നെനിക്കറിയാമായിരുന്നു. ഏറ്റവുമൊടുവിലായി ഒരാഴ്ച മുൻപ് അപ്രതീക്ഷിതമായി ഞാനവനെ ഫോണിൽ ബന്ധപ്പെട്ടു.

"വാസൂ.. പുറത്തെങ്ങും കാണാനില്ലല്ലോ... എന്തൊക്കെയാണ് വിശേഷങ്ങൾ?" ഞാൻ ചോദിച്ചു.

ഒരു നിശ്ശബ്ദതയ്ക്കു ശേഷം ഫോണിന്റെ മറുതലയ്ക്കുനിന്നും ആ പതിഞ്ഞ ശബ്ദം കേട്ടു. "സർ... ഒക്കെ പറയാം. ഒരുപാട് പറയാനുണ്ട്."

പറയാൻ ബാക്കി വച്ചവയെല്ലാം പറഞ്ഞ് മനസ്സു തുറക്കാൻ "ഇനി അവശേഷിക്കയില്ലാരും" എന്ന സത്യവുമായി വാസു തൂങ്ങി നില്ക്കുന്നു, ഒരു മുഴം കയറിൽ.

ഉത്തരം കിട്ടാത്ത ചോദ്യങ്ങളൊന്നും വാസുവിന് എന്നോടു പറയാനുണ്ടാവില്ല എന്നെനിക്കറിയാം. എങ്കിലും എത്ര ഭംഗിയായി അവൻ ആ കൃത്യം ആസൂത്രണം ചെയ്തിരിക്കുന്നുവെന്നത് എന്നെ അത്ഭുതപ്പെടുത്തി. കയറിന്റെ കുരുക്ക് കൃത്യം തലയ്ക്കു പിന്നിൽത്തന്നെ. ഏറ്റവും സുഖദമായ മരണം തൂങ്ങിമരണമാണ് എന്നാരോ പറഞ്ഞു കേട്ടിട്ടുണ്ട്.

എപ്പോഴോ ഞാൻ മരണങ്ങളെ ഭയപ്പെട്ടു തുടങ്ങിയിരുന്നു. അതിനാൽത്തന്നെ ക്യാൻസർ ബാധിതരായി മരണമടഞ്ഞ പ്രസാദ് സാറിന്റെയും ഡോ. രമണിയുടെയും ഡോ. ഖാദറിന്റെയുമൊന്നും ജഡം കാണാൻ പോയില്ല; ശവസംസ്കാരത്തിനും. എന്തിനോ തോന്നിയ ഒരു ഭയം. പക്ഷേ, ഇപ്പോൾ ഞാൻ വീണ്ടും മനസ്സാന്നിദ്ധ്യം വീണ്ടെടുത്തിരിക്കുന്നു.

"വാസുവണ്ണന് നമ്മളെ കാണാനാവില്ലല്ലോ.. പിന്നെയെന്തിനു ജഡം കാണാൻ വരണം." മീനയുടെ ചോദ്യത്തിനു പ്രസക്തിയില്ലാതായിരിക്കുന്നു.

എന്റെ കുട്ടീ.. ഇതൊക്കെ നമ്മുടെ മരണ സംസ്കാരത്തിന്റെ ആചാരങ്ങളുടെ ഭാഗമാണ്. ആദരപൂർവ്വം അതേറ്റു വാങ്ങുക. മരണസമയത്ത് മരിച്ചവരുടെ മനസ്സിലെന്തായിരുന്നു എന്നു പറഞ്ഞുതരാൻ ആരും തിരിച്ചു വന്നിട്ടില്ല, എന്നു മാത്രമോർക്കുക. ഈ മരണവും പുതിയ ഊർജ്ജം

പകരുമെന്നതിനാൽ നമുക്കാഘോഷമാക്കാം. കുടുംബബന്ധങ്ങളിലെ മൂല്യങ്ങളുടെ കുഴമറിച്ചിലും സ്വത്വനിശ്ചയമില്ലായ്മയും വർത്തമാനകാലത്തിന്റെ പാപസന്തതികളാണല്ലോ. നല്ല കൗൺസലിങ്ങുകളിലൂടെ അവയെ ഊഷ്മളമാക്കാനാവും. അതിന് പരസ്പരം 'ഷെയർ' ചെയ്യാനാവുന്ന നല്ല സുഹൃത്തുക്കളുണ്ടാവണം. അവർക്ക് രാസത്വരകങ്ങളായി മാറാൻ കഴിയണം.

"പലപ്പോഴും എനിക്കതിനു കഴിയാതെ വരുന്നല്ലോ ദൈവമേ."

ഞാനെഴുതിയ "എനിക്കു നിന്നെ കേൾക്കാനാവില്ല കുട്ടീ" എന്ന ലേഖനം വായിച്ച എന്റെ പ്രിയ മിത്രം ടി സി രാജേഷ് അസ്വസ്ഥനായി കണ്ടു. "ചേട്ടാ... ഇതു കടുത്ത നെഗറ്റീവ് ആയിപ്പോയല്ലോ," എന്നെ കണ്ടപ്പോൾ പറഞ്ഞതോർക്കുന്നു.

ഞാൻ ആ ലേഖനം വീണ്ടും വീണ്ടും വായിച്ചു. എനിക്ക്, അല്ലെങ്കിൽ സമൂഹത്തിന്, കാര്യമായ ഇടപെടൽ നടത്താവുന്ന ഒരിടത്ത് ശൂന്യത മാത്രം അവശേഷിപ്പിച്ചിട്ട് മുഖം തിരിഞ്ഞു നില്ക്കുന്നത് ഒരു തരം ഭീരുത്വമാണ്; ശാപമാണ്. വീണ്ടും ഒരിക്കൽ കൂടി, ജഡത്വം ബാധിച്ച എന്റെ മനസ്സിനെ ഞാൻ പരുവപ്പെടുത്തട്ടെ. മരണ സംസ്കാരത്തിലേക്കു മനുഷ്യനെ തള്ളിവിടുന്ന ഭ്രൂണഹത്യയുടെ നിയമ ഭേദഗതി പോലും പാപമാണെന്നു ഞാനിപ്പോൾ കരുതുന്നു.

ഈ അറിവും വിവേകവും സാന്ത്വനവും പ്രതികരണവും എല്ലാം കൊണ്ട് ജീവിതം മോടി പിടിപ്പിക്കാം.

വാൽക്കഷണം: "മനുഷ്യനെ ഇല്ലാതാക്കലല്ല; അവനെ എല്ലാ ന്യൂനതകളോടുംകൂടെ അതിജീവിക്കുവാൻ പ്രേരിപ്പിക്കലാവണം ഭരണാധിപന്മാരുടെ ലക്ഷ്യം" - ആർച്ച് ബിഷപ്പ് ഡോ. എം സൂസപാക്യം.

അക്കൽദാമയിലെ കൊറോണപ്പൂക്കൾ

'അക്കൽദാമയിലാദ്യം വിരിയും
ചുവപ്പുറോജാ പുഷ്പങ്ങൾ
ആദ്യം തലയിലണിഞ്ഞിട്ട്
ആവേശത്താൽ ഞങ്ങൾ വിളിക്കും
ഇൻക്വിലാബ് സിന്ദാബാദ്'

ഗ്രാമത്തിലെ ഇടുങ്ങിയ പാതയിലൂടെ ജാഥ കടന്നു പോകുമ്പോൾ മുഷ്ടി ചുരുട്ടി ആകാശത്തേയ്ക്കെറിഞ്ഞുകൊണ്ട് മുദ്രാവാക്യം ഏറ്റു വിളിക്കുന്ന ആ നരച്ച താടിക്കാരനാണ് സഖാവ് പാർത്ഥൻ. ഘനഗംഭീര നെങ്കിലും ആളൊരു പാവത്താനാണ്. കൊടിയേറ്റം സിനിമയിലെ ഗോപിയുടെ മറ്റൊരു പതിപ്പ്. ചെളിവെള്ളം ദേഹത്തു തെറിപ്പിച്ചിട്ട് കടന്നു പോകുന്ന വണ്ടിയെ നോക്കി 'എന്തൊരു സ്പീഡ്' എന്ന് സന്തോഷിക്കുന്ന നിഷ്ക്കളങ്കനെ നിങ്ങൾ ഓർക്കുന്നുണ്ടാകുമല്ലോ. അക്കൽദാമയുടെ അർത്ഥമൊന്നുമറിയേണ്ട കാര്യം പാർത്ഥനില്ല. നേതാവു പറയുന്നത് ഏറ്റു പറയുന്നു. പക്ഷേ ഒരു ശ്രീനിവാസൻ കഥാപാത്രം പറഞ്ഞതു പോലെ 'പോളണ്ടിനെപ്പറ്റി ഒരക്ഷരം മിണ്ടരുത്' എന്ന കാര്യത്തിൽ പാർത്ഥനു സംശയമില്ല.

ജാഥ മാർക്കറ്റ് ജംഗ്ഷനിലെത്തുമ്പോഴാണ് പാർത്ഥൻ വിവരമറിയുന്നത്. രാജ്യത്ത് ലോക്ക്ഡൗൺ പ്രഖ്യാപിച്ചിരിക്കുന്നു. കടകളും മാളുകളും മാർക്കറ്റുമെല്ലാം നാളെ മുതൽ അടച്ചിടുന്നു; മദ്യശാലകളുൾപ്പെടെ ജനജീവിതം നാളെ മുതൽ സ്തംഭിക്കുന്നു. രാജ്യത്ത് കൊറോണ എന്ന ഭീതിദമായ രോഗത്തിന്റെ വിഷാണുക്കൾ വ്യാപിച്ചിരിക്കുന്നവെന്ന്.

ദിനരാത്രങ്ങൾ നിശബ്ദമായി കൊഴിഞ്ഞു കൊണ്ടിരുന്നു. കോവിഡു കാലം മൂന്നുഘട്ടം പിന്നിട്ടപ്പോൾ ലോകം ശവപ്പറമ്പായി മാറിക്കഴി

ഞ്ഞിരുന്നു. വീട്ടിലിരുന്നുകൊണ്ട് സത്യത്തിൽ കൊറോണയോടു പൊരുതുകയായിരുന്നില്ല അയാൾ. കൊറോണയെ പ്രണയിക്കുകയായിരുന്നു. ഭ്രാന്തമായ ആവേശത്തോടെ സമരസപ്പെടുകയായിരുന്നു. ഭീദിതമായ ആ പ്രണയവർണ്ണങ്ങൾ അയാളെ കൊണ്ടെത്തിച്ചത് ഒരു തരം 'കൊറോണ ഹിസ്റ്റീരിയ'യിലേക്കായിരുന്നു.

'ദൈവം തെരുവിൽ മരിക്കുന്നു, ചെകുത്താൻ ചിരിക്കുന്നു' എന്നു വയലാർ എഴുതിയതു വെറുതെയല്ല. അതിജീവനത്തിനായി കൂടെ നിന്നവർ അകന്നു നിന്നു. 'ബ്രെയ്ക്ക് ദ ചെയ്ൻ', 'തുപ്പരുത് തോറ്റു പോകും' അങ്ങനെ എത്രയോ കടമ്പകൾ. പാർത്ഥന്റെ മനസ്സ് കൊറോണയിൽ അഭിരമിച്ചു. ടെലിവിഷനു മുമ്പിലായി സദാസമയവും; പ്രത്യേകിച്ച് വൈകുന്നേരങ്ങളിൽ. പ്രജാപതിയുടെ വാക്കുകൾക്കായി മറ്റുള്ളവരോടൊപ്പം അയാളും കാതോർത്തു. 'ഏതു പീഡാനുഭവത്തിനും അപ്പുറം അതിജീവനത്തിന്റെ പ്രഭാതമുണ്ടാകുമെന്നും കോവിഡ് യാതന അതിജീവിക്കുവാനുള്ള കരുത്തു കൂടിയാണ്' എന്നും അയാൾ തിരിച്ചറിഞ്ഞു. മാറുന്ന കാലത്തിനൊപ്പം ജീവിത ശൈലിയിലും മാറ്റമുണ്ടാകണമെന്നും മണ്ണിനെ അറിഞ്ഞു മനസ്സു തളിർക്കണമെന്നും ഇനിയുള്ള പോരാട്ടം കൃഷിയിലൂടെയാവണമെന്നുമുള്ള തിരിച്ചറിവ് അവനെ കൂടുതൽ കർമ്മോന്മുഖനാക്കി. അപ്പോഴും അതുവരെയില്ലാത്ത ഒരു തരം ഭീതിയും ആശങ്കയും അയാളെ പൊതിഞ്ഞു നിന്നു.

വരാനിരിക്കുന്നത് വൈറസിനൊപ്പമുള്ള വൈതരണികൾ നിറഞ്ഞ ദിനങ്ങളായിരിക്കുമല്ലോ എന്ന ഭീതി അവനെ അലോസരപ്പെടുത്തിക്കൊണ്ടിരുന്നു. 'മടുക്കുംവരെ മനോഹരമാണ് എല്ലാം' എന്ന കേട്ടറിവ് ഭ്രമരസ്വനം പോലെ കാതുകളിൽ മുഴങ്ങി. മഞ്ഞരളിക്കായ ധാരാളമുള്ളപ്പോൾ മരണത്തിനെന്തു പ്രസക്തി? അയാളുടെ ചിന്തകൾ അപകടകരമായ അനിശ്ചിതത്വത്തിലേക്കു പറന്നുയർന്നു. ഗ്രാമത്തിന്റെ നന്മകൾ ചോർന്നു പോയി എന്നു വിലപിക്കുന്നവരോട് അയാൾക്കെന്നും കടുത്ത പ്രതിഷേധമായിരുന്നു. ഒന്നോർത്താൽ, ഏതു ഗ്രാമത്തിലായിരുന്നു നന്മകൾ ഉണ്ടായിരുന്നത്? തൊട്ടുകൂടായ്മ, തീണ്ടൽ, അന്യായം, അക്രമം, ഉപദ്രവം, പീഡനം, ദീനത, ഇല്ലായ്മ, ദാരിദ്ര്യം, വഞ്ചന എന്നിവ നടമാടിയിരുന്ന ഭൂതകാലം. ജാതിക്കോമരങ്ങൾ തിമിർത്താടിയിരുന്ന ദുരന്തകാലം. നന്മയുടേയും അപചയം പേറുന്ന ജന്മിഭൂവുടമകൾക്കെതിരെ നടന്ന പോരാട്ടങ്ങൾക്കുമപ്പുറം പാർശ്വവൽക്കരിക്കപ്പെട്ടവരും മേൽവിലാസം നഷ്ടപ്പെട്ടവരുമായ ഒരു ജനത ഇവിടെയുണ്ടായിരുന്നുവെന്ന് പപ്പേട്ടൻ അവനോടു പറഞ്ഞിട്ടുണ്ട്. എല്ലാ ചരിത്രവും തിരുത്തുന്നവർ ഒട്ടിച്ചു വച്ചതാണത്രേ ഗ്രാമത്തിൽ നന്മകൾ എന്ന ചാർത്ത്. എങ്കിലും ഗ്രാമങ്ങളിൽ ചെന്നു രാപ്പാർക്കാനാണല്ലോ എല്ലാവരുടേയും ആഗ്രഹം.

കോവിഡിന്റെ രാഷ്ട്രീയം പാർത്ഥനിന്നും അജ്ഞാതമാണ്. ലോകത്ത് കോവിഡിനെതിരായിട്ടുള്ള സൈദ്ധാന്തിക യുദ്ധമാണെന്നും തീവ്രമുതലാളിത്ത സാമ്പത്തിക നയങ്ങൾക്കെതിരായ ബഹുജനസമ

രമായി അതിനെ മാറ്റണമെന്നുമൊക്കെ പപ്പേട്ടൻ രഹസ്യമായി കാതിൽ മന്ത്രിച്ചപ്പോൾ നിസ്സഹായനാകാനേ അവനായുള്ളൂ. അവനൊന്നും മനസ്സിലായില്ല. കോവിഡിന്റെ ഭീകരത ഉറഞ്ഞു തുള്ളുമ്പോൾ, ലോകം ശവപ്പറമ്പായി മാറിക്കൊണ്ടിരിക്കുമ്പോൾ, എന്തു സിദ്ധാന്തം? മരണത്തിന്റെ കാലൊച്ചകൾ അടുത്തു വരികയാണെന്നു തോന്നി. ഊണിലും ഉറക്കത്തിലും കൊറോണയെപ്പറ്റിയുള്ള ചിന്ത അവനെ ആകുലചിത്തനാക്കി. കേരളത്തിനു പുറത്തു നിന്നുള്ള നമ്മുടെ മലയാളി സഹോദരങ്ങൾ എത്തിയതോടെ നാട്ടിൽ കൊറോണ ബാധിതരുടെ എണ്ണം പെരുകി വന്നത് പാർത്ഥനെ ഭയപ്പെടുത്തി. അവൻ കൊറോണയെപ്പറ്റി കൂടുതൽ അടുത്തറിയാൻ ശ്രമിച്ചു. പാർത്ഥന്റെ കൊറോണാപ്പേടി പെരുകിക്കൊണ്ടിരുന്നു. ആത്മഹത്യ ചെയ്ത ഭൂതകാലങ്ങൾ അവന്റെയുള്ളിൽ ജ്വരമുദ്രകൾ ചാർത്തി.

മഴയിൽ കുതിർന്ന പുതുമണ്ണിന്റെ ചൂര് മൂക്കിലേക്കരിച്ചു കയറുന്നു. മണ്ണിനും മരണത്തിനും ഇപ്പോൾ ഒരേ ഗന്ധമാണ്. തൊടിയിലേക്കിറങ്ങിയ പാർത്ഥൻ പറമ്പിൽ പടർന്നു പന്തലിച്ചു കിടന്ന തൊട്ടാവാടിപ്പൂക്കൾ കണ്ട് അലറിക്കരഞ്ഞു. അവയ്ക്ക് കൊറോണ വൈറസുകളുടെ നിറവും രൂപവും ഉള്ളതായി അയാൾ തിരിച്ചറിഞ്ഞു. കാറ്റ് ആർത്തു ചിരിച്ചപ്പോൾ തുമ്പികളെപ്പോലെ പറന്നുയർന്ന കൊറോണാപ്പൂക്കൾ നിമിഷനേരത്തിനുള്ളിൽ അയാളെ പൊതിഞ്ഞു. മൂക്കിലൂടെയും ചെവികളിലൂടെയും തുരന്നു കയറിയ കൊറോണ തുമ്പികൾ സിരകളിലൂടെ ശരീരമാസകലം വ്യാപിച്ചു. മസ്തിഷ്കം തുരന്ന് അകത്തു കയറിയ തുമ്പികൾ അവിടെ മുട്ടകളിട്ടു പെരുകി. വർഷങ്ങളായി സംഭരിച്ചു വച്ചിരുന്ന സർവ്വശക്തിയുമെടുത്ത് അയാൾ അലറിയപ്പോൾ മൂക്കിലൂടെ കുറേ കൊറോണപ്പൂക്കൾ പുറത്തേക്കു ചിതറി വീണു. അക്കൽദാമയിലെ ആദ്യത്തെ കൊറോണപ്പൂക്കൾ.

പദസ്വനങ്ങളില്ലാതെ, പാദമുദ്രകളില്ലാതെ പാർത്ഥൻ പറന്നുയർന്നു.

വിദൂരങ്ങളിലേക്ക്.

കിടന്നു മരിക്കുന്നതിനേക്കാൾ മരിച്ചുകിടക്കാനാണെനിക്കിഷ്ടം

ഡോ. ഡി ബാബുപോൾ

മരണത്തെക്കുറിച്ചു ധാരാളം ചിന്തിക്കുകയും ധാരാളം മരണത്തിനു സാക്ഷിയാകുകയും ചെയ്ത ആളാണു ഞാൻ. ശൈശവം മുതൽതന്നെ ജീവിതത്തിന്റെ സ്വാഭാവികമായ അന്ത്യമാണ് മരണം എന്നുള്ള തിരിച്ചറിവോടെയാണ് എന്നെ എന്റെ മാതാപിതാക്കൾ വളർത്തിയത്. ക്യാൻസർ ബാധിതയായ എന്റെ ഭാര്യ നിർമ്മലയുടെ മരണം അടുത്തപ്പോൾ എന്താണ് പ്രാർത്ഥിക്കേണ്ടത് എന്ന ശങ്ക എനിക്കുണ്ടായി. സെന്റ് ജോസഫ് കത്തീഡ്രലിൽ ശാന്തനായിരുന്നപ്പോൾ ദൈവം എന്നോടു പറഞ്ഞു "എനിക്കെല്ലാമറിയാം. നീ നിർമ്മലയുടെ മാനസികാരോഗ്യത്തിനുവേണ്ടിയാണു പ്രാർത്ഥിക്കേണ്ടത്." ക്യാൻസർ മാറുകയില്ലെന്നു മനസ്സിലായി. "Allow me to go in dignity. ബേബിച്ചായനെ (മുൻ മന്ത്രി ബേബിജോൺ) വെള്ളത്തിലാക്കിയ പോലെ എന്നെയുമാക്കരുത്." മരണം ഉറപ്പായപ്പോൾ ഡോ. ഗംഗാധരൻ എന്നോടു ചോദിച്ചു നിർമ്മല എന്തെങ്കിലും മാറ്റിപ്പറഞ്ഞോ എന്ന്. മരിക്കുന്ന ദിവസം രാത്രിയിലും അവൾ മാറ്റിപ്പറഞ്ഞില്ല. "നേരം വെളുക്കുമെന്നു തോന്നുന്നില്ല," ഡോ. ഗംഗാധരൻ അറിയിച്ചു. അവളുടെ തലയിൽ എന്റെ കൈ വച്ചുകൊണ്ട് ദൈവമാതാവ് എന്നു ഞങ്ങൾ വിശ്വസിക്കുന്ന കന്യക മറിയത്തോട് എന്നും ചൊല്ലുന്ന പ്രാർത്ഥന ആവർത്തിക്കുകയും ചെയ്തു, "എപ്പോഴും എപ്പോഴും ഞങ്ങളുടെ മരണ സമയത്ത് ഞങ്ങളോടൊപ്പമുണ്ടായിരിക്കേണമേ."

എന്റെ അച്ഛൻ മരിച്ചപ്പോൾ ഇങ്ങനെയൊന്നും വേണ്ടിവന്നില്ല. അതൊരു കാർഡിയാക് അറസ്റ്റ് ആയിരുന്നു. അതിനാൽ ഇത്തരമൊരു പ്രാർത്ഥനയ്ക്കൊന്നുമവസരമുണ്ടായില്ല. ഇന്ന് തിരിഞ്ഞുനോക്കുമ്പോൾ അച്ഛന് വേദനയുണ്ടായിരുന്നുവോ എന്ന് എനിക്കൊരു സംശയം തോന്നാ

തില്ല. ഒരു കണ്ണിന്റെ ഓപ്പറേഷനുമായി ബന്ധപ്പെട്ട് ആശുപത്രിയിൽ കിടക്കുമ്പോഴാണ് മരണം. മരിക്കുന്ന അവസരത്തിൽ എന്റെ ഭാര്യയോട് അല്പം വെള്ളം വായിലൊഴിച്ചുകൊടുക്കാൻ ആവശ്യപ്പെട്ടു. എന്റെ കൈയും ഭാര്യയുടെ കൈയും തന്റെ കൈയിൽ ചേർത്തുവച്ചു കോർത്തിട്ടതുപോലെ ഒന്നു തട്ടി നെഞ്ചത്തു ഒന്നമർത്തിപ്പിടിച്ചു. ഒന്നു തിരിഞ്ഞപ്പോൾ മനുഷ്യൻ മരിക്കുന്നതെങ്ങനെയെന്നു ഞാൻ കണ്ടു. മരണത്തെ എനിക്ക് ഭയമില്ല. അത് നിത്യജീവിതത്തിലെ ഒരു പ്രത്യാശയോ പ്രഖ്യായികയോ ആണ്.

Life after life, life before death തുടങ്ങിയ പുസ്തകങ്ങൾ വായിച്ചുവെങ്കിലും കാര്യമായ വ്യക്തതയുണ്ടായില്ല. അതൊക്കെ മസ്തിഷ്ക മരണത്തെക്കുറിച്ചായിരുന്നു.

അറിവ് അപൂർണ്ണമായിരിക്കും എന്നതിന് എന്റെ അച്ഛൻ പറയുമായിരുന്നു; "മരിക്കുന്ന ആൾക്ക് മരിക്കുന്ന നേരത്ത് എന്താണു തോന്നുന്നത് എന്നു നമുക്കാർക്കുമറിയില്ല."

അച്ഛൻ പറഞ്ഞു: "ആ അവസ്ഥയെക്കുറിച്ചു ഇവിടെ വന്നു പറയാൻ അവിടുത്തെ റൂൾ അനുവദിക്കുമെങ്കിൽ ഒരുപാടുകാര്യങ്ങൾ ഞാൻ പോയി വന്നിട്ടു നിന്നോടു പറഞ്ഞുതരാം" പോയിട്ട് ഇപ്പോൾ 26 കൊല്ലമായി ഇതുവരെ വന്നിട്ടില്ല. അതുകൊണ്ട് അവിടുത്തെ നിയമം അനുവദിക്കുന്നില്ലായിരിക്കും. അല്ലെങ്കിൽ അവിടെ അങ്ങനൊന്നില്ലായിരിക്കാം.

നമ്മുടെ ജീവിതത്തിൽ നമുക്കു പലതും പ്രായോഗികമാക്കാനാകും. ഞാൻ എന്റെ മരണം സംബന്ധിച്ച കാര്യങ്ങൾ വ്യക്തമായി എഴുതി വച്ചിട്ടുള്ളയാളാണ്. ഞാൻ പ്രായോഗികമായി പഠിച്ച ഒരു കാര്യം: ഞാൻ ശവപ്പെട്ടി വാങ്ങി വച്ചില്ലെങ്കിൽ എന്റെ മക്കൾ ആവശ്യത്തിലേറെ വിലകൂടിയ ശവപ്പെട്ടി വാങ്ങിവയ്ക്കുമെന്നെനിക്കു മനസ്സിലായി. എന്റെ അച്ഛൻ മരിക്കുമ്പോൾ ഞാൻ പോർട്ട് ട്രസ്റ്റ് ചെയർമാനാണ്. രാജപരിവേഷമുള്ള കാലം. എന്റെ പ്രൈവറ്റ് സെക്രട്ടറി എന്നോടു ചോദിച്ചു "കർദ്ദിനാൾ പാറേക്കാട്ടിൽ പ്രായമായിരിക്കയാണ്. അദ്ദേഹത്തിനായി തോപ്പുംപടിയിൽ തേക്കുകൊണ്ട് തീർത്ത ഒരു പെട്ടിയിരുപ്പുണ്ട്. അതു വാങ്ങിക്കട്ടോ?" അപ്രതീക്ഷിതമായ കാർഡിയാക്ക് അറസ്റ്റ് വന്നു മരിച്ച എന്റെ അച്ഛന് അത്ര വില കൂടിയ പെട്ടി വേണോ? ചിതലരിക്കാനുള്ളതല്ലേ എന്നൊന്നും ചിന്തിക്കാൻ ആ അവസരത്തിൽ തോന്നിയില്ല. കർദിനാളല്ല മാർപ്പാപ്പയ്ക്കുള്ള പെട്ടി വാങ്ങാനുള്ള മട്ടിലായിരുന്നു ഞാൻ. 1987 ൽ 10000 രൂപാ വെറുതെ കളഞ്ഞു. എന്റെ അപ്പച്ചൻ ജീവിച്ചിരുന്നെങ്കിൽ അതിനു സമ്മതിക്കുമായിരുന്നില്ല. അതുകൊണ്ട് ഞാൻ ഒരു സ്ഥലത്ത് പോയി വില അന്വേഷിച്ചു. 1350 രൂപയാണ് ഏറ്റവും വിലകുറഞ്ഞ പെട്ടിയുടെ വില. ഞാനൊരണ്ണം വാങ്ങിച്ചു വീട്ടിൽ കൊണ്ടുവച്ചു. അപ്പോൾ എന്റെ സെക്യൂരിറ്റിക്കാരന് പേടി. "വിലകുറഞ്ഞ പെട്ടി ഞാൻതന്നെ വാങ്ങിത്തന്നോളാം. ഇതു ഇവിടെ വച്ചാ ബുദ്ധിമുട്ടാണ്." (അതു പിന്നീടു മറിച്ചു വിറ്റു.) അപ്പോൾ എനിക്കു മുമ്പ് താൻ ചാകില്ല എന്നതിനെന്താ ഉറപ്പെന്നു ചോദിച്ചു. അതുകൊണ്ട് മരണ

ത്തെക്കുറിച്ച് ഭയം ഉണ്ടാകേണ്ടതില്ല.

ഞാൻ എല്ലാ ഏർപ്പാടുകളും ചെയ്തു വച്ചു കഴിഞ്ഞു. 70 വയസ്സായപ്പോൾ തന്നെ എന്റെ ചരമപ്രസംഗം കേവലം പൊള്ളയായ വാക്കുകളാകരുതെന്നു എനിക്കു നിർബ്ബന്ധമുള്ളതിനാൽ അതൊക്കെ മൊബൈലിൽ റിക്കാർഡു ചെയ്തു വച്ചിട്ടുണ്ട്. അത് ഡെഡ്ബോഡി വീട്ടിൽ നിന്നെടുക്കുന്നതിനുമുമ്പ് പ്ലേ ചെയ്യണമെന്നു പറഞ്ഞേല്പിച്ചിട്ടുമുണ്ട്. മരണത്തെ ഒരു അനിവാര്യതയായി കാണുന്നതോടൊപ്പം പ്രായോഗികമായി ചില കാര്യങ്ങൾ ചെയ്യാനും കൂടി ശ്രമിക്കണം. ഇതൊക്കെ കഴിഞ്ഞ് കാര്യം കാര്യമായി വരുമ്പോൾ എന്റെ മനസ്സു മാറുമോ എന്നെനിക്കിപ്പോൾ പറയാനാവില്ല. ഞാൻ മരിക്കുകയില്ല എന്നു സ്വയം ബോദ്ധ്യപ്പെടുത്താനുള്ള ഉൾപ്രേരണയുടെ പ്രതിഫലനമായിരിക്കും ഞാനിങ്ങനെ പറഞ്ഞുകൊണ്ടിരിക്കുന്നത്.

ഞാൻ ഡോ. ഗംഗാധരനോടു (ക്യാൻസർ വിദഗ്ദ്ധൻ) പറഞ്ഞു: എനിക്ക് ക്യാൻസറുണ്ടാകണമെന്നു തലേലെഴുത്തുണ്ടെങ്കിൽ അതു നിർണ്ണയിക്കുന്നതിനു തലേദിവസം എനിക്കൊരു കാർഡിയാക് അറസ്റ്റുണ്ടാകുമെന്നാണ് ഇതുവരെ കിട്ടിയ ഭാഗ്യങ്ങൾ വച്ചു ഞാൻ പ്രതീക്ഷിക്കുന്നത്. എന്തെങ്കിലുമൊരു കാരണവശാൽ അങ്ങനല്ലാതെ ക്യാൻസറാണെന്നുറപ്പിക്കുന്നതു നിങ്ങളായിരിക്കും. പിന്നെ എന്തു ചെയ്യണമെന്നു നമ്മൾ തമ്മിൽ തീരുമാനിക്കും. വെറുതെ മക്കളോടു പറഞ്ഞ് ആവശ്യമില്ലാതെ പൈസയെല്ലാം കളഞ്ഞ് ചികിത്സിച്ച്, കീമോയുടെ വേദനയും സഹിച്ച് കഴിയേണ്ടതില്ല. മിക്കവാറും പാലിയേറ്റീവ് കെയർ മതിയാവുമെന്നാണ് ഞാൻ ഇപ്പോൾ കരുതുന്നത്. അന്ന് എന്തുവേണമെന്ന് ഞാനും ഡോ.ഗംഗാധരനും ചേർന്ന് തീരുമാനിക്കും. അപ്പനെ അവസാനം വരെ കാണണമെന്നാഗ്രഹിക്കുന്ന മക്കളോ തന്റെ കല്യാണത്തെക്കുറിച്ചു ചിന്തിക്കാൻ പ്രായമായില്ലെങ്കിലും തന്റെ കുഞ്ഞിനെ ഞാൻ കാണണമെന്ന് മോഹിക്കുന്ന പ്രായമാകാത്ത 11 കാരിയായ പേരക്കിടാവ് പെൺകുട്ടിയോ ഞാൻ ജീവിച്ചിരിക്കണമെന്നു പറയുന്നതിലർത്ഥമില്ല. അതു ഞാനും ഡോ.ഗംഗാധരനും കൂടി തീരുമാനിക്കും. പിന്നെ ഞാൻ വെറുതെ വാചകമടിച്ചാൽ പോരല്ലോ. അതിനാൽ എല്ലാം രേഖപ്പെടുത്തിവച്ചിട്ടുണ്ട്; പണ്ട് രാമകൃഷ്ണപരമഹംസർ ശർക്കര തിന്നതിന്റെ കാര്യം പറഞ്ഞപ്പോൾ "ഞാൻ തിന്നുന്നതു നിർത്തീട്ടേ ഉപദേശിക്കുകയുള്ളൂ." എന്ന് പറഞ്ഞതുപോലെ നിങ്ങളാരെങ്കിലും ഓർമ്മിപ്പിക്കുമോ? വാചകമടിമാത്രമാണോ എന്നു പറയാതിരിക്കാൻ ഞാൻ എന്റെ പഴയ ഒരു ഇ-മെയിലിന്റെ പ്രിന്റ് ഔട്ട് എടുത്തു കൊണ്ടു വന്നിരിക്കയാണ്. ഇത് ഞാനെന്റെ അനിയനും മകനും മകൾക്കും കുടുംബത്തിനു പുറത്തുള്ള ഒരാളെന്ന നിലയിൽ ജസ്റ്റിസ് കെ ടി തോമസിനും നല്കിയിട്ടുണ്ട്.

"ഇപ്പോൾ എനിക്ക് 72 വയസ്സു കഴിഞ്ഞ് 73 ലെത്തി നില്ക്കുന്നു.

നിലവിലെ സാഹചര്യത്തിൽ ഞാൻ സന്തുഷ്ടനാണെങ്കിലും എപ്പോൾ വേണമെങ്കിലും മരണം വരിക്കാൻ തയ്യാറാണ്.

അതിനാൽ എന്റെ ആഗ്രഹങ്ങൾ താഴെ കൊടുക്കുന്നു.

“ജീവൻ നിലനിർത്താൻ കൃത്രിമമായ ജീവസന്ധാരണ സംവിധാനങ്ങൾ പാടില്ല അഥവാ വേണ്ടിവന്നാൽ തന്നെ ഒരു താല്ക്കാലിക ഉപാധിയെന്ന നിലയിൽ-മെഡിക്കൽ സംവിധാനത്തിന്റെ ഒഴിവാക്കാനാകാത്ത സാഹചര്യത്തിൽ– 6 മണിക്കൂർ മാത്രം. കാർഡിയാക് അറസ്റ്റുപോലെയുള്ള അവസരത്തിൽ ചെയ്യുന്ന താഡനങ്ങൾ ഞാൻ ആഗ്രഹിക്കുന്നില്ല. സുഖകരമായ അന്ത്യമൊരുക്കാൻ മാത്രമേ ഡോക്ടർമാരെ അനുവദിക്കേണ്ടതുള്ളൂ. വീട്ടിൽനിന്നും ഒരു ആശുപത്രിയിലേക്കും മാറ്റുന്നത് എനിക്കിഷ്ടമുള്ള കാര്യമല്ല. കൃത്രിമമായി ആഹാരം നല്കുവാൻ(ഇൻട്രാ വീനസ് ഇൻഫ്യൂഷനുൾപ്പെടെ) പാടില്ല.

അതുകൊണ്ട് മരണത്തെക്കുറിച്ച് നമുക്കൊരു ബോധമുണ്ടാകണം. ഒരിക്കൽ മെഡിക്കൽ കോളേജിലെ ബിരുദാനന്തര വിദ്യാർത്ഥികളുമായി ഒരു സംവാദം നടത്തിയപ്പോൾ അവരെന്നോടു ചോദിച്ചു. സാറിനെന്തെങ്കിലും ആഗ്രഹം ബാക്കിയുണ്ടോ എന്ന്. ഞാൻ പറഞ്ഞു “കിടന്നു മരിക്കാതെ മരിച്ചു കിടക്കണമെന്നാണെന്റെ ആഗ്രഹം” അതവിടത്തെ ഡിപ്പാർട്ടുമെന്റിൽ എഴുതി വച്ചിട്ടുണ്ടെന്നാണ് ഞാൻ അറിഞ്ഞത്. അതൊന്നും നടക്കണമെന്നില്ല. പക്ഷേ, ഒരു ജാഗ്രതയുണ്ടാകണം. അതിലേക്കുള്ള ഒരു ശ്രമമാണ് രാജഗോപാൽ ഡോക്ടറും കൂട്ടരും ശ്രമിക്കുന്നത്.

എന്താണ് എന്നെ ഇവിടേക്കാകർഷിക്കുവാനുള്ള പ്രേരകമെന്ന് ഞാൻ ഡോ. രാജഗോപാലിനോടു ചോദിച്ചപ്പോൾ അദ്ദേഹം പറഞ്ഞത് വയറു കുറയ്ക്കണമെന്നതാണ് എന്നാണ്. ഞാൻ ഒന്നു സംശയിച്ചു നിന്നപ്പോൾ ഡോക്ടർ പറഞ്ഞു. “ഐ സി യുവിലെ യന്ത്രങ്ങളുടെ വയർ ഒഴിവാക്കണമെന്നാണുദ്ദേശിച്ചതെന്ന്.”

മരണത്തെക്കുറിച്ച് നമുക്ക് വ്യക്തമായ ധാരണയുണ്ടാകണം. അതിനാവശ്യമായ നിയമങ്ങൾ രാജ്യത്തുണ്ടാകണം. ഞാൻ ഒരു Prolife ചിന്താഗതിക്കാരനാണ്. അതുകൊണ്ട്, വാസ്തവത്തിൽ ക്രൂരമാണെങ്കിലും I V F സമ്പ്രദായത്തിനെതിരാണ്.

എന്റെ അമ്മ 12 വർഷം മക്കളില്ലാതെ മച്ചിയെന്നു വിളിച്ചപമാനിക്കപ്പെട്ട സ്ത്രീയാണ്. 12 വർഷത്തിനു ശേഷമാണ് ഞാനുണ്ടായത്. അച്ഛൻ അമ്മയെ നീലക്കുറിഞ്ഞിയെന്നാണു വിളിച്ചത്. കാരണം 12 വർഷം കൂടുമ്പോഴാണല്ലോ നീലക്കുറിഞ്ഞികൾ പൂക്കുക. ഒന്നിലധികം ഐ വി എഫ് ലുണ്ടാകുന്നവയിൽ ഫലദായ ജീവനുകളുണ്ടാകുന്നു. 4 എണ്ണം ഫലദായകമായി വന്നാൽ ഒന്നോ രണ്ടോ എണ്ണമെടുത്തിട്ട് ബാക്കിയുള്ളവയെ നശിപ്പിക്കുന്നു. ജീവനാണിവിടെ നശിപ്പിക്കപ്പെടുന്നത് എന്നാണെന്റെ വിഷമം. *ബൈബിളിൽ* ഒരു വചനമുണ്ട്. “ഞാൻ പിണ്ഡാകാരമായിരുന്നപ്പോൾ നീയെന്നെ കണ്ടു.” അതായത് എന്റെ കണ്ണുണ്ടാകുന്നതിനു മുമ്പ് ഈശ്വരന്റെ കണ്ണ് എന്നെ കണ്ടു. ഞാൻ ഒരു പ്രോലൈഫ് ആയതിനാൽ യൂത്തനേഷ്യക്കെതിരാണ്. പ്രകൃതി അതിന്റെ സ്വാഭാവികമായ പരിണതിയിൽ മരണം കൊണ്ടുവരുമ്പോൾ അതിനെ മനുഷ്യന്റെ കൃത്രിമമായ

കണ്ടുപിടുത്തങ്ങൾ കൊണ്ട് പിടിച്ചു നിർത്തരുത് എന്ന കാര്യത്തിൽ എനിക്കു സംശയമില്ല.

നമുക്ക് ഒരു ബോധമുണ്ടാകണം. ഡോക്ടർമാർ കോടതി കയറാനിടയാവാത്ത നിയമങ്ങളുണ്ടാകണം.

അങ്ങനെയുള്ള സാഹചര്യങ്ങൾ ഒരുക്കുവാനുള്ള വിഷയത്തിലേക്കു ശ്രദ്ധ ക്ഷണിക്കുവാൻ പാലിയം ഇന്ത്യയുടെ ഇന്നത്തെ ചർച്ച വഴിതെളിക്കട്ടെ എന്നു ഞാൻ പ്രാർത്ഥിക്കുന്നു.

ഞാൻ എന്റെ ഉപയോഗ്യമായ എല്ലാ അവയവവും ദാനം ചെയ്യാൻ സന്നദ്ധനാണെന്ന് അറിയിച്ചിട്ടുണ്ട്. കണ്ണുകൾ ദാനം ചെയ്തു കഴിഞ്ഞു. ഈ അടുത്തകാലത്ത് പൊള്ളലേറ്റവർക്ക് തൊലിയുടെ ആവശ്യം ഉണ്ടെന്നറിഞ്ഞ ഞാൻ എന്റെ തൊലിയും ദാനം ചെയ്തു. 18 വയസ്സുകഴിഞ്ഞ ആർക്കും തൊലി ദാനം ചെയ്യാം; അച്യുതാനന്ദനുപോലും. വിശദവിവരങ്ങൾക്ക് www.skindonation.in സന്ദർശിച്ചാൽ മതിയാകും. ബോംബെയിൽ ഒരു സ്കിൻ ബാങ്ക് തന്നെയുണ്ട്. അൾഷിമേഴ്സുകാരുടെ ഒരു യോഗത്തിൽ വച്ച് എന്റെ തലച്ചോറ് ദാനം ചെയ്യാമെന്ന് പറഞ്ഞപ്പോൾ ചിലർ പറഞ്ഞു. അവിടെ അങ്ങനെയൊന്ന് ഉണ്ടെങ്കിൽ മതിയല്ലോ എന്ന്.

മരണസമയത്ത് ഞാൻ എങ്ങനെ പ്രതികരിക്കുമെന്നെനിക്കറിയില്ല. അപ്പോൾ "അയ്യോ എനിക്ക് അഞ്ചുമിനിട്ടു കൂടി ജീവിക്കണേ, എന്റെ മോൻ ട്രെയിനിൽ വരുന്നുണ്ടേ- ട്രെയിൻ കൊല്ലം വിട്ടിട്ടുണ്ടേ- അവനെ ഒരിക്കൽക്കൂടി കാണണേ" എന്നൊക്കെ ഞാൻ പറയുമോ എന്നെനിക്കറിയില്ല. പറയില്ല എന്നാണെന്റെ വിചാരം.

അനിയൻ അമേരിക്കയിൽ പോയിരിക്കയാണ്. പോയ അന്നു ഞാൻ എഴുതിയിട്ടുണ്ട് അവൻ തിരിച്ചു വരും മുമ്പ് ഞാൻ മരിച്ചാൽ നിന്റെ പ്രോഗ്രാം മാറ്റണ്ട. വിളിക്കുകയും വേണ്ട. ഡെഡ്ബോഡി ഫ്രീസറിൽ വയ്ക്കേണ്ട കാര്യമില്ല; 24 മണിക്കൂർ പോലും. കൊച്ചുമോൾക്കു പരീക്ഷയാണെങ്കിൽ പരീക്ഷ കളഞ്ഞിട്ടു വരേണ്ട. അങ്ങനെ ഒരു ബോധവും തിരിച്ചറിവുമുണ്ടാകണം. മരണം ഒരു അനിവാര്യതയാണ്. എന്നാൽ അപകടകരമായ അനിവാര്യതയല്ല; പ്രകൃതി സഹജമായ അനിവാര്യതയാണ് എന്നും തിരിച്ചറിയണം. ആ ബോധവല്ക്കരണ പ്രക്രിയയാണ് പാലിയം ഇന്ത്യയുടെ ഇത്തരം ചർച്ച പോലെയുള്ള പ്രവർത്തനത്തിലൂടെ നിർവ്വഹിക്കപ്പെടുന്നത്. എനിക്ക് ഉത്തമബോദ്ധ്യമുണ്ട്.

(പാലിയം ഇന്ത്യ 24.08.2013-ൽ കനകക്കുന്നു കൊട്ടാരത്തിൽ വച്ചു നടത്തിയ "അന്തസ്സോടെ മരണം" എന്ന ചർച്ചയിലെ പ്രസംഗം, ലേഖകൻ തയ്യാറാക്കിയത്)

മരണം ഭാരതീയ സംസ്കൃതിയിൽ

ഉഷ എസ് നായർ

എന്നെ പരിചയപ്പെടുത്തിയത് മൂന്നു തലത്തിലാണ്. ഒന്ന് ഒരു ടി വി പരിപാടിയുടെ എഴുത്തുകാരി. രണ്ടാമത്തേത് *പിറവി* മാസികയുടെ ചീഫ് എഡിറ്റർ എന്നനിലയിൽ. മൂന്നാമത്തേത് പാലിയം ഇന്ത്യയുടെ *സഹയാത്ര*യിലെഴുതുന്നയാൾ. ഈ മൂന്നു തലങ്ങളിലും മരണത്തെപ്പറ്റി മൂന്നു തരത്തിൽ പറയുവാനുണ്ട്. അതുപറഞ്ഞ് ഞാൻ അവസാനിപ്പിക്കാം.

ടെലിവിഷനിലെ പരിപാടികളെക്കുറിച്ച് വളരെക്കാലമായിട്ട് ഞാൻ എഴുതുന്നുണ്ട്. വളരെ സൂക്ഷ്മമായി ഞാനതു നിർവ്വഹിക്കുന്നുണ്ട് എന്നാണ് എന്റെ വിശ്വാസം. എന്നാൽ ഇന്നേവരെ മരണത്തെക്കുറിച്ച് ഒരു ചാനലും സജീവമായി ചർച്ച ചെയ്തിട്ടില്ല എന്നതാണ് സത്യം. മരണം വാർത്തയാകുന്നുണ്ട്. കൊലപാതകങ്ങളെക്കുറിച്ചും ദുരൂഹമരണങ്ങളെക്കുറിച്ചും ആത്മഹത്യകളെക്കുറിച്ചും വളരെ ചായം ചേർത്ത പ്രത്യേക സ്ളോട്ടുകൾ തന്നെ ചാനലുകളിലുണ്ട്. മരണത്തെ വളരെ ഭയത്തോടെയാണ് അഭിമുഖീകരിക്കുന്നതെന്നാണവയൊക്കെ കാണിക്കുന്നത്. അത്തരം അവലോകനങ്ങളും ചർച്ചകളും വരുന്നുണ്ട്. മരണം എന്ന വിഷയത്തെക്കുറിച്ചും അതിന്റെ ഫിലോസഫിയെക്കുറിച്ചും മരണാസന്നന്റെ ചിന്തകളെക്കുറിച്ചും ഒരു ചർച്ചയും ഇന്നുവരെ ഞാൻ കണ്ടിട്ടില്ല. ഇപ്പോൾ പൊതുസമൂഹത്തിനുമുമ്പിൽ ഇങ്ങനെയൊരു വിഷയം– മരണത്തെക്കുറിച്ചൊരു വിഷയം – പാലിയം ഇന്ത്യ അവതരിപ്പിക്കുന്നു എന്നു പറയുന്നതുതന്നെ വളരെ വലിയകാര്യമാണ്. മരണത്തെപ്പറ്റി അത്രയധികം കാര്യങ്ങൾ പറയുവാനുണ്ട്. മരണത്തെക്കുറിച്ചും മരണാസന്നനെക്കുറിച്ചും അവന്റെ ചിന്തകളെക്കുറിച്ചും, വ്യഥകളെക്കുറിച്ചും ഉൽക്കണ്ഠകളെക്കുറിച്ചും ഒക്കെ സമൂഹം അറിയേണ്ടതുണ്ട്. എല്ലാവർക്കും മരണം സുനിശ്ചിതമാണെന്നറിഞ്ഞുകൊണ്ടാണ് നാം ജീവിക്കുന്നത്. ഒരു എക്സ്പയറി

ഡേറ്റുമായിട്ടാണ് നാം ഇങ്ങോട്ടുപോന്നിരിക്കുന്നത്. നമ്മൾ അത് അവഗണിക്കുന്നു. നമുക്കു മരണമില്ല എന്നു നാം വിശ്വസിക്കുന്നു.

രണ്ടാമത് എന്നെ പരിചയപ്പെടുത്തിയത് *പിറവി*യുടെ ചീഫ് എഡിറ്റർ എന്ന നിലയിലാണ്. അതൊരു സ്പിരിച്വൽ മാഗസിനാണ്. അതിനുവേണ്ടി കുറെയധികം വായിക്കുകയും മറ്റും ചെയ്തപ്പോഴാണ് മരണത്തിന്റെ സ്പിരിചാലിറ്റിയെക്കുറിച്ച് എനിക്ക് പറയാൻ കൂടുതൽ അറിവുണ്ടായതും അത് ഉപയോഗപ്പെടുത്തിയതും. മരണത്തെപ്പറ്റി കുട്ടികളോടു പറയാൻ നാം മടിക്കുന്നു. കുട്ടികളെ മരണം കാണിക്കുകയില്ല. മരണത്തെക്കുറിച്ച് വേണ്ടത്ര അവബോധം നല്കുന്നില്ല. മരണം ഒളിച്ചുവയ്ക്കേണ്ട ഏതോ സംഭവമാണെന്നാണ് പറഞ്ഞുപഠിപ്പിക്കുന്നത്. എലിസബത്ത് കൂബ്ലർ റോസ് തന്റെ *'ഓൺ ഡെത്ത് ആന്റ് ഡയിങ്'* എന്ന ഗ്രന്ഥത്തിൽ ഇതേക്കുറിച്ച് എഴുതിയിട്ടുണ്ട്. വളർത്തുനായ ചത്തുപോയാൽ മുതിർന്നവർ കുട്ടിയോടുപറയുക "നമുക്കിതിനെ കുഴിച്ചിടാം അടുത്ത വസന്തകാലത്ത് പൂക്കളായി വിരിഞ്ഞുവരും" എന്നാണ്. അമ്മയുടെ മരണം കുട്ടിയെ അറിയിക്കുകയില്ല. അമ്മ ദൂരെ ഒരിടത്തു പോയിരിക്കുന്നു എന്നൊക്കെയുള്ള രീതിയിലാണ് പറയുക. ഭാരതീയ സംസ്കൃതികളൊന്നും അതല്ല ചെയ്തത്. മരണമെന്ന വിഷയത്തെ ഏറ്റവും സത്യസന്ധതയോടെ അവിടെ ചർച്ചചെയ്തിരിക്കുന്നു; കുട്ടികളെ ഒഴിവാക്കിയിട്ടില്ല. കഠോപനിഷത്തിൽ നചികേതസ് എന്ന ബാലൻ മരണത്തെക്കുറിച്ച് അറിയാൻ യമലോകത്തേക്കു പോകുന്നതായി പറയുന്നു. അവിടെ മരണദേവതയോടുതന്നെ ചോദ്യങ്ങൾ ചോദിക്കുകയാണ്. പലേ വാഗ്ദാനങ്ങളും പ്രലോഭനങ്ങളും നല്കി കുട്ടിയെ വിഷയത്തിൽനിന്നും പിന്തിരിപ്പിക്കാൻ ശ്രമിക്കുന്നുവെങ്കിലും മരണമെന്ന സത്യത്തെക്കുറിച്ചറിയാൻ അവൻ നിർബ്ബന്ധം പിടിക്കുന്നു. ഒടുവിൽ യമൻ ആ ജ്ഞാനം പകർന്നു നല്കുന്നു. അതുപോലെ ഛാന്ദോഗ്യോപനിഷത്തിൽ ഉദ്ദാലകമഹർഷി തന്റെ മകൻ ശ്വേതകേതുവിനോട് കൃത്യമായി പറയുന്നുണ്ട് മരണം എങ്ങനെയാണ് സംഭവിക്കുന്നതെന്ന്. വാക്ക് മനസ്സിൽ വിലയിക്കുന്നു. മനസ്സ് പ്രാണനിൽ വിലയിക്കുന്നു; പ്രാണൻ തേജസ്സിൽ വിലയിക്കുന്നു. ജീവൻ പരമാത്മതത്ത്വത്തിൽ വിലയിക്കുന്നതുവരെയുള്ള ഘട്ടങ്ങൾ വിവരിച്ചുകൊടുക്കുന്നു. വാക്ക്, മനസ്സിൽ വിലയിക്കുമ്പോഴാണ് മരണം തുടങ്ങുന്നത്. എം എൻ വിജയൻ മാഷിന്റെ മരണത്തിലൂടെ നാമെല്ലാം ഇത് ടെലിവിഷനിലൂടെ കണ്ടതാണ്. വേദിയിൽ പ്രസംഗിച്ചുകൊണ്ടുനിന്ന മാഷിന് വാക്കുകൾ നഷ്ടപ്പെടുന്നു. കണ്ണുകൾ മറിഞ്ഞുപോകുന്നു. 'ഇത്രയേയുള്ളോ മരണം, എത്ര സുഖമായ മരണം' എന്നു തോന്നിപ്പിച്ച മരണം. ഭാരതീയ ചിന്തയിൽ മരണത്തെ നന്നായിത്തന്നെ പറഞ്ഞുതരുന്നുണ്ട്. 'യക്ഷ പ്രശ്നം' *മഹാഭാരത*ത്തിലെ ഒരു രംഗമാണ്. യക്ഷൻ യുധിഷ്ഠിരനോട് ചോദിക്കുന്നു 'ലോകത്തിലെ ഏറ്റവും വലിയ അത്ഭുതം എന്താണ്?' യുധിഷ്ഠിരൻ പറയുന്നു. 'എല്ലാ ജീവജാലങ്ങളും യമലോകത്തേക്ക് പോകുന്നു. ഇതു കണ്ടിട്ടും താൻ മാത്രം ഇവിടെ സ്ഥിരമാണ്

എന്നു കരുതുന്ന മനുഷ്യന്റെ ചിന്തയാണ് ആ വിസ്മയം.' ഇതു തന്നെയാണ് നാമെല്ലാം ചിന്തിക്കുന്നത്. നമുക്ക് മരണമില്ല എന്നു നാം വിശ്വസിക്കുന്നു. മരണത്തെ നിഷേധിക്കാൻ പരിശ്രമിക്കുന്നു. ഏറ്റവും ലാഘവത്തോടെ മരണത്തെക്കുറിച്ചു പ്രസ്താവിക്കുന്നത് *ഭഗവദ്ഗീത*യിലാണ് — മരണം മുഷിഞ്ഞ വസ്ത്രം മാറുന്നതുപോലെയാണ് എന്ന് *ഗീത* പറയുന്നു.

*സഹയാത്ര*യ്ക്കുവേണ്ടി എലിസബത്ത് കുബ്ലർ റോസിന്റെ *On Death and Dying* എന്ന പുസ്തകം പരിഭാഷപ്പെടുത്തുവാൻ എന്നെ ചുമതലപ്പെടുത്തുമ്പോൾ ആ ദൗത്യം ഇത്ര വളരെ വലുതായിരിക്കുമെന്നു ഞാൻ കരുതിയില്ല. സാധാരണ മരണമല്ല ഇതിലെ പ്രതിപാദ്യം. മാരകരോഗാവസ്ഥയിലുള്ളവരുടെ മരണ ചിന്തകൾ– അവർ ആ മരണത്തെ എങ്ങനെ കാണുന്നു എന്നതാണ് — കുബ്ലർ റോസ് അവർ കുട്ടിയായിരുന്നപ്പോൾ കണ്ട ഒരു കർഷകന്റെ മരണം വിവരിക്കുന്നുണ്ട്. മരണം സുനിശ്ചിതമാണെന്നു കണ്ടപ്പോൾതന്നെ തനിക്കു വീട്ടിൽ കിടന്നുമരിക്കണമെന്നു അയാൾ പറയുന്നു. ചെയ്യേണ്ട കാര്യങ്ങൾ കൃത്യമായി പറഞ്ഞുകൊടുക്കുന്നു. സ്വന്തക്കാരുടേയും സുഹൃത്തുക്കളുടേയും സാന്നിദ്ധ്യത്തിൽ സ്വന്തം വീട്ടിൽ, സ്വന്തം കട്ടിലിൽ കിടന്നു തന്നെയുള്ള മരണം– ഇതും കുബ്ലർ റോസ് ഓർക്കുന്നു. ഒരു സുഹൃത്തായിത്തന്നെ, കുട്ടിയായ റോസിനെയും കണ്ടു യാത്ര പറയുവാൻ അയാൾ മറക്കുന്നില്ല. ആധുനിക വൈദ്യശാസ്ത്രം ഇത്രയും പുരോഗമിച്ചിട്ടും ഒട്ടനവധി വാർദ്ധക്യരോഗങ്ങൾ വർദ്ധിച്ചിട്ടുണ്ട്. മരണത്തെ നിഷേധിക്കാൻ വേണ്ടിയുള്ള മനുഷ്യന്റെ വ്യഗ്രതയും റോസ് വിവരിക്കുന്നുണ്ട്. ഒരു പാട് അഭിമുഖങ്ങളും ആ പുസ്തകത്തിൽ കൊടുത്തിട്ടുണ്ട്. ഇന്റൻസീവ് കെയർ യൂണിറ്റിൽ ശുശ്രൂഷകരുടെ നടുവിൽ കഴിയുന്ന ഒരാൾ വിചാരിക്കുന്നത് 'തന്നെയാരും ഒരു വ്യക്തിയായി കാണുന്നില്ലല്ലോ' എന്നാണ്. ഗുരുതരാവസ്ഥയിലുള്ള ഒരു രോഗി അഭിമുഖത്തിൽ പറയുന്നു, 'എനിക്കേറ്റവും ഇഷ്ടപ്പെട്ട ഒരു ഡോക്ടർ എന്റെ അടുത്തുണ്ടായിരുന്നെങ്കിൽ എനിക്കു ചിരിച്ചുകൊണ്ടു മരണത്തെ സ്വീകരിക്കാൻ കഴിയും.' ഇത്തരം ഒരുപാടുകാര്യങ്ങൾ പുസ്തകത്തിൽ പറയുന്നുണ്ട്. കുബ്ലർ റോസിന്റെ ചരമദിനത്തിൽ ഇത്തരമൊരു ചർച്ച സംഘടിപ്പിച്ചതിൽ അവർ തീർച്ചയായും സന്തോഷിക്കുന്നുണ്ടാവുമെന്നാണ് ആത്മാവിൽ വിശ്വസിക്കുന്ന ഒരാളെന്ന നിലയിൽ ഞാൻ കരുതുന്നത്.

(പാലിയം ഇന്ത്യ 24/08/2013 ന് കനകക്കുന്നു കൊട്ടാരത്തിൽവച്ചു നടത്തിയ 'അന്തസ്സോടെ മരണം' എന്ന ചർച്ചയിലെ പ്രസംഗം, ലേഖകൻ തയ്യാറാക്കിയത്.)

ശരിക്കും പാലിയേറ്റീവ് കെയറിൽ എന്താണ് ചെയ്യുന്നത്?

പത്മശ്രീ. ഡോ. എം ആർ രാജഗോപാൽ
[ചെയർമാൻ, പാലിയം ഇന്ത്യ]

പാലിയേറ്റീവ് കെയർ നല്ല കാര്യമാണ് എന്നംഗീകരിക്കുകയും സഹായിക്കുകയും ചെയ്യുന്ന ഒരു ഡോക്ടർ സുഹൃത്ത് ഈയിടെ ചോദിച്ചു. "ശരിക്കും നിങ്ങൾ രോഗികളോട് എന്താണ് ചെയ്യുന്നത്? വേദനയ്ക്ക് മരുന്നു കൊടുക്കും; പിന്നെ?"

പലരുടെയും ഉള്ളിലുള്ള സംശയമാണെന്നറിയാം. അതുകൊണ്ട് ഒരല്പം വിശദീകരിക്കാം.

ആദ്യം തന്നെ പറയട്ടെ; മരണത്തോടടുത്തവർക്കുമാത്രമല്ല, പാലിയേറ്റീവ് കെയർ. രോഗസംബന്ധമായ ബുദ്ധിമുട്ടുകൾ കഠിനമാണെങ്കിൽ തുടക്കം മുതൽ തന്നെ രോഗചികിത്സയോടൊപ്പം കൊണ്ടുപോകേണ്ട ഒന്നാണത്. അങ്ങനെയുള്ള ഒരു രോഗിയെത്തന്നെ ഉദാഹരണമായെടുക്കാം.

രോഗിയെയും കുടുംബത്തെയും ബുദ്ധിമുട്ടിക്കുന്ന കാര്യങ്ങളെന്തൊക്കെ എന്ന് മനസ്സിലാക്കലാണ് ആദ്യനടപടി.

കഠിനമായ നടുവേദന വന്നിട്ടാണ് ജോൺസൺ ആദ്യം ആശുപത്രിയിലെത്തിയത്. കോൺക്രീറ്റിന്റെ പണിയായിരുന്നു. ഭാരം തൂക്കിയിട്ടാണ് വേദന വന്നതെന്നു വിചാരിച്ച് കുറച്ചു ദിവസം വിശ്രമിച്ചുനോക്കി. കളിക്കാർക്ക് കാൽ ഉളുക്കുമ്പോൾ ഐസ് വച്ചു കൊടുക്കുന്നത് ടി വിയിൽ കണ്ടിട്ടുണ്ട്. ഭാര്യ എൽസമ്മ അതു പരീക്ഷിച്ചു നോക്കി. വേദനയ്ക്ക് കുറവു കാണാഞ്ഞപ്പോൾ ഒരു സ്വകാര്യ ഡോക്ടറെ കണ്ടു. അദ്ദേഹം മെഡിക്കൽ കോളേജിലേക്കു വിട്ടു. എം ആർ ഐ സ്കാൻ ചെയ്യണമെന്നു പറഞ്ഞു. കുറിച്ചുകിട്ടിയ തീയതിക്ക് ചെന്നപ്പോൾ വലിയ പ്രശ്നം. ആവശ്യമായ പൊസിഷനിൽ അനങ്ങാതെ കിടക്കാൻ ജോൺസന് ആവുന്നില്ല. വേദന കുറച്ചിട്ട് വരൂ, എന്നുപറഞ്ഞ് അവിടത്തെ

ഡോക്ടർ പാലിയേറ്റീവ് കെയറിലേക്ക് വിട്ടു. രോഗനിർണ്ണയത്തിന് മുമ്പു തന്നെ ആ കുടുംബത്തിന് പാലിയേറ്റീവ് കെയർ ലഭ്യമായി.

സാധാരണഗതിയിൽ ഞങ്ങളുടെ സ്ഥാപനത്തിൽ ഒരു രോഗി വന്നാൽ വിവരങ്ങൾ വിശദമായി ഒരാൾ ചോദിച്ചറിയും. ഇത് ഒരു നഴ്സോ, സോഷ്യൽ വർക്കറോ, പരിശീലനം ലഭിച്ച വോളണ്ടിയറോ ആയിരിക്കും ചെയ്യുക. ജോൺസണുമായി ആദ്യം സംസാരിച്ച നഴ്സ് രണ്ടു മിനിട്ടിനകം ഡോക്ടറുടെ അടുത്തെത്തി. വേറൊരു രോഗിയോടൊപ്പമായിരുന്നെങ്കിലും, വേറെ രോഗികൾ കാത്തിരിപ്പുണ്ടായിരുന്നെങ്കിലും, "ഇപ്പൊ വരാമേ. ഒരു രോഗിക്ക് ഒരത്യാവശ്യം" എന്നുപറഞ്ഞ് ഡോക്ടർ ജോൺസനെ കണ്ടു. വിശദമായല്ല, വിശദമായ പരിശോധന പിന്നെ. തല്ക്കാലം വേദനയുടെ സ്വഭാവമെങ്ങനെ, ഹൃദയത്തിനോ, ശ്വാസകോശത്തിനോ, വൃക്കയ്ക്കോ മറ്റോ വേറെ അസുഖമെന്തെങ്കിലുമുണ്ടോ എന്നന്വേഷിച്ചിട്ട് 'മോർഫിൻ ടൈട്രേഷൻ' ചെയ്യാൻ നിർദ്ദേശിച്ചു.

നഴ്സ് ആദ്യം ജോൺസന്റെ പൾസ്, രക്തസമ്മർദ്ദം എന്നിവ പരിശോധിച്ചു. എന്നിട്ട് കൈയിലെ ഞരമ്പിൽ (vein) ഒരു ചെറിയ സൂചി കടത്തി. ഛർദ്ദി ഉണ്ടാകാതിരിക്കാനുള്ള മെറ്റോക്ലോപ്രമൈഡ് എന്ന മരുന്ന് 10 മില്ലിഗ്രാം നല്കിയിട്ട് അതേ സൂചിയിലൂടെ വളരെ ചെറിയ അളവിൽ (1.5 മില്ലിഗ്രാം) മോർഫിൻ നല്കി.

ആദ്യത്തെ വേദന "പത്തിൽ പത്ത്" എന്നായിരുന്നു ജോൺസൺ പറഞ്ഞത്. നഴ്സ് പറഞ്ഞു കൊടുത്ത ഒരു അളവുകോലായിരുന്നു അത്. പൂജ്യം എന്നാൽ വേദനയില്ല. പത്ത് എന്നത് ഭാവനയിൽ സഹിക്കാവുന്ന ഏറ്റവും കഠിനമായ വേദന, അതിനേക്കാൾ വലിയ വേദന ഇല്ല. ആദ്യത്തെ മോർഫിൻ നല്കി ഓരോ പത്തു മിനിറ്റ് കൂടുമ്പോഴും വേദനയുടെ അളവ് ചോദിച്ചറിഞ്ഞ് 1.5 മില്ലിഗ്രാം വീതം വീണ്ടും നല്കിക്കൊണ്ടിരിക്കവെ വേദനയും കുറഞ്ഞു കുറഞ്ഞുവന്നു. ഒരു മണിക്കൂർ കഴിഞ്ഞപ്പോൾ "ഇതെന്താ മാജിക്കോ?" എന്ന് ജോൺസൺ ചിരിച്ചു. "ഒരു മാസം കൂടി ആദ്യമായാണ് ചിരിച്ചു കാണുന്നത്" എന്നു പറയുമ്പോൾ എൽസമ്മയുടെ ശബ്ദത്തിൽ കിനിഞ്ഞത് കണ്ണീരിന്റെ നനവ്.

ജോൺസണിപ്പോൾ അനങ്ങാതെ കിടന്നാൽ സ്കോർ പൂജ്യം. ചരിയുകയോ എണീക്കുകയോ ചെയ്താൽ രണ്ടിനും മൂന്നിനുമിടയിൽ വേദനയുണ്ട്. ഇത്രയുമായിക്കഴിഞ്ഞാണ് ജോൺസന്റെ ആരോഗ്യപ്രശ്നം വിശദമായി ചോദിച്ചറിഞ്ഞ് രേഖപ്പെടുത്തിയത്. ജോൺസനെപ്പോലെ കഠിനമായ വേദനയോ മറ്റു ബുദ്ധിമുട്ടുകളോ ഇല്ലാതെ വരുന്ന രോഗികൾക്ക് ആദ്യപടി ഇവിടെ തുടങ്ങുന്നു.

പേര്, വിലാസം, ഫോൺ നമ്പർ തുടങ്ങിയ അവശ്യവിചാരങ്ങൾ കൂടാതെ വീട്ടിലെത്താനുള്ള വഴി വിശദമായി എഴുതിയെടുക്കുന്നു. ഭാവിയിൽ ഗൃഹസന്ദർശനം വേണ്ടി വന്നാൽ വെറുതെ വഴിചോദിച്ച് സമയം കളയണ്ടല്ലോ. റഫർ ചെയ്ത ഡോക്ടറുടെ വിവരവും, ഏതെങ്കിലും വോളണ്ടിയർ മുഖേനയാണ് രോഗി എത്തിയതെങ്കിൽ ആ വിവരവും (ഫോൺ നമ്പർ ഉൾപ്പെടെ) എഴുതിയെടുക്കുന്നു.

രോഗം എന്താണ്, അല്ലെങ്കിൽ എന്താണെന്നാണ് സംശയിക്കപ്പെടുന്നത് എന്ന വിവരം മിക്കവാറും രോഗിയുടെ കൈവശമുള്ള രേഖകളിൽ നിന്ന് കിട്ടും. രോഗി അനുഭവിക്കുന്ന ബുദ്ധിമുട്ടുകൾ എന്താണ് എന്നത് രോഗിയിൽനിന്ന് തന്നെ ഞങ്ങൾക്കറിയണം. രോഗിക്ക് അത് പറഞ്ഞറിയിക്കാൻ സാധിക്കാത്തപ്പോൾ ബന്ധുവിൽനിന്നും. വേദന എത്രകഠിനമാണ് എന്നുമാത്രമല്ല ഞങ്ങൾക്കറിയേണ്ടത്. എങ്ങനെയുള്ള വേദനയാണ്, ഒരിടത്തു തന്നെയാണോ അതോ അവിടെ നിന്ന് വേറൊരിടത്തേക്ക് മാറിപ്പോകുന്നുണ്ടോ, എത്ര നാളായി, എപ്പോഴുമുണ്ടോ, എന്തു ചെയ്യുമ്പോഴാണ് കൂടുന്നത്, എന്തുചെയ്താൽ കുറയും ഇതൊക്കെ ഞങ്ങൾക്കറിയണം. എല്ലാ വേദനയ്ക്കും ഒന്നല്ല ചികിത്സ. മേൽപ്പറഞ്ഞ ചോദ്യങ്ങളുടെ ഉത്തരമനുസരിച്ചായിരിക്കും വിവിധ വേദനസംഹാരികളിൽ ഏതൊക്കെ ഏത് ചേരുവകളിൽ കൊടുക്കണം എന്നു തീരുമാനിക്കുന്നത്.

കഴിഞ്ഞില്ല. ഈ വേദന ജോൺസന്റെ ജീവിതത്തെ ഏതൊക്കെ രീതിയിൽ വ്യത്യാസപ്പെടുത്തി എന്നറിയുന്നതും പ്രധാനമാണ്. ശരീരത്തിലും മനസ്സിലും കുടുംബ ബന്ധങ്ങളിലും ഒക്കെ പലതും സംഭവിച്ചിട്ടുണ്ടാവാം. ഇത്തരത്തിലുള്ള ഒരന്വേഷണം ഉണ്ടായാലേ വളരെ പ്രധാനമായ പലതും കണ്ടെത്തൂ. കടുത്ത ഒരു ഉദാഹരണമെടുത്താൽ "മരിച്ചുകളഞ്ഞാലോ" എന്ന തോന്നൽ വരെ.

വേദന മാത്രമാവില്ലല്ലോ ശാരീരികബുദ്ധിമുട്ട്, ശ്വാസം മുട്ട്, ഓക്കാനം, ഛർദ്ദി, മലബന്ധം, വ്രണങ്ങൾ, മൂത്രസംബന്ധമായ വിഷമങ്ങൾ ഇങ്ങനെ പലതും രോഗിയെ വിഷമിപ്പിക്കാം. ഇങ്ങോട്ടു പറയാൻ വിട്ടു പോകുന്നതു കൂടി ചോദിച്ചറിഞ്ഞാൽ ഏറെ നന്ന്.

രോഗത്താലുണ്ടാകുന്ന ബുദ്ധിമുട്ടുകൾ ശാരീരികം മാത്രമല്ല. മാനസിക, സാമൂഹിക, ആത്മീയ തലങ്ങളിലെല്ലാം വ്രണങ്ങളുണ്ടാവാം. അതും അന്വേഷിച്ചറിയേണ്ടതുണ്ട്. സാമൂഹികബന്ധത്തിലെ പ്രശ്നങ്ങളെല്ലാം ആദ്യദിവസം തന്നെ അറിയാമെന്നു ഞങ്ങൾ കരുതുന്നില്ല. ഞങ്ങളും രോഗിയും കുടുംബവും തമ്മിൽ ഒരു അടുപ്പം ഉണ്ടായിക്കഴിയുമ്പോഴേ ഒക്കെ തുറന്നുപറയാൻ സാധിച്ചു എന്ന് വരാം. ചിലപ്പോൾ തുടക്കത്തിൽത്തന്നെ അണക്കെട്ടു തുറന്നപോലെ എല്ലാം പുറത്തു വന്നു എന്നുമാകാം. സാമൂഹിക ബന്ധത്തിലെ പ്രശ്നങ്ങൾ വീടിനുള്ളിലും പുറത്തും ഉള്ളതുകണക്കിലെടുക്കണം. ഒരു തലവേദന വന്നാൽപ്പോലും നമ്മൾ അല്പം കോപിഷ്ഠരാകുന്നത് സാധാരണം. തീവ്രമായ വേദനയനുഭവിക്കുന്ന രോഗി നിസ്സാര കാര്യത്തിനു കോപിച്ചു എന്നു വരാം. പല ദിവസമായി ഉറക്കം നഷ്ടപ്പെട്ട കുടുംബാംഗങ്ങൾക്കും ഇതു തന്നെ സംഭവിക്കാം. ഏറ്റവും അടുത്തവർ, ഏറ്റവും സ്നേഹിക്കുന്നവർ തമ്മിൽ സാവകാശം ഒരു ശീത സമരത്തിലേക്ക് പോകുന്നത് അസാധാരണമല്ല.

വീടിനു പുറത്തുള്ള ബന്ധങ്ങളിൽ വലിയ വിടവ് വരാൻ സാദ്ധ്യതയുണ്ട്. അടുത്ത സുഹൃത്തുക്കൾ പോലും, തുടക്കത്തിൽ എല്ലാത്തിനും

കൂടെയുണ്ടായാലും സമയം കഴിയുംതോറും അവരവരുടെ ജീവിത പ്രാരാബ്ധങ്ങളിൽ മുഴുകുമ്പോൾ സഹായത്തിനുണ്ടായെന്നോ സന്ദർശിച്ചു എന്നു പോലുമോ വരില്ല. സാവകാശം രോഗി ഒറ്റപ്പെടുന്നതാണ് പലപ്പോഴും കാണാറുള്ളത്.

ഭാരതത്തെപ്പോലെയുള്ള ഒരു രാഷ്ട്രത്തിൽ സാമ്പത്തിക ബാദ്ധ്യതകൾ രോഗിയെയും കുടുംബത്തെയും അലട്ടുന്ന പ്രശ്നമാകുന്നു. മിക്കവർക്കും സ്വന്തം കൈയിൽ നിന്നാണ് ചികിത്സാചെലവു കണ്ടെത്തേണ്ടത്. കടക്കെണിയിൽ പോകുന്നത് സാധാരണം. ഇതേത്തുടർന്ന് കുടുംബാംഗങ്ങളുടെ മുഴുവൻ ജീവിതം ബുദ്ധിമുട്ടിലാകുന്നു. പ്രത്യേകിച്ചും ചെറുപ്പക്കാർക്കും കുട്ടികൾക്കും അവരുടെ ഭാവി തന്നെ തകരാറിലാകുന്ന സ്ഥിതി വളരെ സാധാരണമാണ്.

ആത്മീയതലത്തിലെ പ്രശ്നങ്ങൾ ദൈവവുമായോ മതവിശ്വാസവുമായോ ബന്ധപ്പെട്ടവതന്നെയാവണമെന്നില്ല. സ്വന്തം ജീവിതത്തിനു അർത്ഥം നഷ്ടപ്പെട്ടു എന്നുള്ള തോന്നലോ ഇനി ജീവിച്ചിരുന്നിട്ട് എന്തു കാര്യം എന്ന തോന്നലോ ഇതിന്റെ ഭാഗം ആയേക്കാം.

പ്രശ്നങ്ങൾ മനസ്സിലാക്കുന്നതിനെപ്പറ്റിയേ ഇതുവരെ പറഞ്ഞുള്ളൂ. എല്ലാ പ്രശ്നങ്ങളും പരിഹരിക്കാൻ പറ്റുകയില്ലെന്ന് നമുക്കെല്ലാം അറിയാം. പക്ഷേ, പലതും പരിഹരിക്കാൻ പറ്റുന്നവയാണ്. രോഗം മാറുകയില്ലായിരിക്കാം. ജീവിതകാലത്തിന്റെ ദൈർഘ്യം പരിമിതമാകാം. എന്നാലും ശാരീരിക-മാനസിക- സാമൂഹിക ആത്മീയ പ്രശ്നങ്ങൾ മനസ്സിലാക്കി പരിഹരിക്കാവുന്നത് പരിഹരിക്കുമ്പോൾ ജീവിതസൗഖ്യം രോഗിക്കും കുടുംബത്തിനും എത്രയോ ഭേദപ്പെടുന്നു. ഇത് നിസ്സാര കാര്യമല്ല.

ജോൺസന്റെ കാര്യത്തിൽ ദൗർഭാഗ്യവശാൽ പരിശോധനകൾ തെളിയിച്ചത് നട്ടെല്ലിൽ ക്യാൻസർ ബാധിച്ചിട്ടുണ്ട് എന്നായിരുന്നു. നട്ടെല്ലിൽ തുടക്കം ആവാൻ വഴിയില്ല, മറ്റെവിടെയോ നിന്നു പടർന്നതാണ്. എവിടെയാണ് തുടക്കം എന്നതു കണ്ടുപിടിക്കാൻ ശ്രമിക്കാം, എങ്കിലും രോഗത്തിന്റെ ഇപ്പോഴത്തെ അവസ്ഥയിൽ ചെലവേറിയ പരിശോധനകൾ വലിയ ഗുണം ചെയ്യാനിടയില്ല എന്ന് ഡോക്ടർ അഭിപ്രായപ്പെട്ടു. തുടക്കം എവിടെയാണെങ്കിലും അതുകൊണ്ട് ഇപ്പോൾ ശാരീരികബുദ്ധിമുട്ടുകൾ ഇല്ലാത്തസ്ഥിതിക്ക് അതു കണ്ടുപിടിച്ചാലും ചികിത്സയിൽ വ്യത്യാസം വരാനിടയില്ല എന്നതായിരുന്നു ഡോക്ടറുടെ അഭിപ്രായം. സാമ്പത്തിക പരാധീനകൾ ഉള്ളതുകൊണ്ടു പ്രത്യേകിച്ചും കൂടുതൽ പരിശോധനകൾ വേണ്ടയെന്നു ജോൺസൺ സമ്മതിക്കുകയും ചെയ്തു. ജോൺസന്റെ നട്ടെല്ലിലെ വേദനയ്ക്ക് താല്കാലിക ആശ്വാസം കിട്ടാനായി റേഡിയേഷൻ ചെയ്യാം എന്നു പറഞ്ഞെങ്കിലും വേണ്ട എന്നു പറഞ്ഞ് ജോൺസൺ തിരിച്ചു പാലിയേറ്റീവ് കെയറിലേക്ക് വരുകയായിരുന്നു.

പാലിയേറ്റീവ് കെയർ ക്ലിനിക്കിൽ ആദ്യം ചെയ്തത് വേദനയുടെ അളവനുസരിച്ച് മോർഫിൻ, പാരസെറ്റമോൾ എന്നീ ഗുളികകൾ തുടർച്ച

യായി കഴിക്കാൻ ആവശ്യപ്പെടുകയായിരുന്നു. മോർഫിൻ നാലു മണിക്കൂറിൽ ഒരിക്കലും പാരസെറ്റമോൾ ആറുമണിക്കൂറിൽ ഒരിക്കലും കഴിക്കാനാണ് പറഞ്ഞത്. എന്നുവരുകിലും രാത്രിയിലെ ഡോസും രാവിലത്തെ ഡോസും വിളിച്ചുണർത്തി കൊടുക്കേണ്ട, ഉറങ്ങുന്നസമയവും ഉണരുന്ന സമയവും അനുസരിച്ചു മതി, ബാക്കിയുള്ള പകൽ സമയത്തെ ഡോസുകൾ സമയമനുസരിച്ചുതന്നെ പോകട്ടെ എന്നായിരുന്നു ജോൺസനെയും ഭാര്യയെയും പറഞ്ഞു പഠിപ്പിച്ചത്. മോർഫിൻ കഴിക്കുമ്പോൾ മലബന്ധമുണ്ടാകുമെന്നും അതുവളരെയധികം ബുദ്ധിമുട്ടിപ്പിക്കാൻ സാദ്ധ്യതയുള്ളതുകൊണ്ട് അതുവരാതെ നോക്കണമെന്നും അതിനുവേണ്ട മരുന്നുകൾകൂടെ കൊടുക്കുകയാണെന്നും ഡോക്ടർ പറഞ്ഞു.

കൂടെനിന്ന നേഴ്സ് അല്പം കൂടുതൽ സമയം ജോൺസന്റെ കൂടെ ചെലവഴിച്ചു. മരുന്നുകൾ എന്തൊക്കെയാണ്, അതു കഴിക്കേണ്ട ആവശ്യം എന്താണ്, അതുകൊണ്ടുണ്ടാകാൻ സാദ്ധ്യതയുള്ള ബുദ്ധിമുട്ടുകൾ എന്താണ്, അത്തരം ബുദ്ധിമുട്ടുകൾ ഒഴിവാക്കാൻ എന്താണ് ചെയ്യേണ്ടത് എന്നൊക്കെ ജോൺസണും ഭാര്യയും വിശദമായി മനസ്സിലാക്കി എന്ന് നഴ്സ് ഉറപ്പുവരുത്തി.

ഡോക്ടറും നഴ്സും പോയിക്കഴിഞ്ഞിട്ടും സോഷ്യൽ വർക്കർ കുറച്ചു സമയം കൂടി ജോൺസനോട് സംസാരിച്ചു. ജോൺസന്റെ ഭാര്യ ആകെ തളർന്നിരിക്കുകയാണ് എന്ന് വ്യക്തമായിരുന്നു. പിടിച്ച് അടുത്തിരുത്തിയിട്ടു സോഷ്യൽ വർക്കർ പറഞ്ഞു. “ചേച്ചി, ഒറ്റ നോട്ടത്തിൽ മനസ്സിലാവുന്നുണ്ട് ആകെ വിഷമത്തിൽ ആണെന്ന്.”

ജോൺസണാണു മറുപടി പറഞ്ഞത്. “അവൾക്കു കുറച്ചൊക്കെ മതി.”

“അപ്പോൾ ജോൺസണോ? മനസ്സിന്റെ സ്ഥിതി എങ്ങനെയിരിക്കുന്നു?” എന്ന് സോഷ്യൽവർക്കർ ആരാഞ്ഞു.

“എനിക്ക് കുഴപ്പമൊന്നുമില്ല, വരാനുള്ളതു വന്നു. എന്തെങ്കിലും ആവട്ടെ,” എന്നു ജോൺസൺ ചിരിച്ചു.

ഇത്തരം കാര്യങ്ങളിൽ പരിചയമുള്ളതുകൊണ്ട് സോഷ്യൽ വർക്കർക്ക് അറിയാമായിരുന്നു ഈ ചിരി ചിലപ്പോൾ ഒരു പുറംമോടി മാത്രമാവാം. സോഷ്യൽ വർക്കർ തുറന്നു തന്നെ പറഞ്ഞു,“ജോൺസൺ പറയുന്നതു കേട്ടിട്ട് നല്ല ധൈര്യം ഉണ്ടെന്നു തോന്നുന്നു. പക്ഷേ, ഇങ്ങനെ പറയുന്നവരിൽ ചിലരെങ്കിലും ഉള്ളിലെ വലിയ വിഷമം ഒളിച്ചുവച്ചിട്ടാണ് ഇങ്ങനെ പറയാറുള്ളത്. ജോൺസണ് എന്നോട് മാത്രമായി ഒന്ന് സംസാരിക്കണോ?”

ഒന്നറച്ചിട്ട് ജോൺസൺ ഭാര്യയോട് പറഞ്ഞു, “നീ പോയി കുറച്ചു ചായ കൊണ്ടുവരൂ.”

സോഷ്യൽവർക്കർ കൂട്ടിച്ചേർത്തു,“ചേച്ചി, ചായ കൊണ്ടു കൊടുത്തിട്ട് ചേച്ചി അല്പസമയം പുറത്തിരിക്കൂ. ഞാൻ ജോൺസണുമായി അല്പം സംസാരിക്കട്ടെ.”

അങ്ങനെ തുറന്നു പറഞ്ഞു തന്നെ ജോൺസണ് മനസ്സു തുറക്കാൻ

ഒരു അവസരം ഉണ്ടാക്കി. അപ്പോഴത്തെ സംസാരത്തിലാണ് പുറത്തുവന്നത്, ജോൺസന്റെ തീരുമാനം. തല്ക്കാലം വേദന കുറഞ്ഞിരിക്കുന്നിടത്തോളം അങ്ങനെ പോകട്ടെ. വേറെ ചികിത്സയൊന്നും വേണ്ട. എന്തായാലും ശരിയാവുകയില്ല. രോഗം കൂടുന്നു എന്നു തോന്നുമ്പോൾ ആരോടും ഒന്നും മിണ്ടാതെ ആത്മഹത്യ ചെയ്യാം, ഇതായിരുന്നു ജോൺസന്റെ മനസ്സിലിരിപ്പ് ആ സമയം.

ജോൺസന്റെ തീരുമാനം വളരെ അസാധാരണം എന്നു പറഞ്ഞുകൂടാ. താല്ക്കാലികം ആകാൻ ആണ് സാദ്ധ്യത. രോഗത്തോടുള്ള തുടക്കത്തിലെ പ്രതികരണം മാത്രമായിരിക്കാം അത്. ഇങ്ങനെ പറയുന്ന അധികംപേരും ആത്മഹത്യ ചെയ്തോളണമെന്നില്ല. എന്നാലും ചിലർ ചെയ്തേക്കാം. ഇവിടെ ജോൺസണ് ഒരു ചീത്തവാർത്ത കിട്ടി. അത് ഉള്ളിലിട്ട് ഒന്ന് പരുവപ്പെടുത്താനുള്ള സമയം ജോൺസണ് കിട്ടിയില്ല. സമയം പോകവേ ജോൺസൺ തന്റെ അവസ്ഥയുമായി മനസ്സുകൊണ്ട് പൊരുത്തപ്പെട്ടില്ലെങ്കിൽ കഠിനമായ വിഷാദത്തിൽ പോകാനോ അല്ലെങ്കിൽ മറ്റു സ്വഭാവവൈകല്യങ്ങൾ കാണിക്കാനോ സാദ്ധ്യതയുണ്ട്.

രോഗത്തെപ്പറ്റിയും ചികിത്സയെപ്പറ്റിയും ജോൺസൺ എന്താണ് മനസ്സിലാക്കിയിരിക്കുന്നത് എന്നു കണ്ടുപിടിക്കാൻ ശ്രമിക്കുകയാണ് സോഷ്യൽ വർക്കർ ആദ്യം ചെയ്തത്. "ലൈറ്റ് അടിക്കണമെന്നാണ് പറഞ്ഞത്. പക്ഷേ, അതൊക്കെ വലിയ ബുദ്ധിമുട്ടുണ്ടാക്കുന്ന ചികിത്സയല്ലേ. വേണ്ട," എന്നായിരുന്നു ജോൺസന്റെ തീരുമാനം.

സോഷ്യൽ വർക്കറുടെ അഭ്യർത്ഥനയനുസരിച്ച് ഡോക്ടർ തിരിച്ചുവന്നു. ജോൺസണ് ചികിത്സയെപ്പറ്റിയുള്ള വിചാരങ്ങൾ സോഷ്യൽ വർക്കർ ഡോക്ടറോട് പറഞ്ഞു. നട്ടെല്ലിനു റേഡിയേഷൻ കൊടുത്താൽ ജോൺസൺ ഭയക്കുന്നതുപോലെയുള്ള ബുദ്ധിമുട്ടുകളുണ്ടാവാൻ സാദ്ധ്യതയില്ലെന്നും മറിച്ച്, ഇപ്പോൾ വേദനയ്ക്ക് കഴിച്ചുകൊണ്ടിരിക്കുന്ന മോർഫിൻ ഗുളിക നിർത്താൻ സാധിക്കുമെന്നുമാണ് ഡോക്ടർ ആദ്യമായി പറഞ്ഞു മനസ്സിലാക്കിയത്.

ജോൺസണ് ഇത്തരം റേഡിയേഷൻ മിക്കവാറും ഒരൊറ്റ ദിവസം ഒരു പ്രാവശ്യംകൊണ്ട് നല്കേണ്ട ആവശ്യമേ ഉണ്ടാവുകയുള്ളായിരിക്കും എന്നും ഡോക്ടർ പറഞ്ഞു. ഇത് ഇപ്പോൾ നിലവിലുള്ള ഒരു അന്താരാഷ്ട്ര ശുപാർശയാണ്. ജോൺസന്റെ രോഗാവസ്ഥയിലുള്ളവർ അഞ്ചോ പത്തോ ദിവസം നീണ്ടുനില്ക്കുന്ന രീതിയിൽ നട്ടെല്ലിനു റേഡിയേഷൻ ചെയ്യുമ്പോൾ ബാക്കിയുള്ള ജീവിതത്തിന്റെ ഒരു വലിയ പങ്ക് ആശുപത്രി വരാന്തകളിൽ കഴിച്ചുകൂട്ടേണ്ടി വരുന്ന സ്ഥിതിയാകാം. ഒരു പ്രാവശ്യം ആവശ്യമായ ഡോസിൽ റേഡിയേഷൻ കൊടുക്കുമ്പോൾ ചിലപ്പോൾ വേദന വേഗം തിരിച്ചുവരാൻ സാദ്ധ്യതയുണ്ട്. അപ്പോൾ ഒരു പ്രാവശ്യം കൂടെ കൊടുക്കുവാനാണ് അന്താരാഷ്ട്രശുപാർശ. പക്ഷേ, ഇക്കാര്യത്തിൽ അന്തിമതീരുമാനമെടുക്കുന്നത് ചികിത്സിക്കുന്ന റേഡിയോതെറാപ്പി വിദഗ്ദ്ധനായിരിക്കും എന്നത് പ്രത്യേകം പ്രസ്താവ്യമത്രേ.

ജോൺസന് കുറെ സംശയങ്ങളുണ്ടായിരുന്നു. എന്തൊക്കെയാണിനി സംഭവിക്കാൻ സാദ്ധ്യത? എത്ര കാലം കിട്ടും? എല്ലാ ചോദ്യങ്ങൾക്കും വ്യക്തമായ ഉത്തരം ഉണ്ടായിരുന്നില്ലെങ്കിലും ജോൺസണ് ഏറ്റവും മന സ്സമാധാനമുണ്ടാക്കിയത് എന്തു ബുദ്ധിമുട്ടുണ്ടായാലും ഈ ക്ലിനിക്കിലേക്ക് തിരിച്ചു വരാം എന്നുള്ളതായിരുന്നു. മാത്രമല്ല, കിടപ്പിലായിപ്പോകുകയാ ണെങ്കിൽ വീട്ടിൽ വന്നു ചികിത്സയ്ക്കുള്ള ഏർപ്പാടുചെയ്യാനും സാധിക്കും എന്നറിഞ്ഞപ്പോൾ ജോൺസണ് വലിയ ആശ്വാസമായി.

ആദ്യം വളരെ ധൈര്യം കാണിച്ചയാൾ സംഭാഷണത്തിനിടെ പൊട്ടി ക്കരഞ്ഞുപോയി. ചെറിയ കുട്ടികളാണ്. എങ്ങും എത്തിയിട്ടില്ല. അവരുടെ സ്ഥിതിയെന്താകും? ആലോചിച്ചിട്ട് ഒരു പിടിയും കിട്ടുന്നില്ല.

ബന്ധുക്കളുടെ കാര്യം അന്വേഷിച്ചു, സോഷ്യൽ വർക്കർ.

അവരൊക്കെ സഹായിക്കുന്നുണ്ട്, പക്ഷേ, എത്രനാൾ സഹായമു ണ്ടാകും?

എല്ലാവരും കൂടി ഒറ്റ ഒരു നിമിഷംകൊണ്ട് ഇല്ലാതായെങ്കിൽ എന്നൊരു ആഗ്രഹവും ജോൺസൺ ഇതിനിടയ്ക്ക് പറഞ്ഞുപോയി.

അങ്ങനെ ചിന്തിക്കരുത്, പറയരുത്, എന്നൊന്നുമായിരുന്നില്ല സോഷ്യൽ വർക്കർ പറഞ്ഞത്. "കുട്ടികൾക്ക് അച്ഛന്റെ സ്ഥാനം കൊടു ക്കാൻ വേറെയാർക്കും സാധിക്കുകയില്ല, എങ്കിലും ചില കാര്യ ങ്ങൾക്കൊക്കെ സഹായിക്കാൻ ബന്ധുക്കളായി ഞങ്ങൾ കൂടെയുണ്ടെന്നു കൂട്ടിക്കോളു."

വിശ്വാസം വരാത്ത രീതിയിൽ ജോൺസൺ ഒന്ന് തലയുയർത്തി നോക്കി.

സോഷ്യൽ വർക്കർ തുടർന്നു, "സാമ്പത്തികബുദ്ധിമുട്ടുകൊണ്ട് രോഗികളുടെ കുട്ടികൾക്ക് വിദ്യാഭ്യാസം തുടരാൻ ബുദ്ധിമുട്ടുണ്ടെങ്കിൽ അതിനു സഹായിക്കാൻ ഇവിടെ ഒരു സംവിധാനമുണ്ട്. ഞാൻ അതു ജോൺസന്റെ ഭാര്യയുമായി സംസാരിച്ച് വേണ്ടത് ചെയ്തുകൊള്ളാം. അവരുടെ പന്ത്രണ്ടാംക്ലാസ് പഠിത്തം കഴിയുന്നതുവരെ സഹായം തുടർന്നുകൊണ്ടിരിക്കാം. അതുകഴിഞ്ഞ്, കുട്ടികളുടെ കഴിവനുസരിച്ച് തുടർന്നുള്ള പഠനത്തിനും സഹായം കിട്ടും."

അതുവരെയുള്ള സംഭാഷണത്തിൽ ജോൺസന് ഏറ്റവും ആശ്വാ സമുണ്ടായത് ഈ വാക്കുകളിലാണ്.

ജോൺസന്റെ സംശയങ്ങൾക്ക് എല്ലാം മറുപടി പറഞ്ഞു കഴിഞ്ഞ് സോഷ്യൽ വർക്കർ ഭാര്യയുമായി പ്രത്യേകം സംസാരിച്ചു. അവർ ഒരു പാടു കരഞ്ഞു. സോഷ്യൽ വർക്കറുടെ കണ്ണും ഒരല്പം നനഞ്ഞു.

ജോൺസനോടു പറഞ്ഞകാര്യങ്ങൾ പലതും അവരുമായി പങ്കുവച്ചു. പക്ഷേ, കുറെയധികം ഉൾക്കൊള്ളാനുള്ള മാനസികാവസ്ഥയിലായിരു ന്നില്ല അവർ. തല്ക്കാലം സംശയങ്ങൾ തീർത്തിട്ട് ബാക്കി വീണ്ടും സംസാരിക്കാമെന്നു പറഞ്ഞാണ് സോഷ്യൽ വർക്കർ പിരിഞ്ഞത്.

തുടർന്നുള്ള ആഴ്ചകളിൽ ജോൺസൺ നട്ടെല്ലിനു റേഡിയേഷൻ

ചെയ്തു. അടുത്ത ദിവസങ്ങളിൽ മോർഫിൻ സാവകാശം നിർത്തി.

ഒന്നരമാസത്തോളം ജോൺസൺ സാമാന്യം ആരോഗ്യവാനായിരുന്നു. കോൺക്രീറ്റിന്റെ പണിക്കുപോയില്ലെങ്കിലും സഹായിയായിട്ടും മേൽനോട്ടക്കാരനായിട്ടും അല്പമൊക്കെ ജോലി ചെയ്യുകയും ചെയ്തു. പക്ഷേ, ക്ഷീണം കൂടുന്നതുകണ്ട് വീണ്ടും ക്ലിനിക്കിൽ എത്തിയ ജോൺസന്റെ പരിശോധനയിൽ തെളിഞ്ഞത് ശ്വാസകോശത്തിലേക്ക് രോഗം പടർന്നു കഴിഞ്ഞുവെന്നാണ്. അപ്പോഴും തുടക്കം എവിടെ നിന്ന് എന്നു വ്യക്തമാകുന്നില്ലായെന്നത് മറ്റൊരു കാര്യം.

തുടർന്നുള്ള ആഴ്ചകളിലും മാസങ്ങളിലും ജോൺസന്റെ ജീവിതം മിക്കവാറും വീട്ടിൽത്തന്നെ ആയിരുന്നെങ്കിലും കൂടെക്കൂടെ പാലിയേറ്റീവ് കെയർ വാർഡിൽ വരേണ്ടി വന്നു. കുട്ടികളുടെ വിദ്യാഭ്യാസസഹായം ആ സ്ഥാപനത്തിൽനിന്ന് തന്നെ അനുവദിക്കപ്പെട്ടു. ചെലവേറിയ ചികിത്സകളൊന്നും വേണ്ടി വന്നിരുന്നില്ല. ജോൺസന്റെ ഭാര്യ പലരുടെയും തോളിൽ ചാരി കരഞ്ഞു. ജോൺസൺ അധികസമയവും ശക്തിനഷ്ടപ്പെടാതെ നോക്കിയെങ്കിലും ഇടയ്ക്കു ഒന്നുവിങ്ങിപ്പൊട്ടിപ്പോകാറുണ്ടായിരുന്നു. അത്തരമൊരു അവസരത്തിൽ ജോൺസൺ പറഞ്ഞു. “എന്നാലും ദൈവം എന്നോടിതു ചെയ്തല്ലോ.”

വലിയ വിദ്യാഭ്യാസമൊന്നുമില്ലാത്ത ജോൺസന്റെയുള്ളിൽ എത്ര ആഴത്തിലുള്ള തത്ത്വചിന്തകളുണ്ടായിരുന്നുവെന്ന് സോഷ്യൽ വർക്കർ അപ്പോഴാണ് മനസ്സിലാക്കിയത്. തുടർന്നുള്ള സംഭാഷണത്തിൽ ജോൺസണിൽനിന്ന് പലതും സോഷ്യൽ വർക്കർ പഠിക്കുകയാണുണ്ടായത്. കുറെ സംസാരിച്ചുകഴിഞ്ഞ് ജോൺസൺ സോഷ്യൽ വർക്കറോട് പറഞ്ഞു. “നല്ലതുചെയ്താൽ നല്ലതേ വരൂ എന്നൊന്നും വിചാരിച്ചിട്ടു കാര്യമില്ല; പിന്നെ നല്ലത്, ചീത്ത എന്നൊക്കെ പറയുന്നത് താല്ക്കാലികമല്ലെ. ചിലപ്പോൾ നിങ്ങൾ ചെയ്യുന്നതുകൊണ്ട് എന്റെ കുട്ടികൾക്ക് ഞാൻ കൊടുക്കുന്നതിനേക്കാളും നല്ല വിദ്യാഭ്യാസം കിട്ടുമായിരിക്കും. അവർ നല്ല നിലയിൽ ആകുമായിരിക്കും. ഈ അച്ഛന് അവരോടെത്ര സ്നേഹമുണ്ടെന്ന് അവർ ഓർക്കുമായിരിക്കും, അല്ലെ?” എന്നു പറഞ്ഞ് ജോൺസൻ വിങ്ങിപ്പൊട്ടി.

“അവരെയെങ്കിലും ദൈവം കാക്കട്ടെ.” എന്നു പറഞ്ഞ് അവസാനിപ്പിക്കുകയും ചെയ്തു.

ഉയർച്ചകളും താഴ്ചകളുമുള്ള രണ്ടുമാസങ്ങളാണ് ജോൺസന് അവസാനകാലത്തുണ്ടായത്. പലപ്പോഴും വേദനയുണ്ടാകും, ഭേദപ്പെടും. അങ്ങനെയിരിക്കെ ഒരുദിവസം അതികഠിനമായ വേദനയുണ്ടായി, വയറിനു ചുറ്റും. കാലിൽ അതികഠിനമായ കഴപ്പ്. ആശുപത്രിയിൽ കിടത്തേണ്ടി വന്നു. നട്ടെല്ലു തകരുകയാണെന്നു മനസ്സിലാക്കി ഡോക്ടർ വലിയ അളവിൽ ഡെക്സാമെതസോൺ എന്ന മരുന്നു കൊടുത്തു. റേഡിയേഷൻ കൊടുക്കാവുന്നതിന്റെ ഏറ്റവും വലിയ അളവിൽ കൊടുത്തുകഴിഞ്ഞു വെന്നും കൂടുതൽ സാധിക്കുകയില്ലായെന്നും റേഡിയോത്തെറാപ്പി വിദഗ്ദ്ധൻ പറഞ്ഞു. ഉടനെ ഓപ്പറേഷൻ ഒരു സാദ്ധ്യതയായേക്കാമെങ്കിലും

ശരീരത്തിന്റെയും ശ്വാസകോശത്തിന്റെയും പൊതുവെ സ്ഥിതിവച്ച് അത് ആലോചിക്കുക പോലും വേണ്ട എന്ന് വിദഗ്ദ്ധാഭിപ്രായം കിട്ടി. അടുത്ത രണ്ടു ദിവസത്തിനുള്ളിൽ ജോൺസന്റെ രണ്ടു കാലും തളർന്നു. ജോൺസന്റെയും ഭാര്യയുടെയും മനസ്സും.

വേദനയെ പിടിച്ചുനിർത്തിക്കഴിഞ്ഞപ്പോൾ വീട്ടിൽ പോകാൻ ജോൺസൺ ധൃതി കാണിച്ചു. പാലിയേറ്റിവ്കെയർ സ്ഥാപനത്തിന്റെ വകയായുള്ള ഒരു വാട്ടർബെഡും കൊണ്ടാണ് ജോൺസൺ പോയത്. തൊലിപൊട്ടാതെ ആകുന്നിടത്തോളം നോക്കാനും, ഇടയ്ക്കിടെ ട്യൂബിട്ട് മൂത്രം ഒഴിവാക്കാനും ഭാര്യയെ പഠിപ്പിച്ചു. സ്ഥിരമായി ട്യൂബ് ഉള്ളിലിട്ടു വയ്ക്കുന്നതിനേക്കാളും ഇടയ്ക്ക് ഇങ്ങനെ മൂത്രം എടുത്തുകളയുന്നതാണ് നല്ലത് എന്ന തീരുമാനം അവർ സ്വീകരിച്ചു. പക്ഷേ, രണ്ടു മൂന്നാഴ്ചകൾ കഴിഞ്ഞപ്പോൾ കുട്ടികളുടെ കാര്യം നോക്കാനും അടുത്തവീട്ടിൽ ജോലിക്കുപോയി എന്തെങ്കിലും ഒരു വരുമാനമുണ്ടാക്കാനുമൊക്കെയുള്ള തത്രപ്പാടിൽ ജോൺസൺതന്നെ തീരുമാനിച്ചു വേണ്ട, ഇനിയൊരു ട്യൂബ് ഇട്ടുവച്ചേക്കു എന്ന.

വീട്ടിൽ വച്ചു തന്നെ മതി തന്റെ അവസാനം എന്നത് ജോൺസന്റെ ആഗ്രഹമായിരുന്നു. പക്ഷേ, അവസാന ആഴ്ചയിൽ ശ്വാസംമുട്ടുകൂടിയപ്പോൾ ജോൺസൻ തന്നെ പറഞ്ഞു പാലിയേറ്റീവ് കെയർ സെന്ററിൽ പോകാമെന്ന്. തുടക്കത്തിൽ ശ്വാസംമുട്ടിന് ആശ്വാസം കണ്ടെങ്കിലും രണ്ടു ദിവസം കഴിഞ്ഞപ്പോൾ മരുന്നുകൾ കൊണ്ട് ആശ്വാസമില്ലാത്ത സ്ഥിതിയിലേക്ക് പോയി. വളരെയധികം ചർച്ചകൾക്കുശേഷം കുട്ടികളോട് യാത്ര പറഞ്ഞ് ഒന്നിച്ചു കരഞ്ഞതിനുശേഷം ശ്വാസംമുട്ട് അറിയാതിരിക്കാൻ മാത്രം അഗാധതയിൽ ഉറക്കമരുന്നു നല്കാൻ ജോൺസണും ഭാര്യയും ഉൾപ്പെടെ പാലിയേറ്റിവ് കെയർ ടീം പൊതു തീരുമാനത്തിലെത്തി.

രണ്ടുദിവസത്തിനുശേഷം, ഭാര്യയുടെ പരിചരണവും കുട്ടികളുടെ ആശ്ലേഷവും അനുഭവിച്ചറിഞ്ഞ് ജോൺസൻ യാത്രയായി.

ജോൺസന്റെ കുടുംബം എങ്ങനെയോ ഒക്കെ പിടിച്ചുനില്ക്കുന്നു. കുട്ടികൾ പഠിക്കുന്നുണ്ട്. ഉറ്റവരെ നഷ്ടപ്പെട്ടവരുടെ കൂട്ടായ്മയായ "ഉണർവ്വി"ന്റെ യോഗത്തിൽ ജോൺസന്റെ ഭാര്യ മാസത്തിലൊരിക്കൽ വരും. ജോലി കളഞ്ഞ് വരാൻ എളുപ്പമായിട്ടല്ല. പക്ഷേ, എല്ലാവരെയും കാണുമ്പോൾ ഒരാശ്വാസം. പലരും പലതും പറയുമ്പോൾ ഒരു സമാധാനം. ജോൺസന്റെ കുട്ടികൾ വർഷത്തിൽ ഒരിക്കലെങ്കിലും പാലിയേറ്റിവ് കെയർ പ്രവർത്തകരും മറ്റു കുട്ടികളുമായി ഒത്തുചേരാൻ ഉണ്ടാവും-വർഷത്തിലൊരിക്കലുള്ള ത്രിദിന സമ്മർ ക്യാമ്പിലും ചിലപ്പോൾ മറ്റവസരങ്ങളിലും.

അവർക്കു നല്ലതു വരട്ടെ. ആ കുട്ടികൾ പഠിച്ചു വലിയവരാകട്ടെ. ആർക്കറിയാം, അവരിലൊരാളായിരിക്കില്ല നാളെ നമ്മുടെ പ്രധാനമന്ത്രിയെന്ന്?

www.ingramcontent.com/pod-product-compliance
Lightning Source LLC
LaVergne TN
LVHW100840051026
849519LV00006B/2370